पुणे विद्यापीठाच्या M. A. २०१४-१५च्या सुधारित अभ्यासक्रमावर आधारित
महाराष्ट्रातील इतर सर्व विद्यापीठांना उपयुक्त संदर्भग्रंथ.
स्पर्धा परिक्षांना उपयुक्त

I0563210

सूक्ष्म आर्थिक विश्लेषण

Microeconomic Analysis

डॉ. एस. व्ही. ढमढेरे

डॉ. अे. एम. पवार

डायमंड पब्लिकेशन्स

सूक्ष्म आर्थिक विश्लेषण

डॉ. एस. व्ही. ढमढेरे, डॉ. अे. एम. पवार

Sukshma Arthik Vishleshan

Dr. S. V. Dhamdhere, Dr. A. M. Pawar

प्रथम आवृत्ती : डिसेंबर २०१४

ISBN 978-81-8483-596-0

© डायमंड पब्लिकेशन्स

मुखपृष्ठ
शाम भालेकर

प्रकाशक
डायमंड पब्लिकेशन्स
२६४/३ शनिवार पेठ, ३०२ अनुग्रह अपार्टमेंट
ओंकारेश्वर मंदिराजवळ, पुणे–४११ ०३०
☎ ०२०–२४४५२३८७, २४४६६६४२

info@diamondbookspune.com

ऑनलाईन पुस्तक खरेदीसाठी भेट द्या :
www.diamondbookspune.com

प्रमुख वितरक
डायमंड बुक डेपो
६६१ नारायण पेठ, अप्पा बळवंत चौक
पुणे –४११ ०३० ☎ ०२०–२४४८०६७७

प्रस्तावना

पुणे विद्यापीठाच्या पदव्युत्तर अर्थशास्त्राच्या सुधारित अभ्यासक्रमानुसार लेखकद्वय डॉ. सुरेश ढमढेरे आणि डॉ. अप्पासाहेब पवार यांनी लिहिलेल्या 'सूक्ष्म आर्थिक विश्लेषण' (Microeconomic Analysis) या पुस्तकाला माझा पुरस्कार देणारी ही प्रस्तावना सादर करताना मला आनंद होत आहे.

ग्रंथाच्या पहिल्या भागात प्राधान्याने अर्थशास्त्राची व्याख्या, स्वरूप, आशय, व्याप्ती तसेच मागणीचे विश्लेषण करणारे पारंपरिक व आधुनिक सिद्धान्त, मागणीची लवचिकता, संतोषाधिक्य आणि समतोल मागणी यांचे विवेचन करण्यात आले आहे; तसेच उत्पादनाचे सिद्धान्त, उत्पादन खर्च आणि उत्पादन लाभ तसेच समतोल उत्पादन यांच्याशी संबंधित असलेल्या सिद्धान्ताचे स्पष्टीकरण देण्यात आले आहे.

तदनंतरच्या भागात बाजाराची व्याख्या, स्वरूप आणि व्याप्ती, बाजाराचे प्रकार आणि विविध प्रकारच्या बाजारात होणाऱ्या पर्याप्त उत्पादन किंमत आणि नफा यांचा ऊहापोह करण्यात आला आहे. यात प्रामुख्याने अल्पकालीन आणि दीर्घकालीन पूर्ण स्पर्धेच्या बाजारात पर्याप्त उत्पादन त्याची किंमत आणि त्याद्वारे मिळणारा नफा यांचे विस्तृत विवेचन करण्यात आले आहे.

त्यानंतरच्या मक्तेदारी बाजाराची वैशिष्ट्ये, किंमत भेद, मक्तेदारी बाजाराचा समतोल तसेच मक्तेदारीयुक्त स्पर्धेतील बाजारातील वस्तूभेद, उत्पादनाचे प्रमाण, किंमत आणि नफा तसेच अल्पकालीन मिळणारा असाधारण नफा आणि दीर्घकालीन मिळणारा सामान्य नफा व त्यामागची कारणे यांचे स्पष्टीकरण देण्यात आले आहे.

एकच वस्तू उदा. पेट्रोल वा सोने यांना कोणताही पर्याय नसतो अशा वस्तूंचा मोजक्या व थोड्या संख्येच्या मक्तेदारांच्या स्पर्धेचा बाजार यासंबंधीचे समग्र सैद्धान्तिक विवेचन झाले आहे.

पुस्तकाच्या शेवटच्या भागात खेळ सिद्धान्त पॅरेटो, ॲरो, एजवर्थ इ. अर्थशास्त्रज्ञांनी केलेले उच्च स्तरावरील अत्याधुनिक सैद्धांतिक योगदान याला पुरेसा न्याय देण्यात आलेला आहे.

प्रस्तुत लेखकांनी सदरहू पुस्तकाची मुद्रणप्रत मला सात ऑगस्ट रोजी दाखवली आणि दहा ऑगस्ट २०१४ या दिवशी मी प्रस्तावना पुरी करून त्यांना द्यावी, अशी इच्छा

व्यक्त केली कारण पंधरा ऑगस्टच्या आसपास पुणे विद्यापीठाच्या विविध महाविद्यालयातील पदव्युत्तरवर्गांमध्ये नियमितपणे अध्यापन सुरू होण्यापूर्वी प्रकाशकांना हे पुस्तक बाजारात आणण्याची निकड होती.

अल्पकालावधित मुद्रणप्रत वाचून, तपासून त्यात आवश्यक त्या सुधारणा करूनच मला प्रस्तावना देणे आवश्यक वाटले. इतक्या कमी अवधित पुस्तकाचे यथासांग व समग्र परीक्षण करणे यावर नैसर्गिक मर्यादा होत्या. तथापि, पुस्तकातील चुका, त्रुटी आणि अशास्त्रीय भाग मी साक्षेपाने सुधारला आहे. हेतू हा की, या पुस्तकाची विश्वासार्हता आणि उपयुक्तता वाढावी अर्थात हे सर्व करताना मला शंभर टक्के न्याय देता आला नाही याची थोडी खंत आहे. सामान्यत: प्रस्तावनाकार पुस्तकात सखोल व सूक्ष्म सुधारणा न करता मुळमुळीत व गुळमट स्वरूपाची भलावण करतात. तो सोयीचा व निसटता मार्ग न घेता (Shortcut); मी जी ही अधिक उत्तेजित क्रियाशीलता दाखविली याने माझ्या सदसद्विवेक बुद्धीस खचितच संतोष झाला आहे. सदर पुस्तक लिहिताना लेखकाने सुयोग्य संदर्भ ग्रंथांची निवड करून, अथक परिश्रम घेऊन सोप्या व सुबोध पद्धतीने हे पुस्तक अध्ययनास सुलभ व सोयीचे केले आहे, त्याबद्दल त्यांचे अभिनंदन! प्रकाशक श्री. दत्तात्रेय पाष्टे यांनी त्यांना दिलेले उत्तेजन व साहाय्य याबद्दल त्यांचेही कौतुक करणे अगत्याचे आहे.

सदर पुस्तक विशिष्ट विद्यार्थ्यांना, प्राध्यापकांना आणि परीक्षकांना भरवशाचे व उपयुक्त वाटेल ही इच्छा व्यक्त करून या पुस्तकास भरघोस यश मिळो असा आशीर्वादही देतो.

डॉ. कमलाकर परचुरे

- फर्ग्युसन कॉलेजचे अर्थशास्त्राचे ख्यातनाम प्राध्यापक.
- ' अर्थ' चे संपादक आणि पुणे विद्यापीठाच्या अर्थशास्त्र विभागाचे संस्थापक तसेच प्रभारी विभाग प्रमुख.
- पुणे विद्यापीठाच्या अर्थशास्त्र मंडळाचे आमंत्रित तज्ज्ञ सदस्य.
- पुणे विद्यापीठाच्या M.A. अर्थशास्त्र अभ्यास मंडळाच्या परीक्षकांच्या मंडळाचे अनेक वर्षे अध्यक्ष.

मनोगत

विद्यापीठ अनुदान आयोगाच्या मार्गदर्शक तत्त्वानुसार पुणे विद्यापीठाने जून २०१३ -१४ पासून श्रेयांक व श्रेणी पद्धतीवर आधारित एम. ए. सेमिस्टर - १ आणि सेमिस्टर - २ साठी 'सूक्ष्म आर्थिक विश्लेषण' या विषयाचा अंतर्भाव केला असून त्या विषयाच्या या नवीन अभ्यासक्रमानुसार हे पुस्तक लिहिले आहे.

सदर पुस्तकात सेमिस्टर - १ आणि सेमिस्टर - २ साठी अभ्यासक्रमानुसार प्रकरणे समाविष्ट केली आहेत. सूक्ष्म आर्थिक विश्लेषणाच्या अभ्यासाचा भर सैद्धांतिक विवेचनाकडे अधिक असला तरी सूक्ष्म अर्थशास्त्रातील संकल्पना, समतोल इत्यादींची चर्चा अत्यंत साध्या आणि सोप्या भाषेत लिहिण्याचा प्रयत्न केला आहे. आवश्यक तेथे आकृत्या आणि तक्ते देऊन विषय समजावून दिलेला आहे. प्रत्येक प्रकरणाच्या शेवटी सरावाचे प्रश्न दिलेले आहेत.

सदर पुस्तकात अभ्यासक्रमातील सर्व बाबींचा विचार केला आहे. तसेच मराठी भाषेतील अर्थशास्त्रीय संज्ञा बोजड होणार नाहीत पण त्याचबरोबर तांत्रिक परिभाषा बिघडणार नाही; याची काळजी घेतली आहे. सदर पुस्तक स्पर्धा परीक्षा, राज्य चाचणी परीक्षा (सेट) नेट, विद्यापीठीय परीक्षा व महाराष्ट्रातील सर्व विद्यापीठासाठी उपयुक्त ठरावे हाच हेतू पुस्तक लिहिण्यामागचा आहे.

पुस्तक दोन विभागात विभागले आहे. पहिल्या विभागात म्हणजे सेमिस्टर - १ साठी पहिल्या प्रकरणात दुर्मिळता आणि निवड या संदर्भात मूलभूत आर्थिक प्रश्न, बाजार आणि किंमत यंत्रणा, कमाल व किमान पातळीतील समतोलातील अडथळ्यांची चर्चा केली आहे. दुसऱ्या प्रकरणात उपयोगितेचे मोजमाप, सीमान्त उपयोगिता सिद्धान्त, मागणीवक्र, स्लट्स्की व हिक्सचा सिद्धान्त, मागणीची लवचिकता व प्रकार, उपभोक्त्याचे संतोषाधिक्य इत्यादींचे स्पष्टीकरण व विवेचन केले आहे. तिसऱ्या प्रकरणात - उत्पादन कार्य, बदलत्या प्रमाणांचा नियम, उत्पादन प्रमाण फल, खर्चाचे प्रकार, अल्पकालीन आणि दीर्घकालीन खर्च वक्र, प्राप्तीच्या विविध संकल्पना, उत्पादकांचा वाढावा संकल्पना इत्यादींबाबत विवेचन केले आहे तर चौथ्या प्रकरणात सामान्य समतोल सिद्धान्त, एजवर्थ बॉक्स यांचे विनिमय बाबतीत स्पर्धात्मक बाजार समतोलाचे विश्लेषण, बाह्यता आणि सामाजिक कल्याणाच्या संकल्पना इत्यादींवर चर्चा केली आहे.

दुसऱ्या विभागात म्हणजे दुसऱ्या सेमिस्टरसाठी पहिल्या प्रकरणात बाजारांचे

वर्गीकरण, पूर्ण स्पर्धेतील समतोल इत्यादींचे विश्लेषण केले आहे. दुसऱ्या प्रकरणात मक्तेदारी व्यवसाय संस्थेचे अल्पकालीन आणि दीर्घकालीन समतोल, मूल्यभेद, मूल्यभेदाचे प्रकार, मक्तेदारी शक्तीचे नियमन इत्यादींचेच विवेचन केले आहे. तिसऱ्या प्रकरणात मक्तेदारीयुक्त स्पर्धेतील समतोल, वस्तूभेद, विक्रीखर्च, अतिरिक्त क्षमता, अल्पविक्रेताधिकार, बिगर-संगनमताचा अल्पविक्रेताधिकार, संगनमताचा अल्पविक्रेताधिकार, विक्रीसंघ, खेळी सिद्धान्त, इत्यादींबाबत सविस्तर चर्चा केली आहे. तसेच चौथ्या प्रकरणात नफा महत्तमीकरणाचे ध्येय, उद्दिष्ट, व्यवसायसंस्थेचा परंपरागत सिद्धान्त, बामोलचे विक्री महत्तमीकरण प्रतिमान इत्यादींचे विश्लेषण केले आहे; तर पाचव्या प्रकरणात विभाजनाचा सीमान्त उत्पादकता सिद्धान्त, मुल्लरचा सिद्धान्त, पिगूचे कल्याण विषयक प्रमेय, भरपाई निकष, पॅरेटो पर्याप्तता, ॲरोचा अशक्यता सिद्धान्त इत्यादींबाबत सविस्तर चर्चा केली आहे.

सदर पुस्तक लिहिताना अनेक संदर्भ ग्रंथांचा परामर्श घेतला आहे. तथापि, पुस्तकात काही त्रुटी राहिल्या असल्यास वाचक आणि अभ्यासकांनी त्या निदर्शनास आणून दिल्यास आम्ही त्यांचे स्वागत करू, आणि पुढील आवृत्तीत त्यानुसार आवश्यक त्या सुधारणा करू.

पुस्तक लिहिण्याची संधी उपलब्ध करून दिल्याबद्दल डायमंड पब्लिकेशन्सचे श्री. दत्तात्रेय पाष्टेसाहेब यांच्या प्रोत्साहनपर सहकार्याबद्दल आम्ही सदैव ऋणी राहू. सदर पुस्तकाचे लेखन करताना डॉ. के. एम. परचुरे सरांनी नुसती प्रस्तावना दिली नाही तर बारीकसारीक त्रुटी व सूचना दिल्या. पुस्तक बिनचूक व्हावे तसे निर्देश दिले, आकृत्यांची दुरुस्ती केली; काही राहून गेल्यास त्याची सर्वस्वी जबाबदारी आमची राहील. काही त्रुटी राहिल्यास त्या दुसऱ्या आवृत्तीत दुरुस्त करू. डॉ. के. एम. परचुरे सरांनी अतिशय कमी वेळात पुस्तकाचे परीक्षण करून, सूचना देऊन, दुरुस्त्या सुचवून तसेच पुस्तकास प्रस्तावना दिली त्याबद्दल त्यांचे मन:पूर्वक आभार.

तसेच शिक्षण प्रसारक मंडळ पाबळ संस्थेचे अध्यक्ष आणि पुणे विद्यापीठाच्या अधिसभेचे सदस्य ॲड. नंदकुमार पिंगळे, मानसनीती व समाजविज्ञान विद्याशाखेचे अधिष्ठाता डॉ. गौतम भोंग, अर्थशास्त्र अभ्यास मंडळाचे अध्यक्ष डॉ. सुहास आव्हाड, डॉ. बी. डी. कुलकर्णी तसेच आमच्या संस्थेचे सर्व संचालक मंडळ, महाविद्यालयाचे प्राचार्य, सहकारी प्राध्यापक व ग्रंथपाल यांनी दिलेल्या प्रोत्साहनाबद्दल हार्दिक आभार! त्याचप्रमाणे आमच्या कुटुंबातील सर्वांनी सहकार्य केले, त्याबद्दल त्यांचे मन:पूर्वक धन्यवाद! डायमंड पब्लिकेशन्समधील सर्व सहकाऱ्यांनी केलेल्या सहकार्याबद्दल सर्वांचे मन:पूर्वक आभार!

डॉ. एस. व्ही. ढमढेरे

डॉ. अे. एम. पवार

अनुक्रम

विभाग १

प्रकरण
१

प्रास्ताविक
Introduction

१.१ प्रास्ताविक (Introduction)

आधुनिक समाजातील आर्थिक व्यवहार 'संपत्ती'शी, पैशाशी संबंधित असतात. या संपत्तीचा, पैशाचा उपयोग गरजा भागविण्यासाठी, वस्तू व सेवा यांच्या खरेदीसाठी केला जातो. म्हणजेच गरज ही प्रत्येक कृतीमागची प्रेरणा असते. गरज भागली की, समाधानाची प्राप्ती होत असते. गरजा या अनंत, अमर्याद, एकदा तृप्त झाल्या तरी परत निर्माण होतात.

त्यामुळे गरजेची तृप्ती, समाधान, पुन्हा गरज हे चक्र चालू राहते. गरजा भागविणारी साधने मर्यादित असतात. त्यांचे उपयोग वेगवेगळ्या गोष्टींसाठी होऊ शकतात. गरजा आणि त्या भागविणारी साधने यामुळे आर्थिक प्रश्न अथवा आर्थिक समस्या निर्माण होते. साधनांची निवड करणे, गरजांचा प्राधान्यक्रम लावणे, साधनांचा कार्यक्षम वापर करणे अशाप्रकारे आर्थिक समस्यांचे स्वरूप असते.

आर्थिक प्रश्न हे विश्वव्यापी आहेत. व्यक्ती, समाज, देश यांच्यापुढेच आर्थिक समस्या निर्माण होतात असे नाही, तर व्यक्तिगत स्तरापासून जागतिक स्तरापर्यंत कोठेही

आणि केव्हाही त्या निर्माण होऊ शकतात. त्या सोडविण्यासाठी त्या त्या स्तरावर संबंधित घटकांना प्रयत्न करावे लागतात.

१.२ मूलभूत सूक्ष्म आर्थिक समस्या / प्रश्न : दुर्मिळता आणि निवड

(The Basic Micro - Economic problems : A Scarcity and Choice)

एखाद्या देशाची अर्थव्यवस्था विकसित असो अथवा विकसनशील असो, त्या देशाच्या स्वत:जवळ उपलब्ध असलेल्या साधनसामग्रीच्या साहाय्याने देशातील लोकांच्या आवश्यक, सुखद आणि चैनीच्या गरजा कशा भागविता येतील यांचा विचार करावा लागतो. अमर्याद, पुन्हा पुन्हा उद्भवणाऱ्या गरजा व दुर्मीळ आणि पर्यायी उपयोगाची साधने यांचा मेळ घालावा लागतो, त्यामुळे देशांना मूलभूत प्रश्नांना अथवा समस्यांना सामोरे जावे लागते. तसेच क्रमवारीनुसार गरजांची निवड करून आर्थिक प्रश्न सोडविला जातो. रॉबिन्सच्या मते, मूलभूत आर्थिक प्रश्न हा साधनसामग्रीच्या दुर्मिळतेमुळे निर्माण होतो.

प्रा. सॅम्युलसन यांच्या मते, साधनांच्या दुर्मिळतेमुळे प्रत्येक अर्थव्यवस्थेसमोर तीन प्रश्न निर्माण होतात, ते म्हणजे - १) उत्पादन कशाचे करायचे? २) उत्पादन कसे करायचे? ३) उत्पादन कोणासाठी करायचे? हे प्रश्न सोडविण्यासाठी प्रत्येक अर्थव्यवस्थेला प्रयत्न करावे लागतात. अर्थात, ते प्रश्न वेगवेगळ्या पद्धतींनी सोडविले जातात. उदा. भांडवलशाहीत किंमतयंत्रणेद्वारे तर समाजवादात केंद्रीय नियोजनाद्वारे.

अर्थव्यवस्थेसमोरील मूलभूत समस्या अथवा प्रश्न पुढीलप्रमाणे सांगता येतात.

१) उपलब्ध साधनसामग्रीचा पुरेपूर वापर होतो का? का काही साधने निष्क्रिय राहतात?

अर्थव्यवस्थेतील साधनसामग्रीचा पूर्णपणे वापर होत असेल तर नव्या तंत्रज्ञानाचा स्वीकार करून अधिक कार्यक्षम वापरासाठी प्रयत्न करावे लागतात. काही साधने निष्क्रिय असतील तर त्यांचा वाढत्या गरजांसाठी उपयोग करावा लागतो.

समाजाच्या गरजा पूर्ण करण्यासाठी पुरेशी साधनसामग्री उपलब्ध नसल्याने तसेच साधने दुर्मीळ असल्यामुळे उपलब्ध साधनसामग्रीचा पुरेपूर वापर होतो का? हा प्रश्न असतो. साधनसामग्रीचा अशा पद्धतीने वापर करावा की, त्यापासून लोकांना अधिकाधिक समाधान मिळावे. कोणताही समाज आपल्याकडील साधनसामग्री निष्क्रिय ठेवत नाही आणि ते सामाजिकदृष्ट्या हितकारकसुद्धा नसते.

२) उत्पादन कोणत्या वस्तूंचे आणि किती प्रमाणात करावे?

साधने दुर्मीळ असल्यामुळे कोणत्या आणि किती वस्तूंचे उत्पादन करायचे हा प्रश्न

निर्माण होतो. ज्या वस्तूंचे उत्पादन करावयाचे, त्या वस्तूंची निवड करावी लागते. ही निवड करतानाच गरजा, निवड लक्षात घेऊन वस्तूंची क्रमवारी लावावी लागते, त्यामुळे हा प्रश्न साधनांच्या वाटणीचा आहे. उदा. जमीनमालक उपलब्ध जमिनीत गहू, कांदा, तेलबिया यापैकी कोणत्या पिकासाठी वापरणे फायदेशीर आहे, हे ठरवितो आणि त्यापैकी एका पिकाचे उत्पादन काढतो. त्याचप्रमाणे नियोजनकारांना नियोजनाचा आराखडा तयार करताना उपलब्ध साधनसामग्रीच्या साहाय्याने उपभोग्य वस्तू आणि सेवा यांचे उत्पादन किती करावे आणि भांडवली वस्तूंसाठी किती गुंतवणूक केली पाहिजे हे प्रत्येक योजनेत निश्चित करावे लागते. याचे कारण म्हणजे साधनसामुग्री मर्यादित असते. साधनसामुग्री विपुल प्रमाणात असती, तर सर्वच गरजांचा विचार एकाचवेळी करता आला असता, पण ती मर्यादित असते. त्यामुळे कोणते उत्पादन किती प्रमाणात करावयाचे यासंबंधीचे निर्णय घ्यावे लागतात.

३) उत्पादन कसे आणि कोणत्या पद्धतीने करावे?

एखाद्या वस्तूच्या उत्पादनाचे एकापेक्षा अधिक तांत्रिक पर्याय उपलब्ध असतात. त्यामुळे हा प्रश्न निर्माण होतो. उत्पादनाची दोन तंत्रे अथवा पद्धती आहेत - १) श्रमप्रधान पद्धती व २) भांडवलप्रधान पद्धती. पहिल्या प्रकारात जास्त श्रमिक व कमी भांडवल वापरले जाते, तर दुसऱ्या प्रकारात जास्त भांडवल व कमी श्रम वापरले जातात. प्रत्येक देश श्रमिक आणि भांडवल यांच्या उपलब्धतेनुसार कोणते तंत्र अथवा पद्धती वापरायची ह्याची निवड करीत असतो, म्हणून याला उत्पादनपद्धतीच्या निवडीचा प्रश्न म्हणतात. हा प्रश्न अर्थशास्त्रातील उत्पादन सिद्धान्तांशी निगडित आहे. भारतासारख्या जास्त लोकसंख्या असलेल्या विकसनशील देशांना भांडवलाची टंचाई सतत भेडसावत असते, परंतु या देशात श्रमशक्ती मात्र विपुल असते, त्यामुळे भारतासारख्या विकसनशील देशांना श्रमप्रधान पद्धती वापरणे सोयीचे ठरते, त्यामुळे दुर्मीळ भांडवलाची बचत होतेच, पण बेकारीचा प्रश्न सुटण्यास मदत होते. याउलट, श्रमशक्ती कमी असते अशा ऑस्ट्रेलियासारख्या देशात यंत्राच्या साहाय्याने उत्पादन करणे सोयीचे ठरते.

४) उत्पादित केलेल्या वस्तू व सेवांचे वाटप

उत्पादनकार्यात भाग घेणाऱ्या उत्पादनघटकांमध्ये उत्पन्नाची वाटणी कशी होते? कोणत्या तत्त्वानुसार होते? या संदर्भातील निर्णय अर्थव्यवस्थेला घ्यावे लागतात. देशात उत्पादित झालेल्या वस्तू व सेवांचे वाटप समाजात विविध लोकांत कसे करायचे? हा महत्त्वाचा प्रश्न आहे. अलीकडच्या काळात प्रगत औद्योगिक अर्थव्यवस्थांमधील संघटित क्षेत्राला वाटपाचे लाभ जास्त मिळतात. असंघटित क्षेत्र मात्र या लाभापासून वंचित राहते, मात्र बाजारपेठेत मागणी-पुरवठ्याच्या तत्त्वानुसार प्रश्न सोडविला जातो.

५) साधनसामग्रीचा कार्यक्षमतेने वापर कसा करावा?

दुर्मीळ साधनसामग्रीचा सर्वांत चांगल्या पद्धतीने वापर केला जातो का, हे पाहणे महत्त्वाचे ठरते. साधनसामग्रीचा कार्यक्षम वापर म्हणजे उत्पादन करताना उत्पादनक्षमता आणि काटकसर यांचा मेळ घालणे होय. यासाठी सतत नवीन उत्पादनतंत्रांचे शोध लावून मर्यादित साधनांचा जास्तीतजास्त चांगला वापर करण्यासाठी प्रयत्न केले जातात. उदा. भारतातील हरितक्रांती. यामध्ये जमीन या निसर्गदत्त साधनाच्या लागवडीच्या सुधारित पद्धतीचा (सुधारित बियाणे, रासायनिक खते, पाणी वापरपद्धत इ.) वापर करून धान्योत्पादनात मोठ्या प्रमाणात वाढ भारतात घडवून आणली. त्यामुळे वाढणाऱ्या लोकसंख्येच्या अन्नविषयक गरजा भागविण्यात भारताला यश मिळाले. उद्योग, व्यापार, सेवा, शेती सर्वच क्षेत्रांमध्ये साधनसंपत्तीचा कार्यक्षम वापर ही अत्यंत महत्त्वाची बाब असते. हा प्रश्न कल्याणकारी अर्थशास्त्राशी निगडित आहे.

६) अर्थव्यवस्थेची उत्पादनक्षमता वाढत आहे की स्थिर आहे?

वस्तू आणि सेवांच्या उत्पादनक्षमतेत वाढ होणे आर्थिक विकासासाठी आवश्यक असते. जनतेच्या राहणीमानात सुधारणा, आर्थिक आणि सामाजिक न्याय, जागतिक बाजारपेठेतील स्पर्धेला तोंड देणे यासाठी उत्पादनक्षमतेत वाढ होणे आवश्यक असते. हा प्रश्न अर्थशास्त्राच्या आर्थिक विकास व वाढ या शाखेशी निगडित आहे.

या प्रश्नांचा विचार प्रत्येक देशाला करावा लागतो आणि देशापुढील समस्या सोडविण्यासाठी प्रयत्न करावा लागतो.

रॉबिन्स - अर्थशास्त्र हे दुर्मिळता व निवडीचे शास्त्र : डॉ. मार्शल यांच्या मते, जे व्यवहार संपत्तीशी कल्याणप्रद भौतिक साधनांचा उपयोग व उपलब्ध साधनसामग्री यांच्याशी निगडित असतात त्यांचा अभ्यास अर्थशास्त्रात येतो. डॉ. मार्शल यांनी केलेली अर्थशास्त्राची परिभाषा इ.स. १९३२ पर्यंत जवळजवळ सर्वमान्य मानली जात होती. परंतु, १९३२ मध्ये प्रा. लिओनेल रॉबिन्स यांनी आपल्या 'दि नेचर अॅण्ड सिग्निफिकन्स ऑफ इकॉनॉमिक सायन्स' या ग्रंथात नवी परिभाषा मांडली. प्रा. रॉबिन्स यांच्या मते, अर्थशास्त्राचा संबंध कशाशीही असो तो भौतिक - स्वास्थ्याच्या कारणांशी निश्चित नाही. रॉबिन्स यांनी मूलभूत आर्थिक समस्येचा विचार केला आहे. आर्थिक समस्या म्हणजे मानवी गरजा (साध्ये)अनंत आहेत; परंतु, त्या भागविण्यासाठी साधने मर्यादित (दुर्मीळ)आहेत; परंतु, ही साधने अनेक प्रकारांनी वापरता येतात. त्यामुळे त्याच्या विविध उपयोगांचा विचार करून त्या मर्यादित साधनांची योग्य निवड व त्यांचा काटकसरीने वापर करावा लागतो. ही समस्या मानवी जीवनाची सर्व अंगे व्यापणारी आहे. मर्यादित दुर्मीळ सामग्री योग्य त्या ठिकाणी गुंतविताना निवडीच्या प्रश्नाला तोंड द्यावे लागते. यालाच 'गरजांच्या निवडीचा

प्रश्न' असे म्हणतात. रॉबिन्स यांनी अर्थशास्त्राची व्याख्या पुढीलप्रमाणे दिली. 'पर्यायी उपयोगांची दुर्मीळ साधने व अमर्याद गरजा (साध्ये) यांची सांगड घालण्यासाठी माणसाची जी धडपड चालते तिचा अभ्यास करणारे शास्त्र म्हणजे अर्थशास्त्र होय.'

प्रा. रॉबिन्स यांची व्याख्या आर्थिक प्रश्न ज्यामुळे निर्माण होतो, त्या मूलभूत समस्येचा विचार करते. या व्याख्येतील महत्त्वाचे मुद्दे म्हणजे - १) साध्य अमर्यादित (अमर्यादित गरजा) २) साधने दुर्मीळ ३) पर्यायी उपयोगाची साधने. यांचा मेळ घालण्याच्या मानवी प्रयत्नांचा अभ्यास अर्थशास्त्रात केला जातो.

प्रो. सॅम्युलसन यांच्या मते, अनेक गरजांपैकी कोणती गरज पूर्ण करण्यासाठी दुर्मीळ साधनांची निवड करावी हे ठरवूनच आर्थिक प्रश्न सोडविला जातो. निवडीचा प्रश्न साधनसामग्रीच्या दुर्मिळतेमुळे निर्माण होतो, म्हणून त्याला 'दुर्मिळतेचा प्रश्न' म्हणतात.

रॉबिन्सच्या मते, सर्व आर्थिक प्रश्न हे साधनसामग्रीच्या दुर्मिळतेमुळे निर्माण होतात. साधनसामुग्रीच्या दुर्मिळतेमुळे त्यांना समाजाची असलेली मागणी व त्याचा पुरवठा यामध्ये असमतोल निर्माण होऊन आर्थिक प्रश्न निर्माण होतो.

मानवी गरजा पूर्ण करण्यासाठी, वस्तू व सेवा निर्माण करण्यासाठी जी साधने लागतात ती अपुरी असतात, साधनांच्या दुर्मिळतेमुळे आर्थिक प्रश्न निर्माण होतो व गरजांच्या निवडीचा प्रश्न निर्माण होतो; त्यासाठी गरजांच्या तीव्रतेनुसार क्रमवारी लावली जाते. त्यानुसार प्रथम कोणत्या गरजा पूर्ण करावयाच्या याचा क्रम ठरविला जातो. उदा. भारतात भांडवलाची कमतरता आहे, त्यामुळे भांडवलाचा उपयोग आर्थिक विकासासाठी करावयाचा का संरक्षण साहित्याच्या निर्मितीसाठी करावयाचा हे ठरवले जाते. त्याबरोबरच देशात बेकारी व दारिद्र्य या समस्या आहेत. त्या सोडवण्यासाठी संरक्षण साहित्य निर्मिती ऐवजी शेती औद्योगिक विकासासाठी भांडवल वापरण्यावर सरकारला भर द्यावा लागतो. म्हणजेच आर्थिक विकासाला पहिले प्राधान्य द्यावे लागते. परंतु, युद्धकाळात युद्ध साहित्य निर्मितीला प्राधान्य दिले जाते. म्हणजेच गरजांच्या तीव्रतेनुसारही त्यांची निवड केली जाते आणि परिस्थितीनुसार त्यांचा क्रम लावला जातो. अशा प्रकारे गरजांची निवड करून आर्थिक प्रश्न सोडवला जातो. याला 'निवडीचा प्रश्न' म्हणतात.

प्रा. सॅम्युलसन यांच्या मते, प्रत्येक अर्थव्यवस्थेसमोर तीन प्रश्न असतात - १) उत्पादन कशाचे करायचे? २) उत्पादन कसे करायचे? ३) उत्पादन कोणासाठी करायचे? हे मूलभूत प्रश्न प्रत्येक अर्थव्यवस्थेसमोर असतात. ते साधनांच्या दुर्मिळतेमुळे निर्माण झालेले असतात. त्याची सोडवणूक अर्थव्यवस्थेला करावी लागते. ते भांडवलशाहीत किंमतयंत्रणेद्वारे, तर समाजवादी अर्थव्यवस्थेत केंद्रीय नियोजनाद्वारे सोडविले जातात.

१.३ बाजार आणि किंमतयंत्रणा (Market and Price Mechanism)

आधुनिक औद्योगिक युगात बाजारयंत्रणा किंवा किंमतयंत्रणा या प्रभावी यंत्रणेद्वारे उत्पादन कोणते, कसे, किती करावे, त्यासाठी संसाधनांची वाटणी कशी करावी, साधनांचा कार्यक्षम वापर कसा करावा यासंबंधीचे निर्णय विविध बाजारांमध्ये घेतले जातात.

अर्थशास्त्रीय दृष्टिकोनातून बाजार म्हणजे असे विशिष्ट ठिकाण नव्हे की, ज्या ठिकाणी वस्तूंची खरेदी-विक्री होते! परंतु संपूर्ण असे क्षेत्र की, ज्यामध्ये ग्राहक - विक्रेते एकमेकांना मोकळेपणाने भेटतात व त्यामधून वस्तूच्या किमतीत सहज व त्वरित समतोल साधला जातो.

बाजारात वस्तू, ग्राहक, विक्रेते, विशिष्ट ठिकाणे किंवा क्षेत्र, देश किंवा संपूर्ण जग या गोष्टी अर्थशास्त्राच्या दृष्टीने समाविष्ट असतात. बाजाराचे वर्गीकरण स्थान, बाजाराची व्याप्ती, वेळ किंवा कालावधी, स्पर्धा इत्यादी घटक विचारात घेऊन केलेले असते.

कुर्नो यांच्या मते, बाजार म्हणजे 'ज्या ठिकाणी वस्तूंची खरेदी-विक्री केली जाते अशी एखादी विशिष्ट जागा म्हणजे बाजारपेठ नसून हा असा भूप्रदेश आहे की, ज्यात खरेदीदार आणि विक्रेते यांचा स्वतंत्र व्यवहार अशा प्रकारे चालतो की, ज्यामुळे त्या वस्तूची किंमत सहज आणि जलदपणे समान होते.'

किंमतयंत्रणा हा आर्थिक प्रश्न सोडविण्यासाठी एक उत्तम आणि स्वयंचलित मार्ग आहे. किंमतयंत्रणा ही बाजारयंत्रणा म्हणून ओळखली जाते.

किंमतयंत्रणा किंवा बाजारयंत्रणा

अर्थव्यवस्थेत निर्माण होणाऱ्या वस्तू आणि सेवा तसेच त्या वस्तूंच्या उत्पादनासाठी आवश्यक असणारे उत्पादनघटक (श्रम, भूमी, भांडवल) या सर्वांच्या किमती बाजारपेठेत त्यांना असणारी मागणी आणि त्यांचा पुरवठा यांच्या परस्पर प्रतिक्रियेने ठरत असतात. त्यामुळे किंमतयंत्रणा ही बाजारयंत्रणा म्हणून ओळखली जाते.

बाजारातील किमतीनुसार त्या त्या आर्थिक क्रियेकडे देशातील साधनसंपत्तीचा ओघ वळतो. ग्राहकांना ज्या वस्तू अथवा सेवांची आवश्यकता असते व ज्यासाठी ते अधिक किंमत देण्यास तयार होतील, त्यांचेच अधिक उत्पादन करण्यात येते. ज्यांना कमी मागणी आणि कमी किंमत असते, त्यांचे उत्पादन व पुरवठा कमी करण्यात येतो. हीच बाब उत्पादनाच्या बाबतीतही दिसून येते. उत्पादनघटकांना उत्पादकाकडून मिळणारा मोबदला हे त्यांचे उत्पन्न असते. या उत्पन्नाच्या साहाय्याने ते त्यांची गरज भागविणाऱ्या वस्तू किंवा सेवांची खरेदी करतात. म्हणजेच किंमतयंत्रणा, उपलब्ध साधनसामग्री आणि देशातील व्यक्तींच्या, संस्थांच्या गरजा यांच्यात मेळ घालण्याचे कार्य करते. उपभोक्ता ग्राहक म्हणून तो वस्तू कमीतकमी किमतीत खरेदी करून जास्तीतजास्त समाधान मिळावे

म्हणून प्रयत्नशील असतो, तर विक्रेता म्हणून तो कमीतकमी खर्चात वस्तू तयार करून जास्तीतजास्त नफा मिळविण्यासाठी प्रयत्नशील असतो. या दोघांच्या परस्पर स्पर्धेतून दोघांनाही फायदेशीर ठरणारी किंमत बाजारात निश्चित होते.

अनेक उपभोक्ते आणि अनेक उत्पादक यांनी घेतलेले अनुक्रमे उपभोगाविषयीचे आणि उत्पादनाविषयीचे निर्णय एकत्र केल्यावर बाजारातील मागणी व पुरवठा समजतो. मागणी व पुरवठ्याच्या आंतरक्रियेतून अन्नधान्य, कॉफी, चहा, फ्रिज, टी.व्ही. अथवा डॉक्टर, वकील इ. सेवांच्या किमती निश्चित होतात. या आंतरक्रियेतून उत्पादन कोणते, किती करावे याचे निर्णय घेतले जातात. जास्तीतजास्त नफा मिळावा यासाठी उत्पादक प्रयत्न करतात; त्यातूनच उत्पादन कसे करावे हा निर्णय घेताना जास्तीतजास्त नफ्याचे उद्दिष्ट ठेवले जाते. त्यानुसार उत्पादक उत्पादनपद्धतीची निवड करतात.

दुर्मिळता आणि पर्यायी उपयोग ही साधनसामग्रीची वैशिष्ट्ये लक्षात घेऊन कार्यक्षम उत्पादनपद्धतीची आणि योग्य उत्पादनतंत्राची निवड उत्पादक करतात.

उपभोक्ते कमीतकमी त्याग करून जास्तीतजास्त समाधान मिळविण्याच्या उद्देशाने बाजारात येतात. स्वत:जवळील पैशांचा विचार करून वस्तू व सेवांची निवड करतात. थोडक्यात म्हणजे स्वार्थाच्या प्रेरणेतून सर्व आर्थिक घटक कार्य करीत असतात आणि त्यांची पसंती, त्यांचे निर्णय किमतीद्वारे व्यक्त होतात. किंमतयंत्रणा ज्या बाजारात कार्यरत असते ते बाजार, हे आर्थिक समस्या सोडविण्याचे महत्त्वाचे क्षेत्र असते. अशा प्रकारे किंमतयंत्रणा म्हणजे अर्थव्यवस्थेतील विविध घटकांत परस्पर व्यवहार व समन्वय साधणारी आणि आर्थिक व्यवहाराचे कार्यक्षमतेने व्यवस्थापन व मार्गदर्शन करणारी पद्धती होय. ॲडम स्मिथ हा किंमतयंत्रणेची कल्पना मांडणारा पहिला विचारवंत होय अथवा या संकल्पनेचा तो जनक आहे. किंमत अथवा बाजारयंत्रणेचे कार्य, मागणी आणि पुरवठा या दोन घटकांवर अवलंबून असते. वस्तूची मागणी व तिचा पुरवठा यांच्या संतुलनाने वस्तूची किंमत निश्चित होते. म्हणजेच एका विशिष्ट किमतीला मागणी आणि पुरवठ्याचे परिमाण समसमान झाले की, वस्तूची किंमत निश्चित होते. त्या किमतीला त्या वस्तूच्या निर्धारित परिमाणांची खरेदी-विक्री होते.

१) किंमतयंत्रणेची कार्ये

भांडवलशाही अर्थव्यवस्थेत किमंतयंत्रणेला महत्त्वाचे स्थान असते. भांडवलशाही अर्थव्यवस्थेत सरकारचा हस्तक्षेप नसतो. बाजारपेठेत कोणताही उत्पादक कोणत्याही वस्तूचे कितीही प्रमाणात व कोठेही उत्पादन करू शकतो. भांडवलशाही अर्थव्यवस्थेत कोणताही उत्पादनघटक त्याच्या मर्जीनुसार कोठेही, कोणतेही काम करू शकतो. तसेच उपभोक्त्यालासुद्धा स्वातंत्र्य असते. तो कोणतीही वस्तू कोठेही आणि कोणत्याही प्रमाणात

खरेदी करू शकतो. भांडवलशाही अर्थव्यवस्थेत उत्पादन आणि उपभोग नियंत्रित करणारा कोणीही नसतो. तरीसुद्धा अर्थव्यवस्था सुरळीत चालते. वास्तविक ही अर्थव्यवस्था आपोआप चालत नाही, तर या अर्थव्यवस्थेला नियंत्रित करणारा घटक म्हणजे किंमतयंत्रणा असते. उपभोक्त्याला वस्तूची खरेदी करण्याचे स्वातंत्र्य असले, तरी त्याचे स्वातंत्र्य वस्तूंच्या किमतीने नियंत्रित केलेले असते. तसेच वस्तूचा पुरवठासुद्धा किमतीने नियंत्रित होतो. प्रश्न असा असतो की, उत्पादक त्या वस्तूचे उत्पादन करतो ज्या वस्तूपासून त्याला मिळणारा नफा जास्त असतो. उत्पादकाला नफा हा जास्त किंमत असेल आणि मागणी जास्त असते तेव्हा होतो. म्हणजेच उत्पादकाचा उत्पादनाचा निर्णय हा त्याचा असला तरी तो उपभोक्त्याच्या मागणीवर अवलंबून असतो. बदलत्या काळात उपभोक्त्यांच्या गरजा, फॅशन, चालीरिती, उत्पन्न इत्यादींत बदल होत असतो व त्या बदलानुसार मागणी व किंमत बदलते, अशा बदलत्या किमती आणि मागणीचा विचार करून उत्पादक कोणत्या वस्तूचे उत्पादन करावयाचे हे ठरवतो. यामध्ये किंमतयंत्रणा महत्त्वाचे कार्य करते.

२) उत्पादन कसे करायचे

उत्पादक जेव्हा उत्पादन करतो, तेव्हा त्याच्यासमोर हा महत्त्वाचा प्रश्न असतो. मागणीनुसार उत्पादन करणे - परंतु ते कसे करावयाचे हा प्रश्न असतो. उत्पादन करताना विविध उत्पादनघटकांचा उपयोग करावा लागतो. श्रम, भूमी, भांडवल हे उत्पादनघटक वापरल्याबद्दल त्यांना मोबदला द्यावा लागतो, त्यामुळे वस्तूचे उत्पादन करताना उत्पादनखर्च करावा लागतो. त्यासाठी कोणत्या उत्पादनघटकांच्या साहाय्याने उत्पादन करावे याचा विचार करावा लागतो; त्यावर उत्तर म्हणजे ज्या उत्पादनघटकांच्या किमती कमी असतात त्यांच्या साहाय्याने उत्पादन करावे. उत्पादन करताना - १) श्रमप्रधान उत्पादनपद्धती २) भांडवलप्रधान उत्पादन पद्धतींचा उपयोग केला जातो. ज्या देशात लोकसंख्या अधिक असते तेथे श्रमिक उपलब्ध असतात व तेथे श्रमाची किंमत कमी असते, म्हणून अशा देशात श्रमप्रधान पद्धती वापरणे फायद्याचे ठरते, तर ज्या देशात भांडवलपुरवठा मोठ्या प्रमाणात असतो, तेथे भांडवल स्वस्त असते, म्हणून अशा विकसित देशात भांडवलप्रधान पद्धतीने उत्पादन करावे. कोणती उत्पादनपद्धत वापरायची हे उत्पादनघटकांच्या किमतीवरून उत्पादक ठरवतो.

३) उत्पादन कोणासाठी करावयाचे

गरजांच्या पूर्ततेसाठी मनुष्याला कोणत्या ना कोणत्या वस्तूचा उपभोग घ्यावा लागतो. अशा उपभोगातून व्यक्तीला उपयोगिता अथवा समाधान मिळते. अशा वस्तू

निसर्गात उपलब्ध नसतात, त्यासाठी वस्तूंचे उत्पादन उपभोक्त्यांच्या गरजांसाठी केले जाते. अशा वस्तूंचे उत्पादन उत्पादक करतो; म्हणजे उपभोक्त्यांची मागणी वस्तूच्या किमतीने नियंत्रित होते व उत्पादकाचा पुरवठा उपभोक्त्याच्या मागणीने नियंत्रित होतो. अशा रीतीने उत्पादकाने कोणासाठी उत्पादन करावयाचे हे किंमतयंत्रणेद्वारे समजते.

४) उत्पादन कोणत्या वस्तूचे करावयाचे

उपभोक्त्यासाठी उत्पादन करायचे हे ठरल्यानंतर कोणत्या वस्तूचे उत्पादन करायचे हा निर्णय किंमतयंत्रणेवर अवलंबून असतो.

थोडक्यात, उत्पादनघटकांच्या किमती ठरविण्यातसुद्धा किंमतयंत्रणा महत्त्वाची भूमिका बजावते; तसेच एकूण मागणी-पुरवठ्यात संतुलन साधणे, उत्पादक आणि उपभोक्त्याला मार्गदर्शन करणे, उपभोग व उत्पादनाचे नियंत्रण करणे, उत्पादनघटकांच्या किमती ठरविणे आणि या सर्वांच्या साहाय्याने आर्थिक विकास घडवून आणणे व मानवाचे राहणीमान उंचावणे यासाठी किंमतयत्रंणेची भूमिका महत्त्वाची आहे.

समाजवादी अर्थव्यवस्थेत किंमतयंत्रणेला फारसे महत्त्व नसते. भांडवलशाही कार्यव्यवस्थेत किंमतयंत्रणेला महत्त्व असते. समाजवादी अर्थव्यवस्थेत सरकारचा हस्तक्षेप असतो, त्यामुळे वस्तूंच्या किमती, उत्पादन, उत्पादनतंत्र ठरविण्याचा अधिकार सरकारला असतो. मिश्र अर्थव्यवस्थेत थोड्याफार प्रमाणात किंमतयंत्रणा कार्यरत असते.

१.४ समतोलातील अडथळे, किमान किंमत आणि कमाल किंमत

(Disturbances to Equilibrium, Floor Price, Selling Price)

विविध प्रभावाच्या क्रिया-प्रक्रियांमधून जेव्हा एकस्थिर अवस्था प्राप्त होते, तेव्हा तिला 'समतोल' म्हणतात. समतोल ही संकल्पना अर्थशास्त्रीय विश्लेषणात फार महत्त्वाची आहे. समतोलाच्या स्थितीत दोन विरोधी प्रकारचे घटक समसमान असतात. ग्राहक, उत्पादक, विक्रेता, खर्च करणारा कोणीही असो आपण करीत असलेल्या खर्चापासून जास्तीतजास्त मोबदला मिळावा असा त्यांचा हेतू असतो व तशी मिळणी-जुळणी तो करत असतो. हा हेतू साध्य झाला तर, समतोलावस्था येते. परंतु, त्यांच्यामध्ये तशी मिळणी-जुळणी झाली नाही तर समतोलात अडथळा निर्माण होतो.

समतोलावस्थेपासून विविध चलघटक दूर जाऊ शकत नाहीत. अर्थव्यवस्थेतील परस्परविरुद्ध घटक किंवा चल अशा तऱ्हेने बदलत असतात की, अर्थव्यवस्थेचा समतोल ढळत नाही, कारण हे परस्पर विरोधी घटक एकमेकांचे परिणाम नाहीसे करत असतात; परंतु ते तसे झाले नाही तर असमतोल होऊ शकतो.

जेव्हा आपण उपभोक्त्याचा समतोल, उत्पादकाचा समतोल, उद्योगाचा समतोल

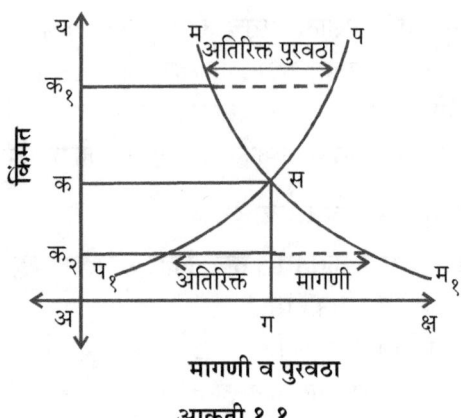

मागणी व पुरवठा

आकृती १.१

असा उल्लेख करतो, तेव्हा त्याचा अर्थ त्याठिकाणी उत्पादक, उपभोक्ते, उद्योग इत्यादींना जास्तीतजास्त समाधान मिळत असते.

समतोल संकल्पना आकृतीवरून स्पष्ट होते. आकृती १.१ मध्ये मागणी, पुरवठा व तिची किंमत या तीन चलांचा विचार केला आहे. मागणी व पुरवठा या दोन्हींमध्ये 'स' या बिंदूत 'अक' किमतीला मागणी आणि पुरवठा यांच्यात समतोल साधला आहे. 'स' या बिंदूत $मम_१$ आणि $पप_१$ हे अनुक्रमे मागणीवक्र आणि पुरवठावक्र एकमेकांना छेदतात. 'स' या बिंदूपाशी एकूण मागणी आणि एकूण पुरवठा ही समतोल परिस्थिती असते; म्हणजे 'अक' ही समतोल किंमत ग्राहक आणि विक्रेते या दोघांना जास्तीतजास्त समाधान देणारी किंमत आहे. या किमतीखेरीज इतर कोणत्याही किमतीशी असा समतोल साधत नाही. उदा. $अक_१$ या किमतीला पुरवठा हा मागणीपेक्षा जास्त आहे, तर $अक_२$ या किमतीला मागणी ही पुरवठ्यापेक्षा जास्त आहे. त्यामुळे $अक_१$ आणि $अक_२$ या दोन्ही ठिकाणी असमतोल दिसून येतो.

परंतु, खुल्या बाजारयंत्रणेत मागणी, पुरवठा, किंमत या चलात योग्य मोबदला घेऊन हा असमतोल दूर होईल. थोडक्यात, समतोलावस्थेत अर्थव्यवस्थेतील विविध चल, घटक हे पूर्ण समाधानी असतात व ते त्या अवस्थेपासून दूर जाऊ शकत नाहीत.

किमान किंमत तसेच कमाल किंमत असेल तर समतोलात अडथळे निर्माण होतात. जेव्हा काही कारणाने किंमत वाढते, तेव्हा उत्पादक अधिक पुरवठा करून अधिक नफा मिळवतात, परंतु ती स्थिती समतोलाची नसते, तर किंमत कमी झाल्यास उत्पादनाला मागणी वाढते, त्यामुळे मागणी व पुरवठा यांचा समतोल होत नाही. म्हणजेच काही कारणाने वस्तूंच्या किमती वाढतात तेव्हा नफ्याच्या प्रेरणेने उत्पादक आपला पुरवठा वाढवतात, तसेच किंमत कमी झाल्यास उपभोक्त्याकडून मागणी

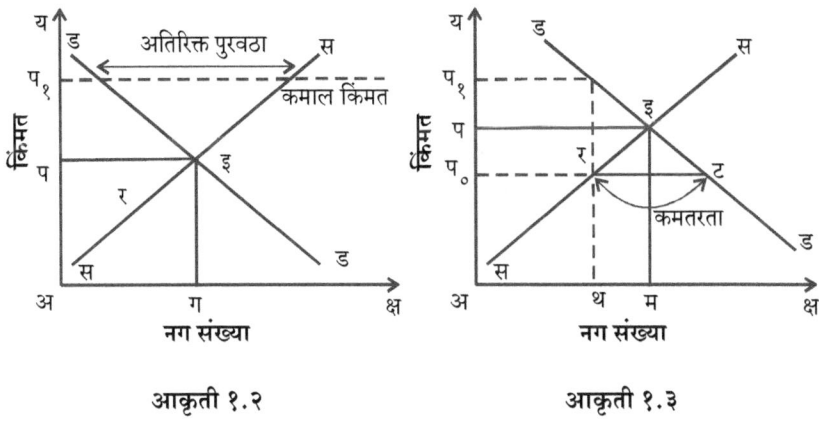

आकृती १.२   आकृती १.३

वाढते; म्हणजे या दोन्हीही अवस्थांमध्ये समतोल होत नाही. थोडक्यात, ज्या ठिकाणी एका ठराविक किमतीला मागणी व पुरवठा समान होतात, तेथे समतोल प्रस्थापित होतो, अन्यथा असमतोल स्थिती दिसून येते. शांतता काळात वस्तूच्या किमती नियंत्रित राहतात. किंमतवाढ होत नाही. वस्तूला कमाल किंमत विक्रेता आणि उपभोक्ता यांच्यात निश्चित होते व किंमत नियंत्रित होते, परंतु कमाल किमतीच्या खाली समतोल किंमत प्रस्थापित होते. समतोल किमतीला मागणी आणि पुरवठा समतोल होतो. आकृती १.२ मध्ये 'प' किमतीत विक्रेता आणि उपभोक्त्याच्या पुरवठा व मागणीत समतोल झाला आहे.

परंतु किंमत **प₁** होते तेव्हा सरकारवर त्याचा परिणाम होत नाही. उपभोक्ते मात्र समाधानी नसतात. सरकार किंमत नियंत्रणाखाली आणण्याचा प्रयत्न करते. आकृती १.३ मध्ये '**इ**' बिंदूमध्ये मागणी व पुरवठ्याची समतोल अवस्था दिसून येते, कारण मागणी आणि पुरवठा वक्र '**प**' किमतीला '**इ**' बिंदूत छेदतात. साखरेची किंमत समतोलावस्थेत असते. समजा, गरीब लोकांच्या मानाने साखरेची किंमत '**प**' ही जास्त आहे. त्यांना त्या किमतीशिवाय जास्त साखर मिळत नाही. सरकारने हस्तक्षेप करून किंमत **प₀** पर्यंत लोकांच्या मागणीप्रमाणे कमी केली. उत्पादक **प₀** किमतीला '**इ**' पर्यंत पुरवठा करील. उपभोक्त्यांची मागणी '**ट**' पर्यंत असेल, त्यामुळे **रट**पर्यंत साखरेचा कमतरता किंवा तुटवडा भासेल. त्यामुळे उपभोक्ते असमाधानी राहतील.

किमान किंमत

किंमत नियंत्रणासाठी सरकार कमाल किंमत निश्चित करते. (ती कमाल किंमत) काही शेतीउत्पादनाबाबत सरकारचे धोरण हे कमाल किंमत निश्चितीचे असते. ते किमान

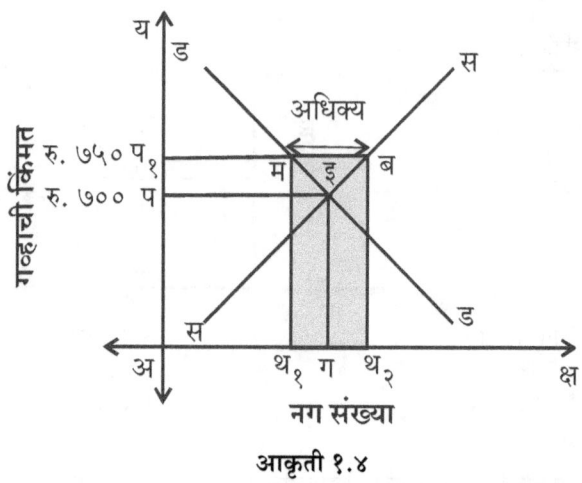

आकृती १.४

आधारभूत किमती जाहीर करतात. सरकार कृषी उत्पादनांना आधारभूत किमती निश्चित करते त्या किमती जास्तीतजास्त देण्याचा प्रयत्न करते. शेतकऱ्यांच्या कृषी मालाला योग्य किंमत दिल्यास त्यांच्या उत्पन्नात वाढ होईल म्हणून युरोपियन देशांनी सुद्धा कृषी उत्पादनांना किमान किंमत देण्याचा प्रयत्न केला आहे.

अमेरिकेने १९३० ते १९७३ कृषी उत्पादनांना किंमतसाहाय्य धोरण स्वीकारले. त्यासाठी किमान किंमतनिश्चितीचे धोरण स्वीकारले. आकृती १.४ मध्ये **'इ'** बिंदूत गव्हाची मागणी आणि पुरवठा निश्चित होऊन **अप** ह्या किमतीला समतोल झाला आहे.

समजा, खुल्या बाजारात **अप** किमतीला (= रुपये ७०० दर क्विंटल) समतोल होतो. त्यामुळे शेतकरी उत्पादन वाढविण्याचा प्रयत्न करतात. सरकारने हस्तक्षेप करून किमान आधारभूत किंमतनिश्चिती **अप**$_{१}$ (रुपये ७५० दर क्विंटल) या किमतीला केली. ते आपण आकृती १.४ मध्ये दर्शविलेले आहे. **अप**$_{१}$ पर्यंत किंमत वाढल्यामुळे गव्हाची मागणी घटली आहे. **अथ**$_{१}$ (= प$_{१}$ म) दुसऱ्या बाजूस अधिक किंमत **अप**$_{१}$ झाल्यामुळे शेतकरी गव्हाच्या उत्पादनाचा पुरवठा **अथ**$_{२}$ (= प$_{१}$ ब) पर्यंत वाढवतील. त्यामुळे किमान आधारभूत किंमत **अप**$_{१}$ ह्या किमतीला शेतकरी उपभोक्त्यांना पुरवठा करतील. **'अप'** पेक्षा किमान आधारभूत किंमत जास्त आहे त्यामुळे मब अथवा **थ**$_{१}$**थ**$_{२}$ गव्हाचे आधिक्य निर्माण होते. सरकारला हे जादाचे उत्पादन खरेदी करावे लागते. त्यामुळे सरकारचा खर्च वाढतो.

अशा रीतीने समतोलात अडथळे निर्माण होतात हे स्पष्ट होते.

सराव प्रश्न

प्र. १. खालील प्रश्नांची प्रत्येकी २५० शब्दांत उत्तरे लिहा.

१) दुर्मिळता आणि निवडीचा प्रश्न म्हणजे काय ते स्पष्ट करा.

२) मूलभूत सूक्ष्म आर्थिक समस्या स्पष्ट करा.

३) किंमतयंत्रणा म्हणजे काय ते सांगून किंमतयंत्रणेची कार्ये सांगा.

४) कमाल किंमत आणि किमान किमतीतील समतोलातील अडथळे स्पष्ट करा.

प्र. २. थोडक्यात उत्तरे लिहा.

१) दुर्मिळता आणि निवडीचा प्रश्न म्हणजे काय ते स्पष्ट करा.

२) मूलभूत आर्थिक समस्या थोडक्यात सांगा.

३) किंमत यंत्रणा म्हणजे काय?

४) कमाल किंमत म्हणजे काय?

५) समतोलातील अडथळे.

६) समतोल अडथळे - किमान किंमत.

प्रकरण
२

उपभोक्त्याचे सिद्धान्त
Consumer Theory

२.७ उपभोक्त्याचे / ग्राहकाचे संतोषाधिक्य : संकल्पना
२.८ पसंतीक्रम / प्राधान्य क्रमवारिता (Preference Ordering)

२.१ प्रास्ताविक (Introduction)

मानव आपल्या गरजा पूर्ण करण्यासाठी अनेक वस्तू व सेवांचा उपभोग घेत असतो. त्यासाठी तो ठराविक किंमत देण्यास तयार असतो. ही किंमत तो का देतो, त्याचा आधार काय, याचे विश्लेषण उपयोगिता मीमांसेत सापडते. उपयोगिता ही इच्छेवर किंवा गरजेवर अवलंबून असते, म्हणून मानव त्या वस्तूची मागणी करतो, म्हणून मार्शलने मागणीचे विश्लेषण करताना उपयोगितेचा आधार घेतला आहे. सदरील प्रकरणात उपयोगिता व उपयोगितेचे मोजमाप, अंकदर्शी आणि क्रमदर्शी विश्लेषण उपभोक्त्याच्या निवडीचे सिद्धान्त, स्लस्की आणि हिक्स-ॲलन दृष्टिकोन, अभिव्यक्ती पसंती सिद्धान्त, लवचिकतेच्या संकल्पना, क्रम / प्राधान्य पसंती, उपभोक्त्याचे आधिक्य इत्यादींचे विश्लेषण केले आहे.

२.२ उपयोगिता : संकल्पना आणि मापन (Utility : Concept and Measurement)

२.२.१ उपयोगिता संकल्पना (Utility Concept)

मनुष्याला गरजा असतात. त्या गरजा पूर्ण करण्याचे काम व्यक्ती आयुष्यभर करते. गरजांच्या पूर्ततेतून त्याला आनंद, समाधान किंवा उपयोगिता मिळते. अशा रीतीने समाधान मिळविण्यासाठी त्याला विविध वस्तूंचा अथवा सेवांचा उपयोग करावा लागतो, कारण प्रत्येक वस्तूमध्ये कोणत्या ना कोणत्या व्यक्तीची कोणती ना कोणती गरज भागविण्याची शक्ती असते. वस्तूमधील मानवी गरज भागविण्याच्या शक्तीलाच 'उपयोगिता' म्हणतात. थोडक्यात, उपयोगितेचा उपयोग म्हणजे 'उपभोग' होय. व्यक्ती स्वतःच्या गरजेच्या पूर्ततेसाठी वस्तूमधील उपयोगितेचा जो उपयोग करतो त्याला 'वस्तूचा उपभोग' म्हणतात. अशा प्रकारे प्रत्येक मनुष्य विविध वस्तूंच्या उपभोगातून आपल्या गरजा भागविण्याचा म्हणजेच जास्तीतजास्त समाधान मिळविण्याचा प्रयत्न करतो.

उपयोगिता म्हणजे वस्तूंच्या अंगची मानवी गरज भागविण्याची क्षमता होय. उदा. पेन आपली लिखाणाची गरज भागविते, म्हणून पेनमध्ये उपयोगिता आहे असे म्हणता येते, तसेच अन्नामध्ये व्यक्तीची भूक भागविण्याची जी शक्ती असते तिला 'उपयोगिता' म्हणतात.

उपयोगिता ही संज्ञा 'इच्छा' या अर्थाने वापरली जाते. ज्या वेळी एखाद्या व्यक्तीला एखाद्या वस्तूच्या उपभोगाची इच्छा असते; त्या वेळी त्या विशिष्ट व्यक्तीच्या दृष्टीने त्या विशिष्ट वस्तूमध्ये उपयोगिता आहे असे म्हटले जाते. तहान लागल्यावर पाणी हवे असते. कारण पाणी प्यायल्यानंतर तहान भागविली जाते. ज्या कारणामुळे ज्या एखाद्या वस्तूची इच्छा धरली जाते, त्या कारणामुळे विशिष्ट वस्तूमध्ये उपयोगिता असते असे म्हणता येईल; म्हणून विशिष्ट गरज पूर्ण करण्याचा जो गुणधर्म एखाद्या वस्तूच्या बाबतीत आढळतो त्याला 'उपयोगिता' म्हणतात. वस्तूमध्ये उपयोगिता आहे की नाही, हे ठरविताना त्या वस्तूमुळे व्यक्तीची गरज पूर्ण होणे शक्य आहे की नाही, एवढाच विचार केला जातो. थोडक्यात, मानवी गरजा पूर्ण करण्याची वस्तू किंवा सेवा यांच्या अंगी जी शक्ती असते तिला 'उपयोगिता' असे म्हणतात. उपयोगिता ही संज्ञा व्यक्तिनिष्ठ आहे. एखाद्या व्यक्तीला एखाद्या विशिष्ट वस्तूविषयी तीव्र इच्छा असेल, परंतु दुसऱ्या एखाद्या व्यक्तीला त्या विशिष्ट वस्तूबाबत इच्छा नसेल असेही असू शकते. म्हणजेच विशिष्ट वस्तूबाबत भिन्न प्रतिक्रिया असू शकतात. त्या अर्थाने उपयोगिता व्यक्तिनिष्ठ असते.

उपयोगिता ही पैशात मोजता येते असे डॉ. मार्शल, प्रा. पिगू यांचे मत आहे. वस्तूची उपयोगिता युटिल्स (Utils) या परिमाणामध्ये मोजतात. युटिल्स हे दृश्य मोजमाप नाही, हे मनोनिष्ठ (काल्पनिक) स्वरूपाचे आहे. उपयोगितेला नैतिक व कायदेशीर अधिष्ठान नसते.

उपयोगितेचे महत्त्वाचे प्रकार म्हणजे - १) रूप उपयोगिता उदा. लाकडापासून फर्निचर बनविणे, सोन्याच्या चिपेपासून दागिने बनविणे, इत्यादी. २) स्थल उपयोगिता उदा. पृथ्वीच्या भू-गर्भात असणारा कोळसा वर काढणे. ३) काल उपयोगिता उदा. रेनकोट व छत्र्या यांची उपयोगिता पावसाळ्यात जास्त असते. ४) स्वायित्व उपयोगिता उदा. दुकानदाराकडे असणारे कापड जेव्हा आपल्या ताब्यात येते तेव्हा त्यात जास्त उपयोगिता निर्माण होते. ५) सेवा उपयोगिता उदा. डॉक्टर, वकील, प्राध्यापक, गायक इत्यादींच्या सेवांपासून मिळणारी उपयोगिता. ६) ज्ञान उपयोगिता. उदा. कॉम्प्युटरची उपयोगिता कॉम्प्युटर चालविता येत असेल म्हणजे कॉम्प्युटरचे ज्ञान प्राप्त केले तर त्याची जास्त उपयोगिता जाणवेल.

२.२.२ उपयोगितेचे मापन (Measurement of Utility)

उपयोगिता प्रत्यक्षात मोजता येणे शक्य आहे का? ती प्रत्यक्षात मोजता येणे शक्य नाही. परंतु अप्रत्यक्षरीत्या ती मोजता येणे शक्य आहे. ती किमतीच्या आधारे पैशाच्या साहाय्याने मोजता येते. एखाद्या वस्तूकरिता एखादी व्यक्ती जेवढी किंमत देण्यास तयार असते त्यावरून त्या व्यक्तीच्या विशिष्ट वस्तूकरिता असलेल्या गरजेसंबंधी अधिक माहिती समजू शकते. एखादी व्यक्ती एका सफरचंदासाठी १० रुपये व एका संत्र्यासाठी ५ रुपये

देण्यास तयार असेल, तर त्यावरून असे म्हणता येते की, त्या व्यक्तीची सफरचंदाकरिता असलेली गरज संत्र्याकरिता असणाऱ्या गरजेपेक्षा दुप्पट तीव्र आहे; म्हणून त्या व्यक्तीच्या संदर्भात सफरचंदापासून मिळणारी उपयोगिता संत्र्यापासून मिळणाऱ्या उपयोगितेच्या दुप्पट आहे, असे म्हणता येते.

२.२.३ अंकदर्शी आणि क्रमदर्शी संकल्पना
(Cardinal and Ordinal Concept)

मार्शलने उपयोगिता विश्लेषणासाठी अंकदर्शी संकल्पनेचा उपयोग केला, तर मार्शलच्या नंतर प्रा. हिक्स व प्रा. ॲलन ह्या शास्त्रज्ञांनी क्रमदर्शी या संकल्पनेचा आर्थिक विश्लेषणासाठी उपयोग केला. अंकदर्शी आणि क्रमदर्शी या संज्ञा गणिती आहेत. अंकदर्शी अथवा संख्यात्मक अथवा गणनात्मक मापनामध्ये एखाद्या गोष्टीचे मापन संख्येत अथवा अंकात केले जाते. उदा. १, २, ३, ४, ५, ६, ७ या प्रमाणे हे अंकदर्शी अंक आहेत. त्यामुळे असे म्हणता येते की, दोन एकच्या दुप्पट आहे. याप्रमाणे 'अ' ला संत्र्यापासून १५, चिक्कूपासून १० उपयोगिता मिळते; म्हणजे जेव्हा उपभोक्त्याला वस्तूपासून मिळणारी उपयोगिता संख्येत अथवा अंकात मोजली जाते. त्यास संख्यात्मक अथवा अंकदर्शी मापन असे म्हणतात.

याउलट, पहिला, दुसरा, तिसरा, चौथा, पाचवा, सहावा व सातवा हे क्रमदर्शी अंक आहेत. म्हणून ते क्रम दर्शवितात. त्यामुळे पहिल्या आणि दुसऱ्या क्रमात कशा प्रकारचा संबंध आहे हे सांगता येत नाही म्हणजे दुसऱ्या क्रमांकाचा घटक हा पहिल्या क्रमांकाच्या घटकापेक्षा दुप्पट आहे का तेवढाच आहे हे या क्रमदर्शी अंकावरून सांगता येत नाही. क्रमदर्शी अंक १, २, ३, ४, ५, ६, ७ असे असू शकतात. तसेच १०, २०, ३०, ४०, ५० असेही असू शकतात.

अंकदर्शी संकल्पनेत उपयोगितेचे मापन विशिष्ट अंकात करता येते असे मानले जाते. याउलट, क्रमदर्शी संकल्पनेत वस्तूपासून मिळणाऱ्या उपयोगितेची तुलना करीत नाहीत, तर विविध वस्तूंपासून मिळणाऱ्या समाधानाच्या पातळीची तुलना करतात. उदा. उपभोक्ता एक कप चहाऐवजी दुधाचा प्याला जेव्हा घेतो, तेव्हा त्याला चहाच्या कपाऐवजी दुधाचा प्याला अधिक पसंत असतो. क्रमदर्शी पद्धतीत उपयोगितेचे मापन अंकामध्ये केले जात नाही, तर वस्तूपासून मिळणाऱ्या उपयोगितेबाबत पसंतीक्रम दर्शविला जातो. ज्या वस्तूपासून उपभोक्त्याला सर्वांत जास्त उपयोगिता मिळते, तिला पसंती क्रम दिला जातो. जी वस्तू सर्वांत कमी आवडते, तिला शेवटचा क्रम दिला जातो. क्रमवाचक दृष्टिकोनात उपयोगिता मोजता येत नाही. फक्त पसंती क्रम दिला जातो. क्रमदर्शी मापकानुसार आंबा संत्र्यापेक्षा जास्त आवडतो, पण तो किती आवडतो हे सांगता येत नाही.

या क्रमदर्शी दृष्टिकोनावर आधारित प्रो. हिक्स व ॲलन यांनी समवृत्ती वक्र विश्लेषण केले आहे.

२.३ उपभोक्त्याच्या निवडीचे सिद्धान्त : सीमान्त उपयोगितेचा सिद्धान्त (Theory of Consumer Choice : Marginal Utility Theory)

मानवी प्रवृत्तीच्या उपयोगितेची चर्चा १८७० पासून चालू आहे. विसाव्या शतकात जेव्हान्स वालरस आणि कार्लमेंजर यांनी उपयोगितेचा अभ्यास केला, परंतु त्यांच्या विश्लेषणात भर टाकण्याचे काम मार्शल, क्लार्क आणि फिशर यांनी केले. आल्फ्रेड मार्शल यांनी १८९० मध्ये 'प्रिन्सिपल ऑफ इकॉनॉमिक्स' हा ग्रंथ लिहून त्यात उपयोगितेचे विश्लेषण केले, त्यामुळे तो मार्शलचा उपयोगिता सिद्धान्त मानला जातो.

उपभोक्ता जेव्हा एखाद्या वस्तूचे एकापाठोपाठ एक नग उपभोगतो, तेव्हा त्या वस्तूच्या नगाच्या वाढीबरोबर त्या वस्तूच्या नगापासून मिळणारी सीमान्त उपयोगिता घटते. यालाच 'घटत्या उपयोगितेचा सिद्धान्त' म्हणतात. सीमान्त उपयोगितेला मानवी प्रवृत्तीचा आधार आहे. एकापाठोपाठ वस्तूचे सेवन केल्यास उपयोगितेत फरक पडतो. उदा. एखाद्या व्यक्तीने संत्रे खाण्याचे ठरविले तर प्रत्येक संत्र्यापासून तिला वेगवेगळे समाधान मिळेल. त्यामुळे त्या व्यक्तीसाठी प्रत्येक संत्र्याची उपयोगिता वेगवेगळी असेल. पहिल्या संत्र्यासाठी जर ती व्यक्ती १० रुपये देण्यास तयार असेल, तर दुसऱ्या संत्र्यासाठी ९ रु. च देण्यास तयार होईल. तिसऱ्या संत्र्यासाठी ८ रुपये, चौथ्यासाठी ७ रु. आणि पाचव्यासाठी ६ रुपयेच देण्याची तिची तयारी असेल. उदा. त्या व्यक्तीने एकापाठोपाठ पाच संत्र्यांचे सेवन केले तर पाचवे संत्र हे शेवटचे संत्र असेल आणि त्यापासून मिळणारी उपयोगिता सीमान्त असेल. सीमान्त म्हणजे शेवटचा असा अर्थ आहे. सीमान्त उपयोगितेप्रमाणेच एकूण उपयोगिता मोजता येते. या उदाहरणातील पाचही संत्र्यांच्या सीमान्त उपयोगितेची एकूण बेरीज म्हणजेच एकूण उपयोगिता होय.

सीमान्त उपयोगिता विश्लेषणाची गृहीते

१) उपयोगिता अंकामध्ये मोजता येते : डॉ. मार्शल यांच्या मते, उपयोगितेचे मापन पैशाच्या साहाय्याने मोजता येते. त्याने उपयोगितेचे मापन अंकामध्ये करता येते, असे गृहीत धरले आहे. त्यासाठी युटिल्स हे काल्पनिक स्वरूपाचे माप आहे. उदा. संत्र्याच्या पहिल्या नगापासून १५, दुसऱ्या नगापासून १२, तिसऱ्या नगापासून ११ उपयोगिता मिळते. अशा रीतीने उपयोगिता संख्यांमध्ये व्यक्त करता येते असे मार्शलचे मत आहे.

२) उपयोगिता स्वतंत्र असतात : मार्शल यांच्या मते, वेगवेगळ्या वस्तूंची उपयोगिता स्वतंत्र असते असे गृहीत धरले आहे. म्हणजे एका वस्तूपासून मिळणारी उपयोगिता दुसऱ्या वस्तूपासून मिळणाऱ्या उपयोगितेवर कोणताही परिणाम करीत नाही. उदा. उपभोक्त्याला पहिल्या संत्र्यापासून १५ उपयोगिता मिळते आणि त्याने आंब्याचा उपभोग सुरू केला व आंब्याच्या पहिल्या नगापासून त्याला ११ उपयोगिता मिळते, म्हणून उपभोक्त्याने संत्र्याचा उपभोग पुन्हा सुरू केल्यास संत्र्याच्या नगापासून त्याला पूर्वी इतकीच म्हणजे १५ उपयोगिता मिळते.

आंब्याच्या पहिल्या नगाची उपयोगिता कमी म्हणून संत्र्याच्या पहिल्या नगाची उपयोगिता कमी होत नाही. दोन्ही वस्तूंच्या उपयोगिता स्वतंत्र असतात. त्यांचा एकमेकांवर परिणाम होत नाही.

३) पैशाची सीमान्त उपयोगिता स्थिर असते : उपभोक्त्याच्या उत्पन्नात वाढ किंवा घट झाली तरी पैशाची सीमान्त उपयोगिता बदलत नाही, तर ती स्थिर असते असे गृहीत धरले आहे.

४) आत्मपरीक्षण पद्धती : यामध्ये स्वतःच्या अनुभवावरून दुसऱ्याच्या मनात काय चालले आहे याबाबत अनुमान काढले जाते. उदा. एखाद्या वस्तूचा उपयोग वाढविल्यास त्यापासून मिळणारे समाधान घटत जाते. हा अनुभव स्वतःच्या निरीक्षणावरून एका व्यक्तीला आल्यास दुसऱ्या व्यक्तीस सुद्धा तोच अनुभव येतो असे व्यक्तीच्या लक्षात येते.

२.३.१ घटत्या सीमान्त उपयोगितेचा सिद्धान्त
(Law of Deminishing Marginal Utility)

घटत्या सीमान्त उपयोगितेचा सिद्धान्त म्हणजे उपभोक्त्याच्या वर्तणुकीचे नियंत्रण करणारा नियम होय. एखाद्या वस्तूच्या वेगवेगळ्या नगांपासून मिळणारी उपयोगिता वेगवेगळी असते. वस्तूच्या नगसंख्येत केले जाणारे बदल आणि त्यामुळे सीमान्त उपयोगितेत घडून येणारे बदल, या दोहोतील संबंध स्पष्ट करणाऱ्या नियमाला 'घटत्या उपयोगितेचा सिद्धान्त' असे म्हणतात.

घटत्या सीमान्त उपयोगितेची व्याख्या अशीही केली जाते की, 'एखाद्या व्यक्तीकडून एखाद्या वस्तूची जसजशी खरेदी केली जाते तसतशी त्या वस्तूपासून मिळणारी सीमान्त उपयोगिता घटत जाते.' मार्शलने हा सिद्धान्त मांडताना पुढील व्याख्या केली आहे - 'व्यक्तीजवळ असलेल्या एखाद्या वस्तूच्या साठ्यात जसजशी वाढ होत जाते, तसतसे त्या वस्तूच्या साठ्यातील वाढीपासून त्याला जे जादा समाधान मिळते ते त्या वस्तूच्या वाढीबरोबर घटत जाते.'

प्रा. चॅपमन यांनी हाच नियम सोप्या शब्दांत सांगितला. त्यांच्या मते, 'एखादी

वस्तू जसजशी आपणास अधिकाधिक मिळत जाते, तसतशी त्या वस्तूमध्ये आणखी वाढ व्हावी ही आपली इच्छा कमी होत जाते.'

डॉ. मार्शल यांचा नियम आपल्याला अनुभवास येतो. उदा. एखादा सिनेमा आपल्याला आवडला तर तो आपण दोन वेळा बघतो. तेव्हा पहिल्यावेळी आपल्याला जास्त समाधान (उपयोगिता) मिळते व दुसऱ्यावेळी कमी समाधान मिळते. तिसऱ्या वेळी आणखी कमी समाधान मिळते. तिसऱ्यावेळी मित्राने आग्रह केल्यामुळे आपण तो सिनेमा पाहिला तर असा अनुभव येतो की तिसऱ्यांदा त्या सिनेमापासून मिळणारे समाधान पूर्वीपेक्षा फारच कमी असते.

घटत्या सीमान्त उपयोगितेचा सिद्धान्त पुढील उदाहरणावरून स्पष्ट करता येतो.

समजा, उपभोक्त्याला खूप भूक लागली आहे. ती भागविण्यासाठी तो संत्री खरेदी करतो व आपली भूक भागवतो. उपभोक्त्याची संत्र्यांची खरेदी व त्यापासून त्याला मिळणारी सीमान्त उपयोगिता पुढील तक्ता दर्शविते.

तक्ता २.१

अ.नं.	संत्र्यांची नग संख्या	सीमान्त उपयोगिता	एकूण उपयोगिता
१	१	१०	१०
२	२	८	१८
३	३	५	२३
४	४	३	२६
५	५	०	२६
६	६	-२	२४
७	७	-५	१९

वरील तक्ता २.१ मध्ये आपणास संत्र्यांचा उपभोग जसजसा वाढला आहे, तसतशी सीमान्त उपयोगिता घटत गेल्याचे दिसून येते.

उपभोक्त्याला पहिल्या संत्र्याच्या नगापासून १० उपयोगिता मिळते, पहिल्या नगाच्या सेवनापासून त्याची भूक काही प्रमाणात कमी होते. त्यानंतर तो दुसऱ्या, तिसऱ्या, चौथ्या, पाचव्या, सहाव्या, सातव्या नगाचे सेवन करत जातो. तो जसजसे संत्र्याच्या जादा नगांचे सेवन करत जातो, तसतशी त्याची भूक कमी कमी होत जाते, म्हणून त्याला संत्र्याच्या

जादा नगांची पूर्वीइतकी आवश्यकता वाटत नाही. त्यामुळे संत्र्याच्या जादा नगांपासून जसजशी त्याची भूक भागविली जाते, तसतशी संत्र्याच्या जादा नगांपासून त्याला मिळणारी उपयोगिता घटत जाते; त्याची भूक भागल्यानंतरही संत्र्यांचे सेवन चालू राहिल्यास त्याला संत्र्याच्या नगांपासून शून्य उपयोगिता मिळते व पुढे ती उणे होते हे वरील तक्त्यावरून दिसून येते.

वरील तक्त्याच्या आधारे घटत्या सीमान्त उपयोगितेचा वक्र काढता येतो.

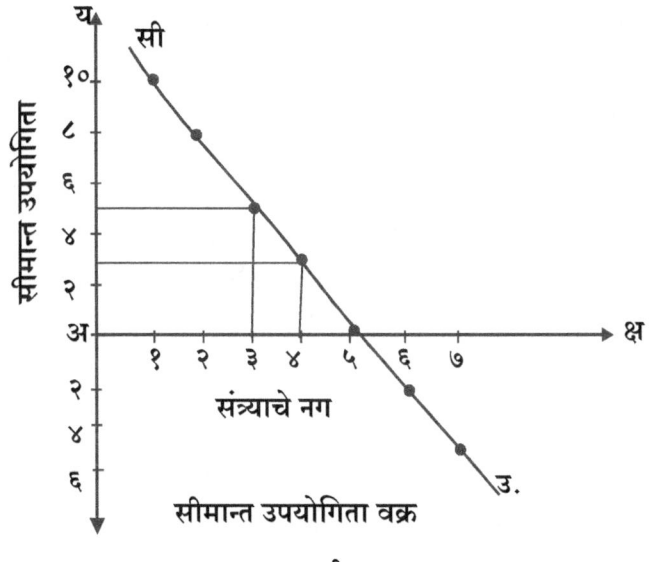

आकृती २.१

आकृती २.१ मध्ये **'अक्ष'** अक्षावर संत्र्यांची नगसंख्या मोजली आहे, तर **'अय'** अक्षावर उपयोगिता मोजली आहे. (उपयोगिता पैशात/युटिल्स मध्ये मोजता येते हे पूर्वी गृहीत धरलले आहे.) भुकेलेल्या व्यक्तीने जेव्हा पहिले संत्रे खाल्ले तेव्हा सीमान्त उपयोगिता १० एवढी होती. दुसरे संत्र खाल्ले असता सीमान्त उपयोगिता ८ एवढी मिळाली. तिसऱ्यापासून ५, चौथ्यापासून ३, पाचव्यापासून ०, सहाव्यापासून २, सातव्यापासून -५ उपयोगिता मिळाली. म्हणजेच उपभोक्ता संत्र्याच्या नगांचे जसजसे सेवन करीत असतो तसतशी त्यापासून मिळणारी सीमान्त उपयोगिता घटत जाते. उपभोक्ता संत्र्याच्या ५ नगांचे सेवन करील. पाचव्या नगाच्या सेवनामुळे त्याला शून्य उपयोगिता मिळते. पाचव्या नगानंतर संत्र्याचे सेवन किंवा खाणे चालू ठेवले असता सहाव्या नगापासून -२ व सातव्या नगापासून -५ उपयोगिता मिळते, म्हणून पाचव्या नगाच्या पुढे उपभोक्ता संत्र्याचा उपयोग थांबवितो.

उपभोक्ता संत्र्याच्या नगांचे जसजसे सेवन करतो, तसतशी त्यापासून मिळणारी एकूण उपयोगिता अनुक्रमे १०, १८, २३, २६ अशी वाढत जाते व त्यानंतर ती २४, १९ अशी घटत जाते. म्हणजे एकूण उपयोगिता वाढत जाते, परंतु तिच्या वाढीचा दर घटत्या स्वरूपाचा असतो. यावरूनसुद्धा घटत्या उपयोगितेचा सिद्धान्त प्रत्ययाला येतो.

गृहीते (Assumptions)

या सिद्धान्ताची गृहीते पुढीलप्रमाणे :

१) उपभोक्ता ज्या वस्तूचा उपभोग घेणार असतो त्या वस्तूचा प्रत्येक नगाचा आकार, दर्जा, वजन, चव, रंग इ. समान असणे आवश्यक आहे; म्हणजेच सर्व नग एकजिनसी असावेत.

२) वस्तूचा उपभोग एकापाठोपाठ एक असाच हवा. दोन वस्तूंच्या उपभोगामध्ये बराच वेळ गेल्यास सीमान्त उपयोगिता कमी होईलच असे नाही. उदा. पहिले संत्र सकाळी व दुसरे दुपारी खाल्ल्यास सीमान्त उपयोगिता कमी होणार नाही.

३) वस्तूची उपयोगिता मोजताना वस्तूची किंमत स्थिर असणे आवश्यक आहे.

४) उपभोक्त्याची मानसिक व आर्थिक स्थिती सर्वसाधारण असणे आवश्यक आहे.

५) उपभोक्त्याची आवड-निवड कायम असणे आवश्यक आहे.

अपवाद (Exceptions)

घटत्या सीमान्त उपयोगितेच्या सिद्धान्ताला पुढील गोष्टी अपवाद आहेत.

१) पैसा : पैशाच्या बाबतीत घटत्या सीमान्त उपयोगितेचा नियम लागू होत नाही. जेवढा अधिक पैसा मिळतो तेवढी पैसे मिळविण्याची इच्छा वाढतच जाते. अर्थात सर्वच गरजा पूर्ण झाल्यानंतर किंवा अमर्याद पैसा मिळविल्यानंतर पैशाच्या साठ्याच्या वाढीबरोबर समाधान वाढेलच असे नाही.

२) मद्यार्क सेवन : एकापाठोपाठ एक मद्याचे (दारूचे) ग्लास घेतले तर उपयोगिता कमी न होता वाढत जाते असे म्हटले जाते. परंतु, मद्यपीची मर्यादाच जास्त असेल तर हा अपवाद असतो; परंतु, एका विशिष्ट मर्यादेनंतर त्याच्या बाबतीतही उपयोगिता कमी होऊ शकते.

३) दुर्मीळ वस्तूंचा साठा : दुर्मीळ नाणी, तिकिटे, दुर्मीळ चित्रे, मूर्ती इत्यादी गोष्टी घटत्या सीमान्त उपयोगितेला अपवाद आहेत. अनेक व्यक्तींना या वस्तू गोळा करण्याचा छंद असतो. वस्तूंचा साठा जसजसा वाढत जातो, तसतशी त्या वस्तूपासून व्यक्तीला मिळणारी सीमान्त उपयोगिता वाढत जाते.

परंतु, हा अपवादही वरवरचा आहे, कारण संग्रहातील वस्तू एकजिनसी नसतात.

एकाच प्रकारची नाणी, तिकिटे साठवली जात नाहीत, त्यात विविधता असते.

वरील अपवाद असले तरी त्यांच्या बाबतीतही हा नियम काही कालावधीनंतर लागू होतो असे दिसते. म्हणजे या अपवादांमध्ये काहीच तथ्य नाही असे आढळून येते.

दोष / मर्यादा

मार्शलच्या या विश्लेषणात पुढील दोष आढळून येतात -

१) हा सिद्धान्त व्यक्तीच्या वर्तणुकीच्या मानसशास्त्राच्या गृहीतावर आधारित आहे हा पहिला दोष आहे.

२) हा सिद्धान्त, उपयोगिता मोजता येते असे गृहीत धरते अथवा उपयोगितेच्या अंकदर्शी या गुणधर्मावर आधारित आहे. टीकाकारांच्या मते उपयोगिता ही अंकदर्शी नसते, तर ती क्रमदर्शी असते.

३) हा सिद्धान्त कल्याणाच्या हेतूसाठी उपयोगी ठरत नाही, कारण भिन्न व्यक्तींचे समाधान मोजता येत नाही किंवा त्याची तुलना करता येत नाही किंवा त्यात वाढही करता येत नाही.

४) हा सिद्धान्त पैशाची उपयोगिता स्थिर असते ह्या चुकीच्या गृहीतावर आधारित आहे.

५) उपभोक्त्याच्या आवडी निवडीत बदल झाल्यास वस्तूच्या वाढीव नगाच्या सेवनापासून मिळणारी उपयोगिता न घटता ती वाढत जाते.

६) उपभोक्ता ज्या वस्तूचे सेवन करीत असतो, त्या वस्तूचा आकार एकसारखा असला पाहिजे अन्यथा हा सिद्धान्त लागू पडत नाही.

घटत्या सीमान्त उपयोगितेचे महत्त्व अथवा फायदे

घटत्या सीमान्त उपयोगितेचा सिद्धान्त पुढील दृष्टिकोनांतून महत्त्वाचा आहे.

१) विविध सिद्धान्तांची निर्मिती : घटत्या सीमान्त उपयोगिता सिद्धान्तावर अनेक सिद्धान्त अवलंबून आहेत. समसीमान्त उपयोगितेचा सिद्धान्त, मागणीचा नियम, मागणीची लवचिकता, पर्यायिता नियम इत्यादी. उपभोगाच्या अनेक सिद्धान्तांचा हा पायाभूत सिद्धान्त आहे. तसेच या सिद्धान्ताच्या मदतीने वस्तूच्या विनिमय मूल्यात फरक करणे शक्य होते.

२) मागणीच्या नियमाचा आधार : सीमान्त उपयोगितेवर मागणीचा नियम अवलंबून आहे. जेव्हा उपभोक्ता वस्तूची खरेदी करतो, तेव्हा त्या वस्तूपासून मिळणारी उपयोगिता अधिक असते तोपर्यंत उपभोक्ता वस्तूची खरेदी चालू ठेवतो, मात्र ज्या ठिकाणी वस्तूची सीमान्त उपयोगिता व वस्तूची किंमत समान होतात त्याठिकाणी तो खरेदी थांबवतो.

पुढचा नग खरेदी करीत नाही, कारण पुढचा नग खरेदी केल्यास सीमान्त उपयोगिता कमी होईल. सीमान्त उपयोगिता आणि किंमत दोन्ही समान झाले तरच त्या एकूण खरेदीपासून उपभोक्त्याला जास्तीतजास्त समाधान मिळेल.

३) कर आणि खर्च पद्धतीचा आधार : मार्शल यांनी सार्वजनिक आयकरामध्ये उपयुक्ततेसाठी कर आणि खर्चविषयक धोरणे सुचविली. समाजात गरीब आणि श्रीमंत हे दोन प्रमुख वर्ग असतात. उत्पन्नाच्या वाढीबरोबर रुपयाची सीमान्त उपयोगिता कमी होते म्हणून श्रीमंतांवर सरकार जास्त कर आकारते, तर गरिबांवर कमी दराने कर आकारणी केली जाते. श्रीमंतांवर कर बसवून तो पैसा गरिबांवर खर्च केल्यास गरिबांना पैशाची सीमान्त उपयोगिता जास्त असल्याने ते जास्त तीव्र असणाऱ्या गरजांवर खर्च करतात.

४) वस्तूची किंमत ठरविणे : वस्तूची किंमत ठरविताना उत्पादकाच्या दृष्टीने घटत्या उपयोगितेचा सिद्धान्त उपयोगी ठरतो. बाजारात वस्तूचा पुरवठा मागणीपेक्षा अधिक झाल्यास त्या वस्तूची उपयोगिता कमी होते. अशा स्थितीत वस्तूची किंमत कमी करून वस्तूची विक्री वाढविणे हा एक मार्ग असतो. वस्तूचे थोडेच नग विकावयाचे असतील तर जास्तीतजास्त किती किंमत आकारता येईल हे मक्तेदाराला सीमान्त उपयोगितेवरून ठरवता येते, म्हणजेच बदलत्या परिस्थितीनुसार वस्तूची किंमत कमी-जास्त करणे विक्रेत्याला शक्य होते.

५) मूल्य भेद दाखविण्यासाठी : विनिमय मूल्य आणि उपयोगिता मूल्य दर्शविण्यासाठी या सिद्धान्ताचा उपयोग होतो. उदा. हिरा व पाणी. पाण्याचे उपयोगिता मूल्य जास्त असते, परंतु विनिमय मूल्य कमी असते.

याउलट, हिऱ्याची उपयोगिता कमी, परंतु सीमान्त उपयोगिता जास्त. त्यामुळे उपयोगिता मूल्य कमी परंतु विनिमय मूल्य जास्त असते.

६) उत्पादनाचा आधार : उत्पादनाच्या विविधतेचे आणि अधिक गुंतागुंतीच्या उत्पादनपद्धतींचे स्पष्टीकरण या सिद्धान्ताद्वारे करता येते. विशिष्ट वस्तूचा बाजारातील पुरवठा मागणीपेक्षा जास्त झाल्यास घटत्या सीमान्त उपयोगिता नियमानुसार त्या वस्तूची उपयोगिता ग्राहकांच्या दृष्टीने कमी होऊ लागते. अशा स्थितीत उत्पादकाने वस्तूचे पूर्वी इतकेच उत्पादन सुरू ठेवल्यास त्याला तोटा सहन करावा लागतो. अशा स्थितीत दूरदर्शी उत्पादक उत्पादनाचे प्रयत्न कमी करून आपली उत्पादनाची साधने, दुसरीकडे गुंतवून अधिक नफा मिळवील. घटत्या सीमान्त उपयोगितेच्या सिद्धान्तावरून प्रत्येक वस्तूचे उत्पादन किती प्रमाणात करावे यासंबंधीचा निर्णय घेणे उत्पादकाला शक्य होते.

अर्थशास्त्रातील हा मूलभूत नियम आहे. त्यामुळे प्रा. क्लार्क यांच्या मते, हा सिद्धान्त

अर्थशास्त्रातील अशा सार्वभौम सिद्धान्तांपैकी एक आहे, जे आर्थिक जीवनाच्या सर्व अवस्थांचे निर्धारण करीत असतात.

२.३.२ समवृत्तीवक्र दृष्टिकोन (Indifference Curve Approach)

घटत्या उपयोगितेच्या संकल्पनेचा आधार घेऊन डॉ. मार्शल यांनी मागणीचे विश्लेषण केले. मार्शलच्या उपयोगिता विश्लेषणात अनेक दोष दाखवून आर.जी.डी.ॲलन आणि जे.आर.हिक्स यांनी समवृत्ती तंत्राचे सविस्तर विश्लेषण केले. हे विश्लेषण प्रथम १८१८ मध्ये प्रा. एजवर्थ यांनी केले. त्यानंतर इटालियन अर्थशास्त्रज्ञ पॅरेटो यांनी त्यात भर घातली. १९१५ मध्ये रशियन अर्थशास्त्रज्ञ स्लट्स्की यांनी त्याची पुनर्रचना केली. ॲलन आणि हिक्स या इंग्लिश अर्थशास्त्रज्ञांनी १९३४ मध्ये समवृत्तीवक्राचा विकास केला. हिक्स यांनी त्यांच्या 'Value and Capital' या ग्रंथात या सिद्धान्ताचा दृष्टिकोन मांडला.

क्रमदर्शी (ordinal) दृष्टिकोनानुसार उपयोगिता मोजता येत नाही, परंतु तिची तुलना करता येते. क्रमदर्शी किंवा क्रमवाचक मापकानुसार आंबा संत्र्यापेक्षा जास्त आवडतो असे म्हणू शकतो; पण तो किती आवडतो हे सांगता येत नाही. क्रमदर्शी दृष्टिकोनावर आधारित प्रो. हिक्स आणि ॲलन यांनी समवृत्ती वक्र विश्लेषण केले आहे.

समवृत्तीवक्र: अर्थ व व्याख्या : उपभोक्ता त्याच्या क्रयशक्तीद्वारे दोन वस्तूंचा एक समूह आपल्या पसंतीश्रेणीनुसार निवडतो. या दोन वस्तूंचे अनेक वेगवेगळे समूह असतात. या प्रत्येक समूहापासून त्याला सारखेच समाधान मिळत असते, त्यामुळे कोणताही संच किंवा गट तो निवडू शकतो; म्हणजेच उपभोक्ता प्रत्येक संचाबाबत तटस्थ आणि समवृत्तीचा असतो. दोन वस्तूंच्या निरनिराळ्या संचांच्या आधारे हे वक्र काढले जातात, म्हणून त्यांना 'समवृत्तीवक्र' अथवा 'तटस्थतावक्र' असे म्हणतात.

समवृत्तीवक्र म्हणजे आलेखावर दोन वस्तूंचे भिन्न संच दाखविणारी अशी रेषा असते की, ज्या संचाबाबत उपभोक्ता तटस्थ असतो. वक्रावरील सर्व बिंदूंनी दाखविलेले संच / समूह / गट त्याला समान समाधान देतात, म्हणून अशा वक्रांना समवृत्तीवक्र असे म्हणतात.

व्याख्या

१) हॅडर्सन आणि क्वाण्टा यांच्या मते, 'वस्तूंच्या ज्या भिन्न गटांपासून, उपभोक्त्याला समान पातळीचे समाधान प्राप्त होते त्या बिंदूच्या मार्गाला समवृत्तीवक्र असे म्हणतात.'

२) इस्थाम यांच्या मते, 'समवृत्तीवक्र म्हणजे, बिंदूचा असा मार्ग की जो वस्तूच्या विशिष्ट परिमाणाच्या जोड्या दाखवितो व अशा जोड्यांबाबत उपभोक्ता तटस्थ असतो.'

थोडक्यात असे म्हणता येते की, ''समवृत्तीवक्र म्हणजे समान समाधान मिळवून देणारे दोन वस्तूंचे विभिन्न गट किंवा संच दर्शविणारा वक्र होय.''

समवृत्तीपत्रक : समवृत्तीवक्र ही संकल्पना उदाहरणाच्या साहाय्याने समजावून घेऊ. समजा, उपभोक्त्याने आपले उत्पन्न आंबे आणि संत्रे या दोन वस्तूंवर खर्च करण्याचे ठरविले, तर आंबे व संत्रे यांचे असे निरनिराळे गट दाखविता येतील की, ज्या प्रत्येक गटापासून मिळणारे समाधान सारखेच असते. असे गट दर्शविणाऱ्या पत्रकाला समवृत्तीपत्रक असे म्हणतात.

तक्ता २.२ समवृत्तीपत्रक

अ.नं.	गट किंवा संच	संत्री	आंबे
१	पहिला	१८	१
२	दुसरा	१३	२
३	तिसरा	९	३
४	चौथा	६	४
५	पाचवा	४	५
६	सहावा	३	६

वरील समवृत्तीपत्रकाच्या आधारे समवृत्तीवक्र काढता येतो.

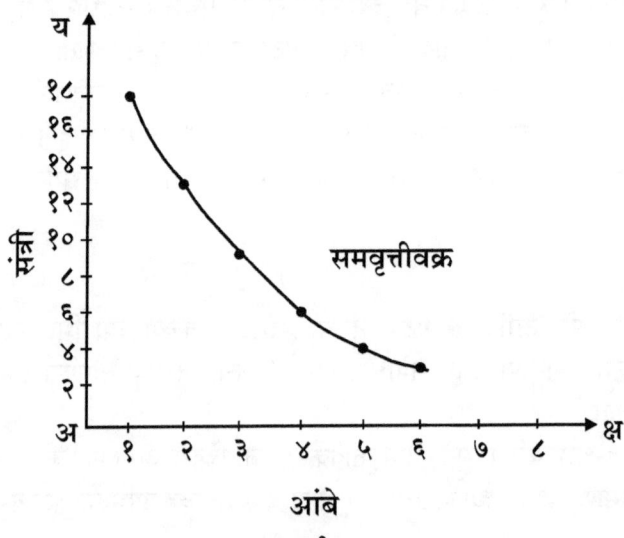

आंबे

आकृती २.२

तक्ता २.२ वरून असे दिसून येते की, आंब्याच्या संख्यावाढीबरोबर संत्र्याचे नग कमी होत आहेत. उपभोक्त्याला मर्यादित उत्पन्नाच्या समाधानाच्या एकाच पातळीत राहावयाचे असल्याने हे स्वाभाविक आहे. वरील तक्त्याच्या आधारे समवृत्तीवक्र काढता येतो. आकृतीमध्ये समवृत्तीवक्र दाखविला आहे. 'अक्ष' अक्षावर आंब्याचे नग, तर 'अय' अक्षावर संत्र्याचे नग दाखविले आहेत. संत्र्याचे नग कमी करून उपभोक्त्याला आंब्याचे नग वाढविता येतात, त्यामुळे समवृत्तीवक्रही मागणी वक्राप्रमाणेच डावीकडून-उजवीकडे खाली उतरणारा असतो.

वरील वक्राप्रमाणेच निरनिराळ्या समाधानाच्या पातळ्या दर्शविणारे वेगवेगळे समवृत्तीवक्र काढता येतील. अर्थात, समाधानपातळीमधील बदल उत्पन्नबदलामुळे होतो. म्हणजेच जर उपभोक्ता या दोन वस्तूंवर आणखी जास्त खर्च करण्यास तयार असेल, तर समाधानाची पातळी व वस्तूंचे गटही बदलतील.

खालील आकृती २.३ मध्ये वेगवेगळ्या उत्पन्नांनुसार वेगवेगळे गट दर्शविणारे व वाढत्या उत्पन्नाबरोबर उंचावणारी समाधानाची पातळी दर्शविणारे वक्र दाखविले आहेत. त्यापैकी कोणत्याही एका वक्रावरील निरनिराळे बिंदू समान समाधान दर्शवितात. हे वक्र काढण्यासाठी दोन वस्तूंचा आधार घेतला आहे.

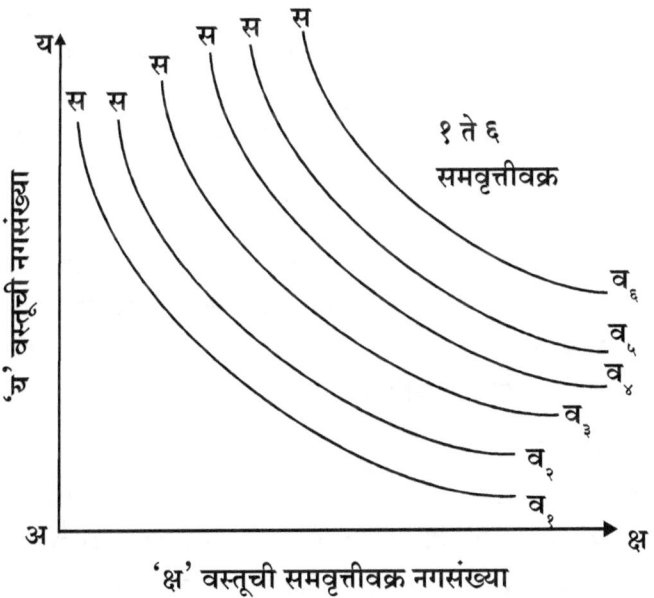

आकृती २.३

गृहीते

समवृत्तीवक्राच्या विवेचनात काही गृहीते मानावी लागतात, ती पुढीलप्रमाणे :

१) उपभोक्ता आपल्या मर्यादित उत्पन्नात जास्तीतजास्त समाधान कसे मिळेल याचा विचार करून आपली पसंती ठरवतो.

२) उपभोक्त्याची निवड ही सुसंगत असते, म्हणजेच विचार करून निवड केलेली असल्यामुळे त्यामध्ये वारंवार बदल होण्याची शक्यता फारच कमी असते.

३) विशिष्ट काळात उपभोक्त्याचे उत्पन्न स्थिर असणे आवश्यक असते, तरच त्याच्याकडून खरेदी केल्या जाणाऱ्या वस्तूंची नगसंख्या कायम राहते.

४) उत्पन्नाबरोबरच विशिष्ट काळात उपभोक्त्याच्या आवडी-निवडीही स्थिर असणे आवश्यक ठरते.

५) डॉ. मार्शल यांच्या उपयोगिता विश्लेषणात प्रत्येक उपयोगितेचा दुसऱ्या वस्तूच्या उपयोगितेवर परिणाम होत नाही, परंतु समवृत्तीचक्र विश्लेषणात इतर वस्तूंच्या उपयोगितेचा परिणाम मूळ वस्तूवर होत असतो असे मानले आहे, त्यामुळे या विश्लेषणात वस्तूची निवड करीत असताना ती सामूहिक स्वरूपाची असते.

६) उपभोक्ता जरी अनेक वस्तूंची खरेदी करत असला, तरी फक्त दोनच वस्तूंच्या गटांचे व त्यांच्या मागणीचे विश्लेषण समवृत्तीवक्राच्या साहाय्याने करता येते. त्या दोनपेक्षा अधिक वस्तू असतील तर विश्लेषण गणिती पद्धतीने करावे लागेल.

७) उपभोक्त्याला उपभोगासाठी ज्या वस्तू खरेदी करावयाच्या आहेत अशा वस्तूंच्या किमतीबाबत पूर्ण ज्ञान असावे, त्यामुळे तो आपल्या क्रयशक्तीद्वारे वस्तूंची निवड आणि वस्तूंचे प्रमाण ठरवू शकेल.

८) एखाद्या वस्तूकरिता पसंती दर्शविली गेली तरी दुसऱ्या वस्तूपेक्षा (किंवा वस्तूसमूहापेक्षा) त्या वस्तूपासून मिळणारे समाधान किती अधिक आहे हे समवृत्तीवक्र विश्लेषणात सांगितले जात नाही. याचा अर्थ हे विश्लेषण क्रमदर्शक आहे; अंकदर्शक नाही.

वरील गृहीतांचा आधार घेऊनच समवृत्तीवक्र विश्लेषण केले आहे.

सीमान्त पर्यायता दर

एखादी व्यक्ती एखाद्या वस्तूच्या नगाची, लागोपाठ दुसऱ्या वस्तूच्या नगाशी ज्या दराने देवघेव करते त्या दराला 'सीमान्त पर्यायता दर' असे म्हणतात. सीमान्त पर्यायता दर हा समवृत्ती वक्र विश्लेषणाचा मुख्य आधार आहे. एखाद्या व्यक्तीच्या बाबतीत आढळून येणारे दोन वस्तूंच्या सीमान्त संख्येचे गुणोत्तर म्हणजे 'सीमान्त पर्यायता दर' होय.

वस्तूची सीमान्त पर्यायता त्याच वस्तूच्या साठ्यावरून अथवा उपयोगावरून ठरते.

पर्यायी वस्तूंच्या नगसंख्येचा त्याच्यावर परिणाम होत नाही. याउलट, एखाद्या वस्तूच्या बाबतीतील सीमान्त पर्यायता दरावर त्या वस्तूशी संबंधित अथवा त्या वस्तूला पर्यायी असणाऱ्या वस्तूंच्या नगसंख्येचा परिणाम होत असतो.

घटता सीमान्त पर्यायता दर – समवृत्ती पत्रकाच्या आधारे सीमान्त पर्यायता दर स्पष्ट केलेला आहे.

तक्ता २.३ घटता सीमान्त पर्यायता दर

संच / गट	संत्री	आंबे	सीमान्त पर्यायता दर
पहिला	१८	१	-
दुसरा	१३	२	एका आंब्यासाठी ५ संत्री १:५
तिसरा	९	३	एका आंब्यासाठी ४ संत्री १:४
चौथा	६	४	एका आंब्यासाठी ३ संत्री १:३
पाचवा	४	५	एका आंब्यासाठी २ संत्री १:२
सहावा	३	६	एका आंब्यासाठी १ संत्री १:१

वरील तक्त्यात दर्शविल्याप्रमाणे उपभोक्त्याजवळ १८ संत्री व १ आंबा असा वस्तूसमूह आहे. दुसरा आंबा मिळविण्यासाठी तो ५ संत्र्यांचा त्याग करावयास तयार असतो. तिसऱ्या आंब्यासाठी ४ संत्र्यांचा, चौथ्या आंब्यासाठी ३ संत्र्यांचा, पाचव्या आंब्यासाठी २ संत्र्यांचा तर सहाव्या आंब्यासाठी १ संत्र्याचा त्याग करण्याची तयारी असते. म्हणजे उपभोक्त्याला जसजसे अधिकाधिक आंबे मिळतात तसतशी जादा आंब्यांसाठी दिल्या जाणाऱ्या संत्र्यांची संख्या कमी कमी होत जाते, कारण उपभोक्त्याला अधिकाधिक आंबे मिळू लागले की, त्या आंब्यांचे संत्र्या संदर्भातील महत्त्व क्रमशः घटत जाते, त्यामुळे प्रत्येक जादा आंब्यासाठी तो कमी संत्री देत जातो. त्याचवेळी संत्र्याचे नग कमी कमी होत असल्याने आंब्याच्या संदर्भात संत्र्याचे महत्त्व वाढत जाते. यालाच 'घटता सीमान्त पर्यायता दर' असे म्हणतात.

म्हणजे 'अ' वस्तूच्या नगसंख्येत होणाऱ्या वाढीबरोबर 'ब' वस्तूच्या नगसंख्येत होणारा सीमान्त पर्यायता दर हा नेहमी ऋणात्मक राहतो.

$$\text{सीमान्त पर्यायता दर} = \frac{\textbf{ब}\ \text{वस्तूच्या नगातील बदल}}{\textbf{अ}\ \text{वस्तूच्या नगातील बदल}}$$

$$= \triangle \text{ब} \div \triangle \text{अ}$$

यावरून असे दिसून येते की, समवृत्ती वक्राचा एका विशिष्ट बिंदूशी असणारा उतार समजतो. 'अ' वस्तूच्या नगसंख्येत वाढ झाल्यामुळे 'ब' वस्तूच्या नगसंख्येत घट होत जाते; त्यामुळे या उताराची संख्यात्मक किंमत घटत जाते.

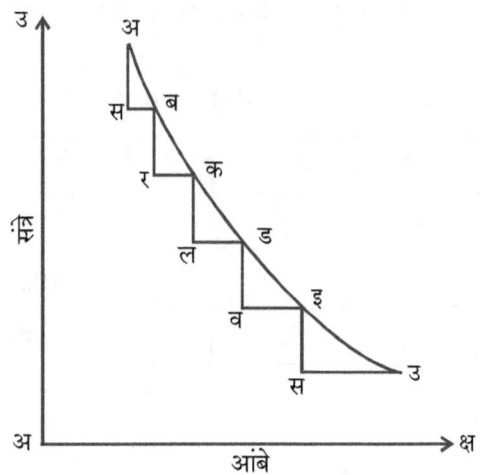

आकृती क्र. २.४ : घटता सीमान्त पर्यायता दर

आकृतीत समवृत्ती वक्रावरील निरनिराळे बिंदू सारख्याच अंतराने उजवीकडे सरकतात, (यब = रक = लड = वइ = सउ) मात्र आडव्या अक्षाकडे सरकताना ते सातत्याने कमी कमी अंतराने खाली येतात. (अय > बर > कल > डव > इस) कारण वरील उदाहरणात आंब्यांची संख्या एकएकने वाढत जाते, पण आंब्यासाठी दिल्या जाणाऱ्या संत्र्यांची संख्या घटत्या दराने कमी होत जाते. अशा रीतीने आकृतीच्या आधारे घटता सीमान्त पर्यायता दर स्पष्ट होतो.

२.३.२.१ समवृत्तीवक्राचे गुणधर्म (Properties of Indifference Curve)

समवृत्तीवक्राचे गुणधर्म (वैशिष्ट्ये) पुढीलप्रमाणे सांगता येतील.

१) समवृत्तीवक्र डावीकडून उजवीकडे उतरते असतात. म्हणजेच त्यांचा उतार ऋणात्मक असतो : समवृत्तीवक्र डावीकडून उजवीकडे उतरत असतात, कारण उपभोक्ता वस्तूंचे वेगवेगळे गट तयार करताना एका वस्तूची नगसंख्या वाढवीत असताना दुसऱ्या वस्तूची नगसंख्या कमी करत जातो, व आपल्या मर्यादित उत्पन्नाच्या साहाय्याने खरेदी करता येऊ शकणारे समान समाधान देणारे गट तयार करतो, त्यामुळे समवृत्तीवक्र डावीकडून उजवीकडे खाली घसरत येतो.

आकृतीच्या साहाय्याने हा गुणधर्म किंवा वैशिष्ट्ये स्पष्ट करता येतात.

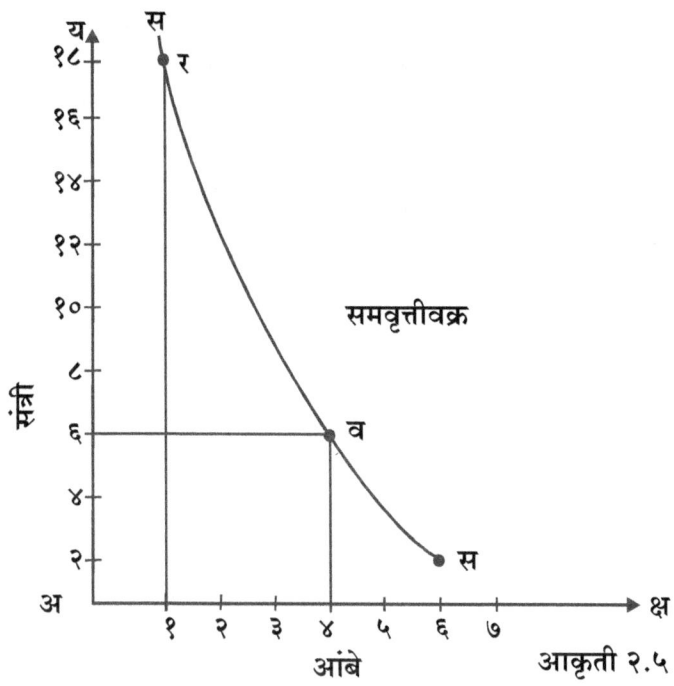

आकृती २.५

आकृती २.५ मध्ये 'सस' हा समवृत्ती वक्र काढला आहे. उपभोक्त्याने जर एका वस्तूचे जादा नग खरेदी केले तर समाधान समान ठेवण्यासाठी त्याला दुसऱ्या वस्तूचे नग कमी करावे लागतात, त्यामुळे समवृत्तीवक्र डावीकडून उजवीकडे वरून खाली येणारा असतो. वरील आकृतीत समवृत्तीवक्र ऋणात्मक उताराचा दाखविला आहे. जेव्हा उपभोक्ता आंब्याचे नग वाढवतो तेव्हा तो 'य' अक्षावर खाली येतो. तेव्हा त्याचे होणारे समाधान भरून काढण्यासाठी तो आंब्याचे जादा नग खरेदी करतो, म्हणजेच तो 'क्ष' अक्षावर पुढे सरकतो.

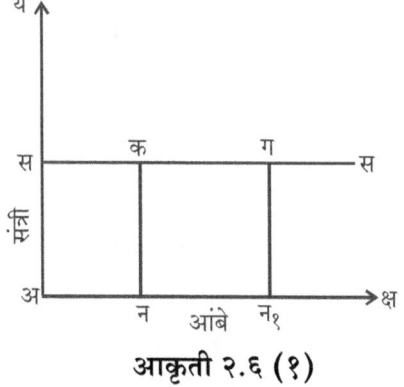

आकृती २.६ (१)

समवृत्तीवक्र २.६ (१) प्रमाणे **'अक्ष'** अक्षाला समांतर असू शकत नाही. जर तो **'क्ष'** अक्षाला समांतर असेल तर **'सस'** या वक्रावरील **'क'**, **'ग'** या बिंदूत आंब्यांची नगसंख्या वाढते; तर संत्र्यांची नगसंख्या कायम राहते. त्यामध्ये बदल होत नाही त्यामुळे **क** बिंदूपेक्षा **ग** बिंदू कमी समाधान दर्शवितो त्यामुळे एकाच समवृत्ती वक्रावर वेगवेगळे समाधान देणारे बिंदू नसतात; तर सारखेच समाधान देणारे बिंदू असतात. त्यामुळे समवृत्तीवक्र **'क्ष'** अक्षाला समातंर नसतो.

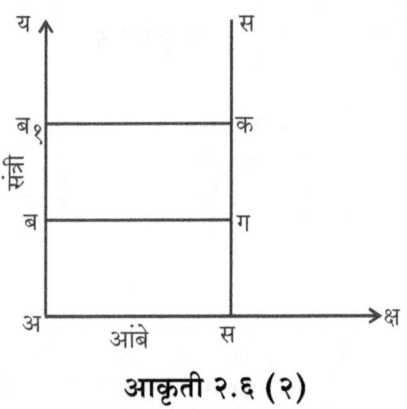

आकृती २.६ (२)

आकृती २.६ (२) मध्ये दर्शविल्याप्रमाणे समवृत्ती वक्र **'य'** अक्षाला समांतर असेल तर **'क्ष'** अक्षावरील आंब्याची नगसंख्या स्थिर राहून संत्र्यांची नगसंख्या मात्र वाढते हे त्या वक्रावरील **'क'**, **'ग'** हे बिंदू दर्शवितात. त्यामुळे **'क'** पेक्षा **'ग'** बिंदू जास्त समाधान दर्शवितो असे भिन्न समाधान दर्शविणारे बिंदू एकाच समवृत्ती वक्रावर नसतात. त्यामुळे समवृत्ती वक्र 'य' अक्षाला समांतर नसतो.

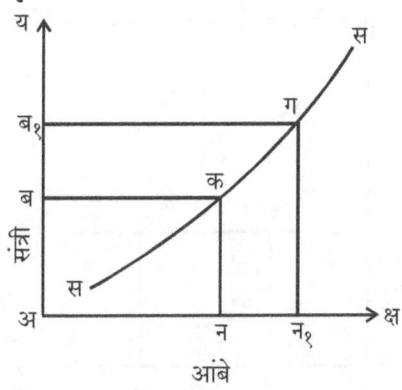

आकृती क्र. २.६ (३)

आकृती २.६ (३) मध्ये दर्शविल्याप्रमाणे समवृत्तीवक्र डावीकडून उजवीकडे वर जाणारा असेल तर त्या वक्रावरील **क, ग** हे बिंदू आंबा व संत्र्यांची नगसंख्या वाढत जाते असे दर्शवितात. त्यामुळे समवृत्तीवक्रावरील वेगवेगळे बिंदू वेगवेगळे समाधान दर्शविणारे नसतात. त्यामुळे समवृत्ती वक्र डावीकडून उजवीकडे वर जाणारा नसतो.

अशा प्रकारे समवृत्तीवक्र **'क्ष'** व **'य'** अक्षाला समांतर नसतो, तो डावीकडून उजवीकडे वर जाणारा नसतो, तर समवृत्तीवक्र डावीकडून उजवीकडे खाली उतरणारा असतो.

२) समवृत्ती वक्र आरंभस्थानाशी बहिर्वक्र असतात : समवृत्तीवक्र घटत्या सीमान्त पर्यायिता दरावर आधारलेला आहे. एखादी व्यक्ती एखाद्या वस्तूच्या नगाची, लागोपाठ दुसऱ्या वस्तूच्या नगाशी ज्या दराने देवघेव करते त्या दराला 'सीमान्त पर्यायिता दर' असे म्हणतात. हा दर $\frac{\Delta \text{य}}{\Delta \text{क्ष}}$ असा मोजला जातो.

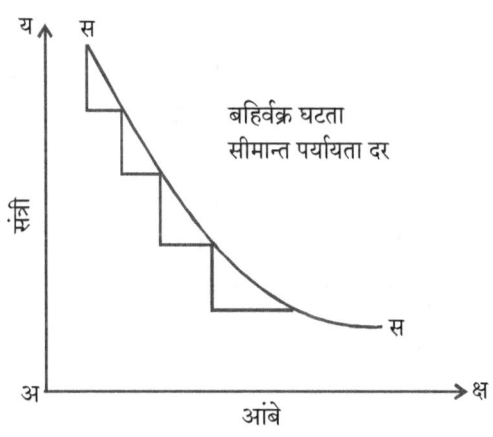

आकृती २.७

सस हा समवृत्तीवक्र **'अ'** बिंदूत बहिर्वक्र आहे. उपभोक्ता आंब्याची नगसंख्या जसजशी वाढवत जातो तसतशी संत्र्यांची नगसंख्या कमी करीत जातो, कारण त्याचे उत्पन्न मर्यादित असल्याने त्या उत्पन्नात त्याला आंबे आणि संत्री खरेदी करावे लागतात. संत्र्यांची नगसंख्या जसजशी कमी होत जाते, तसतशी त्याला संत्र्यांची उपयोगिता जास्त वाटू लागते. आंब्याच्या एका जादा नगासाठी संत्र्याचे पूर्वीइतके नग सोडून देण्यास तो तयार नसतो, त्यामुळे आंबा व संत्री या दोन वस्तूंमधील सीमान्त पर्यायिता दर घटत जातो. हे आकृतीतील **'सस'** या समवृत्ती वक्रालगत असणाऱ्या त्रिकोणावरून दिसून येते. उपभोक्ता जसजशी आंब्यांची जास्त नगसंख्या खरेदी करतो, तसतशी समवृत्ती वक्रालगतची

त्रिकोणांची उंची कमी कमी होत जाते, त्यामुळे समवृत्तीवक्र डावीकडून उजवीकडे खाली येत असताना बहिर्वक्र होत जातो. अशा रीतीने आंबा आणि संत्र्यांच्या दोन वस्तूंमधील सीमान्त पर्यायिता दर घटत असल्यामुळे समवृत्तीवक्र आरंभस्थानी बहिर्वक्र आहे.

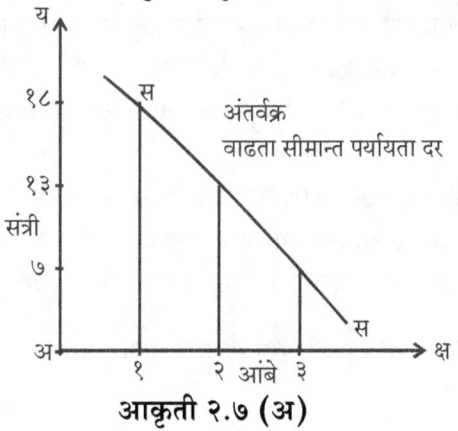

आकृती २.७ (अ)

समवृत्ती वक्रावरील आकृतीत दर्शविल्याप्रमाणे आरंभबिंदूशी अंतर्वक्र नसतो कारण या वक्रामध्ये दर्शविल्याप्रमाणे आंब्याची नगसंख्या वाढत असताना संत्र्यांची नगसंख्या कमी होण्याचे प्रमाण घटण्याऐवजी वाढत असताना दिसून येते म्हणजेच या ठिकाणी वाढता सीमान्त पर्यायिता दर दिसून येतो हे समवृत्ती वक्र विश्लेषणाच्या विरोधी आहे; म्हणून समवृत्ती वक्र आरंभबिंदूशी अंतर्वक्र नाही ते बहिर्वक्र असतात असे सिद्ध होते.

३) समवृत्ती वक्र एकमेकांना कधीही छेदत नाहीत : दोन समवृत्तीवक्र एकमेकांना कधीच छेदत नाहीत. हा गुणधर्म आकृतीच्या आधारे स्पष्ट करता येईल.

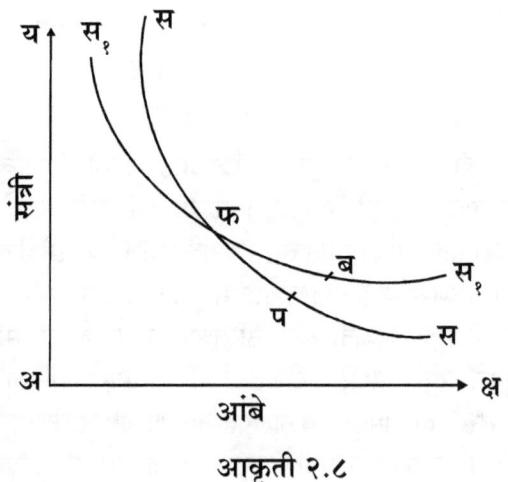

आकृती २.८

आकृती २.८ मध्ये **सस१** या समवृत्तीवक्रावरील **ब** हा बिंदू **'सस'** या समवृत्ती वक्रावरील **'प'** या बिंदूने सूचित होणाऱ्या समाधान पातळीपेक्षा अधिक उच्च समाधानाची पातळी दर्शवितो. कारण **सस१** हा वक्र **सस** या वक्राच्या दृष्टीने उजव्या बाजूला आहे. परंतु, **फ** हा बिंदू **सस** आणि **सस१** या दोन्ही वक्रांवर आहे. म्हणजे **'प'** आणि **'ब'** हे दोन बिंदू भिन्न समाधान पातळी दर्शवितात असे वर सिद्ध केल्यानंतर पुन्हा दोन्ही बिंदू **फ** बिंदूने सूचित होणारी, एकच समाधान पातळी दर्शवितात, असे म्हणावे लागते. परंतु, दोन परस्पर - विरोधी विधाने एकाचवेळी सत्य ठरू शकत नाहीत. थोडक्यात, दोन समवृत्तीवक्र एकमेकांना कधीच छेदत नाहीत.

४) उजव्या बाजूचा समवृत्तीवक्र डाव्या बाजूच्या समवृत्तीवक्रापेक्षा उच्च समाधानाची पातळी दर्शवितो : उपभोक्ता जसजसा उजवीकडे वर जाऊ लागतो, तसतसा तो दोन्ही वस्तूंचे जादा नग खरेदी करीत असतो, त्यामुळे एकूण समाधानात वाढ होते.

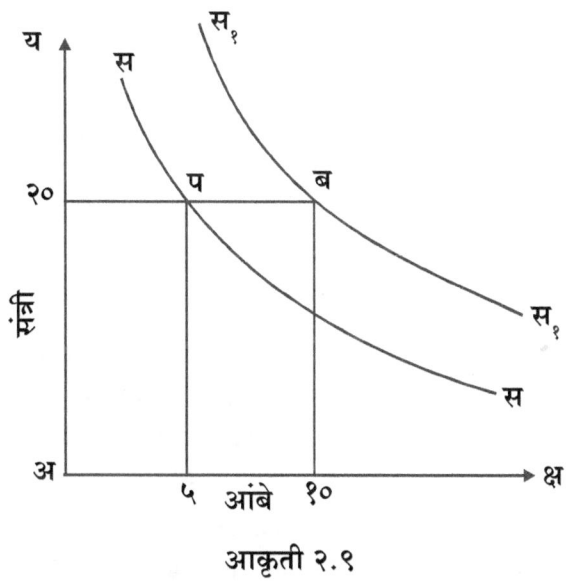

आकृती २.९

आकृती २.९ मध्ये **'सस'** वक्र खालच्या बाजूला तर **स१स१** हा वक्र वरच्या बाजूला आहे. **सस** या समवृत्तीवक्रावरील **'प'** बिंदू ५ आंबे +२० संत्री हा गट दर्शवितो तर **स१स१** वक्रावरील **ब** बिंदू १० आंबे +२० संत्री हा गट दर्शवितो. तर **ब** बिंदू दर्शवित असलेल्या १० आंबे + २० संत्री या गटापासून मिळणारे समाधान **'प'** बिंदू दर्शवीत असलेल्या ५ आंबे व २० संत्री या गटापेक्षा ५ आंबे जास्त आहे. त्यामुळे १० आंबे + २० संत्री हा गट जास्त समाधान दर्शविणारा आहे. तो गट **'ब'** बिंदूने दर्शविणारा आहे. तर ५

आंबे + २० संत्री हा गट कमी समाधान दर्शवितो तो 'प' बिंदूने दर्शविला आहे. 'ब' बिंदू स$_१$स$_१$ या वरच्या समवृत्ती वक्रावर आहे. तर **प** बिंदू **सस** या खालच्या समवृत्ती वक्रावर आहे. '**ब**' बिंदू जास्त समाधान दर्शविणारा आहे, तर '**प**' बिंदू कमी समाधान दर्शविणारा आहे, म्हणून वरचे उजव्या बाजूचे समवृत्तीवक्र जास्त, तर खालचे, डावीकडील समवृत्ती वक्र कमी समाधान दर्शविणारे असतात.

५) समवृत्तीवक्र एकमेकांना समांतर असतातच असे नाही :

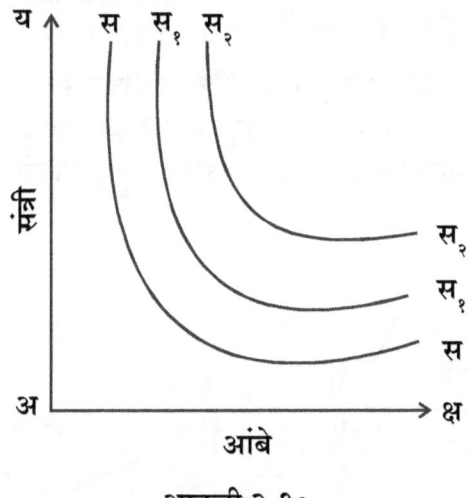

आकृती २.१०

समवृत्तीवक्र अगदी काटेकोरपणे एकमेकांना समांतर असतातच असे नाही. हे आकृती २.१० मध्ये दाखविल्याप्रमाणे कमी-जास्त अंतराचे असू शकतात. समवृत्तीवक्र उपयोगितेच्या संख्यात्मक आधारावर काढलेले नसतात, त्यामुळे उपयोगिता प्रत्यक्ष मोजली जात नाही, फक्त तुलना केली जाते. ही तुलना काटेकोर नसल्याने तटस्थतावक्रांचे आकार समांतर असणे शक्य नसते, तसेच उपभोक्त्याच्या पसंतीश्रेणीद्वारे समवृत्ती वक्राचा आकार ठरत असतो. पसंतीश्रेणीनुसार दोन समवृत्तीवक्रांवरील वस्तूंच्या संयोगात समान अंतर नसल्याने समवृत्तीवक्रांचे आकार समान व समांतर नसतात. मुख्य म्हणजे, सर्व समवृत्ती तक्त्यांमध्ये आढळून येणारा सीमान्त पर्यायिता दर वेगवेगळा असतो, त्यामुळेच समवृत्ती वक्र नेहमी समांतर असतातच असे नाही.

६) समवृत्तीवक्र अक्षांना स्पर्श करीत नाहीत : तटस्थतावक्र दोन वस्तूंचा संच/ गट दर्शवितो. त्यामध्ये एखाद्या वस्तूचे परिमाण कमी असू शकते, मात्र ते शून्य असू शकत नाही.

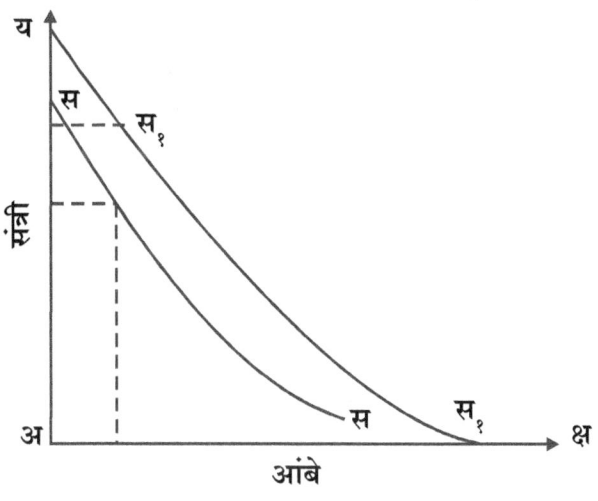

आकृती २.११

आकृती २.११ मध्ये **सस** आणि **स₁स₁** असे दोन समवृत्तीवक्र अनुक्रमे उभ्या आणि आडव्या अक्षाला स्पर्श करीत आहेत. याचा अर्थ उपभोक्त्याला फक्त एकाच वस्तूचे अधिक नग हवे आहेत; व दुसऱ्या वस्तूचे शून्य नग हवे आहेत. पण आपल्या गृहीताप्रमाणे हे शक्य नसल्याने समवृत्तीवक्र आडव्या किंवा उभ्या अक्षाला कधीही स्पर्श करीत नाहीत.

२.३.३ उत्पन्न आणि किंमत विस्तार (Income and Price Expansion Paths)

उत्पन्न व किंमत विस्तार पुढीलप्रमाणे स्पष्ट करता येतो.

किंमतरेषेलाच अंदाजपत्रकरेषा, किंमत - उत्पन्नरेषा, उपभोगशक्यता रेषा असेही म्हणतात.

समवृत्तीवक्राच्या साहाय्याने वस्तूच्या मागणीचा अभ्यास करण्यासाठी 'किंमत रेषा' हे एक महत्त्वाचे साधन आहे. किंमतरेषा ही अशी रेषा असते की, जी रेषा, उपभोक्ता त्याच्या मर्यादित उत्पन्नात खरेदी करू शकत असलेल्या दोन वस्तूंचे सर्व संच किंवा गट दर्शवीत असते. किंमतरेषा काढताना उपभोक्त्याच्या मर्यादित उत्पन्नात खरेदी केले जाऊ शकणारे दोन्ही वस्तूंचे जास्तीतजास्त परिमाण उभ्या व आडव्या अक्षावर अनुक्रमे दाखविले जाते. परिमाण दर्शविणारे बिंदू जोडल्यास किंमतरेषा मिळते.

समजा, एखाद्या व्यक्तीजवळ २०० रुपये आहेत. ही रक्कम आंबे आणि अननस या दोन वस्तूंवर खर्च करावयाची आहे. आंब्याची किंमत ५ रुपयास एक आंबा व अननसाची किंमत १० रुपयास एक अननस अशी आहे. या उपभोक्त्याला २०० रुपयातून फक्त

अननसासाठी खर्च करावयाचे झाल्यास २० अननस विकत घेता येतील. अशा रीतीने ४० आंबे किंवा २० अननस ह्या अंतिम मर्यादा ठरतात. प्रत्यक्षात या उपभोक्त्याला या दोन मर्यादांमधील कोणताही वस्तूचा गट किंवा संच निवडता येईल.

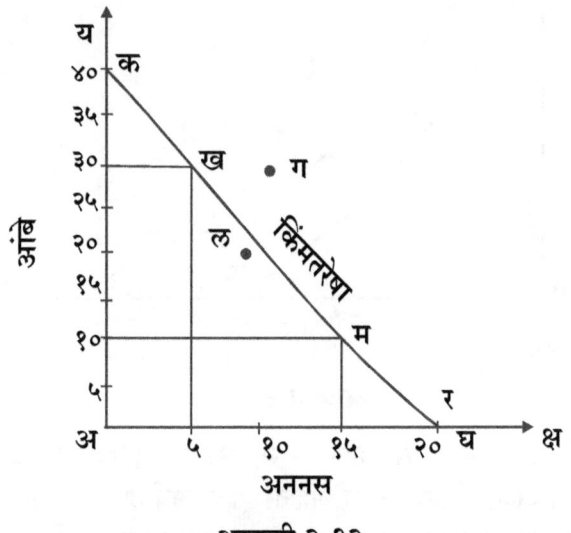

आकृती २.१२

आकृती २.१२ मध्ये **'क ख म घ'** हे चार बिंदू समान समाधान पातळी दर्शवितात. म्हणून एकाअर्थी किंमतरेषा ही एक समवृत्ती वक्रच असते; पण किंमतरेषा ही नेहमीच सरळ असते. वक्र असू शकत नाही. आकृती २.१२ मध्ये **'कर'** ही किंमतरेषा आहे. उपभोक्त्याला आपल्या मर्यादित उत्पन्नातून म्हणजेच २०० रुपयातून आंबे आणि अननस या दोन वस्तूंचे वेगवेगळे किती गट खरेदी करता येतील हे किंमतरेषेद्वारे दर्शविले जातात. जर त्याने सर्वच्यासर्व रक्कम म्हणजे २०० रुपये फक्त आंब्यांसाठी खर्च केले, तर त्याला ४० आंबे खरेदी करता येतील. तसेच सर्व रक्कम अननसासाठी खर्च केली तर त्याला २० अननस मिळतील किंवा त्याला ३० आंबे व ५ अननस असा संच / गट खरेदी करता येईल.

जर त्याला आंब्यांची खरेदी कमी करून अननसाची खरेदी वाढवावयाची असेल तर १० आंबे व १५ अननस असा दुसरा संच / गट खरेदी करता येईल.

अशा प्रकारे सर्व उत्पन्न खर्च करून उपभोक्त्याला वेगवेगळ्या गटांची / संचांची खरेदी करता येईल. **अय** अक्षावरील ४० आंबे दर्शविणारा बिंदू व अक्ष अक्षावर २० अननस दर्शविणारा बिंदू एकमेकांस जोडल्यास **कर** ही रेषा मिळते. या रेषेलाच, 'किंमत रेषा' किंवा उत्पन्नरेषा किंवा खर्चरेषा असे म्हणतात. **कर** या किंमतरेषेच्या उतारावरून

आंबे आणि अननस यांच्या किमतीचे गुणोत्तर समजते. या उदाहरणामध्ये २० अननस - ४० आंबे अशा प्रकारे हे किंमत गुणोत्तर राहील.

कर या रेषेच्या बाहेर असणाऱ्या बिंदूंचा विचार उपभोक्त्याला करता येणार नाही. वरील आकृतीमध्ये असा **ग** बिंदू दर्शविलेला आहे. ग या बिंदूने सूचित होणारा वस्तूसंच खरेदी करण्यासाठी आवश्यक तेवढी रक्कम त्याच्याजवळ नाही. त्याचप्रमाणे **कर** या रेषेच्या अलीकडील **ल** बिंदू अशा प्रकारचा वस्तूंचा गट दर्शवितो की, ज्यामुळे उपभोक्त्याला आपली सर्व रक्कम खर्च करता येत नाही. त्यामुळे ती सर्व रक्कम खर्च करावयाची असेल तर त्याने **कर** या किंमतरेषेवरील बिंदूने सूचित होणाराच एखादा वस्तू गट खरेदी केला पाहिजे. तरच त्याला २०० रुपये खर्च करून जास्तीतजास्त समाधान प्राप्त होऊ शकेल.

किंमत रेषेतील विस्तार

उपभोक्त्याच्या उत्पन्नातील बदलामुळे व वस्तूच्या किमतीतील बदलामुळे किंमत रेषेवरही बदल होता. आकृतीच्या साहाय्याने हे स्पष्ट करता येते.

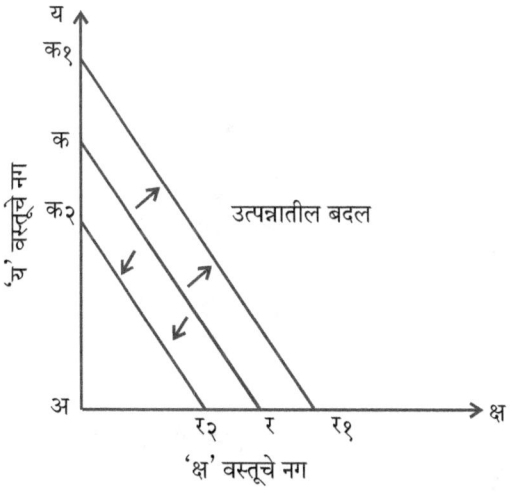

आकृती २.१३ (अ)

उपभोक्त्याच्या उत्पन्नात वाढ झाल्यामुळे आकृती २.१३ **(अ)** प्रमाणे किंमतरेषा **कर** वरून **क$_१$र$_१$** अशी होईल. म्हणजेच ती उजवीकडे सरकेल आणि उत्पन्नात घट झाल्यास **क$_२$र$_२$** या ठिकाणी म्हणजेच डावीकडे सरकेल. वस्तूंच्या किमतीत बदल झाल्यास मात्र किंमतरेषा ज्या वस्तूच्या किमतीत बदल होतो, त्या वस्तूच्या बाजूनेच आपले

स्थान बदलते. आकृती २.१३ **(ब)** मध्ये मूळ किंमतरेषा **कर** आहे. समजा **क्ष** वस्तूची किंमत कमी झाली तर आहे त्याच उत्पन्नात **क्ष** वस्तूचे जास्त नग खरेदी करता येतील. त्यामुळे किंमत रेषा **कर**$_{१}$ अशी होईल. तसेच **क्ष** वस्तूची किंमत (मूळ किमतीपेक्षा) वाढली तर, आहे त्याच उत्पन्नास **क्ष** वस्तूचे कमी नग खरेदी करावे लागतील, त्यामुळे किंमतरेषा **कर**$_{२}$ अशी होईल. असाच बदल **य** वस्तूच्या किमतीत झाल्यास किंमतरेषेचे होणारे स्थलांतर आकृती २.१३ **(क)** मध्ये दाखविले आहे.

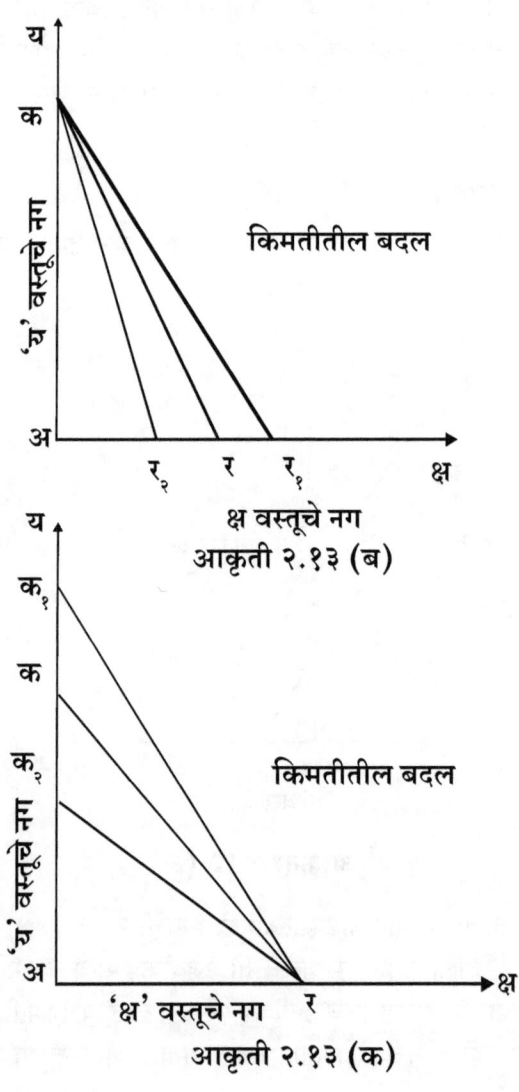

आकृती २.१३ (ब)

आकृती २.१३ (क)

थोडक्यात, किंमत - रेषेची स्थिती उपभोक्त्याच्या उत्पन्नावरून ठरते. तिचा उतार त्या दोन वस्तूंच्या किंमत संबंधावरून ठरतो. दोन वस्तूंपैकी एखाद्या वस्तूची किंमत बदलल्यास किंमतरेषेचा उतारही बदलतो.

किंमत परिणाम (Price Effect)

'उपभोक्त्याचे उत्पन्न स्थिर राहून दोन वस्तूंपैकी एका वस्तूची किंमत बदलली, तर या किंमत बदलाचे जे परिणाम उपभोक्त्याच्या समतोलावर घडून येतात, त्यांना किंमत परिणाम असे म्हणतात.' दुसऱ्या भाषेत 'एखाद्या वस्तूची किंमत बदलल्यामुळे त्या वस्तूच्या खरेदीवर होणारा परिणाम म्हणजे किंमत परिणाम होय.'

किंमत परिणाम स्पष्ट करण्यासाठी उपभोक्त्याचे उत्पन्न स्थिर आहे; आणि एका वस्तूची किंमत बदलते असे गृहीत मानल्यास - समजा संत्र्यांची किंमत कमी होते आणि आंब्यांची किंमत स्थिर राहते असे मानल्यास, संत्र्यांच्या किमतीत झालेल्या बदलांमुळे पुढील परिणाम दिसून येतील -

१) संत्र्याची किंमत कमी झाल्यामुळे उपभोक्त्याची किंमत - रेषा उजवीकडे सरकेल म्हणजेच उपभोक्ता अधिक संत्री खरेदी करील हे त्यातून दिसून येते .

२) उपभोक्त्याचे पैशातील उत्पन्न स्थिर असले, तरी संत्र्याची किंमत कमी झाल्याने त्याचे वास्तव उत्पन्न वाढेल. म्हणजेच संत्र्यांची किंमत कमी झाल्याने संत्री आणि आंबे अधिक संख्येने खरेदी केले जातील. तांत्रिक भाषेत याला 'उत्पन्न परिणाम' असे म्हणतात.

३) आंब्याच्या मानाने संत्री स्वस्त झाल्याने उपभोक्ता आंब्याच्या ऐवजी काही संत्री खरेदी करील. यालाच पर्यायता परिणाम असे म्हणतात. थोडक्यात, उत्पन्न परिणाम आणि पर्यायता परिणाम अशा प्रकारे घडून येत असल्यामुळे उपभोक्त्याची संत्र्यांकरिता असणारी मागणी अधिक होईल. आकृती २.१४ मध्ये दाखविल्याप्रमाणे सुरुवातीला **'स'** बिंदूने उपभोक्त्याचा समतोल दाखविला आहे. या स्थितीत उपभोक्ता **अन** इतकी संत्री आणि **अम**$_2$ इतके आंबे खरेदी करतो. आता संत्र्यांची किंमत कमी झाल्याने उपभोक्ता संत्र्यांची अधिक नगसंख्या खरेदी करील. पूर्वी सर्व उत्पन्न खर्च करून तो **अर** इतकी संत्री खरेदी करू शकत होता. आता त्याच उत्पन्नातून त्याला **अर**$_1$ इतकी संत्री खरेदी करता येतील. आंब्याची किंमत बदलली नसल्याने सर्व उत्पन्न आंब्याकरिता खर्च केल्यास त्याला आताही पूर्वीप्रमाणेच **अक** इतकेच आंबे खरेदी करता येतील. म्हणजेच **क** हा बिंदू कोणत्याही प्रकारे सरकत नाही. फक्त संत्र्यांची किंमत कमी झाल्याने **र** बिंदू उजवीकडे सरकतो. तेव्हा **कर**$_1$ ही नवीन किंमतरेषा राहील. अशा प्रकारे संत्र्यांची किंमत आणखी कमी झाली तर किंमतरेषा **क** हा मध्यबिंदू धरून आणखी उजवीकडे सरकेल. याउलट, आंब्याची किंमत कमी झाली तर ती किंमतरेषा पूर्वीपेक्षा वेगळ्या समवृत्तीवक्राला स्पर्श

करणारी राहील. उपभोक्त्याला मिळणाऱ्या एकूण समाधानाची / समतोलाची पातळी पूर्वीपेक्षा वेगळी राहील.

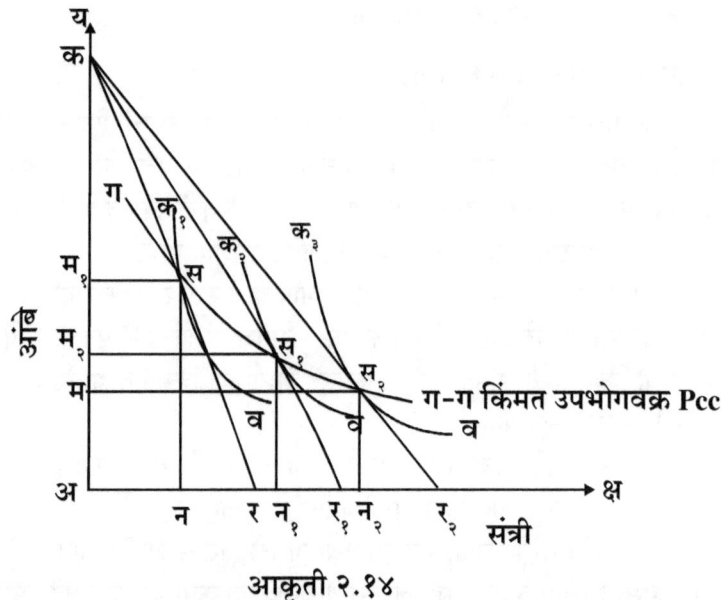

आकृती २.१४

वरील आकृती २.१४ मध्ये दाखविल्याप्रमाणे **स** हा मूळचा समतोल बिंदू आहे. संत्र्याची किंमत कमी झाल्याने **कर१** ही नवीन किंमतरेषा मिळते. ही रेषा व **क२** या नवीन परिस्थितीत **स१** हा उपभोक्त्याचा समतोल दर्शविणारा बिंदू राहील. या वेळी उपभोक्ता **अन१** इतकी संत्री आणि **अम२** इतके आंबे खरेदी करतो. संत्र्याची किंमत कमी झाल्याने **नन१** इतक्या संख्येने अधिक संत्री खरेदी करतो. संत्र्यांची किंमत आणखी कमी झाली तर किंमतरेषा **क** मध्यबिंदू धरून आणखी उजवीकडे सरकेल आणि आकृतीत दाखवल्याप्रमाणे **कर२** ही त्या त्या नवीन किंमतरेषेची स्थिती राहील. या नवीन परिस्थितीत **स२** हा उपभोक्त्याचा समतोल ठरेल. त्या वेळी तो **अन२** इतकी संत्री आणि **अम** इतके आंबे असा वस्तूसंच खरेदी करील. समतोल दर्शविणारे हे सर्व बिंदू एकमेकांस जोडले तर **गग** हा किंमत उपभोगवक्र मिळतो. निरनिराळ्या किमती असताना उपभोक्ता किती नग खरेदी करील हे किंमत उपभोगवक्राने दर्शविले जाते. वस्तूच्या किमतीत बदल झाल्यामुळे घडून येणारे उत्पन्न परिणाम आणि पर्यायिता परिणाम किंमत उपभोग वक्रामध्ये प्रतिबिंबित होत असतात; म्हणजेच **'किंमत परिणाम = उत्पन्न परिणाम + पर्यायिता परिणाम'** होय.

अशा रीतीने किंमत परिणाम घडून आला की, प्रथम उत्पन्न परिणाम व नंतर पर्यायिता

परिणाम घडून येतो, म्हणून किंमत परिणामाला उत्पन्न परिणाम व पर्यायता परिणामाचा एकत्रित परिणाम असे म्हणतात.

उत्पन्न परिणाम (Income Effect)

'उपभोक्त्याच्या उत्पन्नात बदल झाल्यामुळे त्याच्या एकूण समतोलावर होणारा परिणाम म्हणजे उत्पन्न परिणाम होय.'

उपभोक्त्याचे उत्पन्न वाढल्यास आणि वस्तूच्या किमतीत बदल न झाल्यास तो पूर्वीपेक्षा जास्त वस्तू खरेदी करतो, त्यामुळे त्याचे समाधान वाढते. याउलट, उपभोक्त्याचे उत्पन्न कमी झाल्यास तो कमी वस्तू खरेदी करतो, त्याचे समाधान कमी होते. थोडक्यात, उपभोक्त्याच्या उत्पन्नात बदल झाला असता त्यामुळे वस्तूच्या मागणीत बदल होतो. त्याला 'उत्पन्न परिणाम' असे म्हणतात.

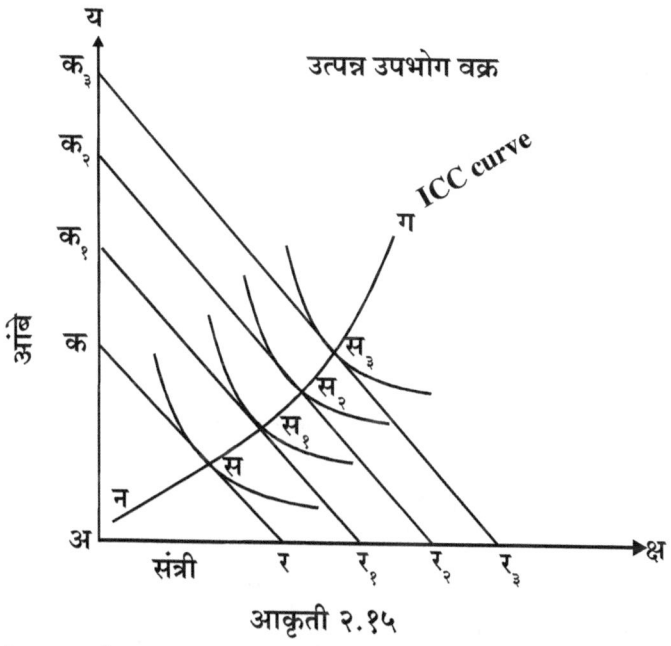

आकृती २.१५

वरील आकृती २.१५ च्या साहाय्याने उत्पन्न परिणाम अधिक स्पष्ट करता येईल. या आकृतीत **स** बिंदू सुरुवातीचा समतोल दर्शवितो. आता संत्री आणि आंबे या वस्तूंच्या किमती कायम राहून उपभोक्त्याचे उत्पन्न वाढले तर किंमतरेषा वर उजवीकडे सरकेल. **क₁ र₁, क₂ र₂, क₃ र₃** ह्या नवीन किंमतरेषा आहेत. उपभोक्त्याचे उत्पन्न वाढल्याने त्याला त्या सर्व नवीन उत्पन्नाचा उपयोग करून संत्री आणि आंब्यांची पूर्वीपेक्षा अधिक नगसंख्या मिळते. उत्पन्न वाढू लागल्यास उपभोक्ता अधिकाधिक उच्च पातळीच्या समवृत्तीवक्राकडे

जात राहील. उपभोक्त्याचा मूळचा समतोल बिंदू 'स' होता. तो उजवीकडे सरकून नवीन समतोल बिंदू अनुक्रमे **स₁ स₂ स₃** हे राहतील. समतोल दर्शविणारे हे बिंदू जोडल्यास '**न ग**' हा उत्पन्न उपभोगवक्र मिळतो. पैशातील उत्पन्नात होणारे बदल आणि त्या दोन वस्तूंचा उपभोग यातील संबंध उत्पन्न - उपभोगवक्राने दर्शविला जातो. अशा प्रकारे वस्तूंच्या किमती स्थिर राहून (म्हणजेच किंमतरेषा समांतर राहून) उपभोक्त्याच्या उत्पन्नात होणाऱ्या बदलांमुळे त्या वस्तूंच्या उपभोगावर होणारा परिणाम उत्पन्न उपभोगवक्राद्वारे समजतो.

पर्यायता परिणाम (Substitution Effects)

क) पर्यायता परिणाम (Substitution Effects)

उपभोक्त्याच्या एकूण समाधानात कोणताही बदल होणार नाही अशा प्रकारे दोन वस्तूंच्या सापेक्ष किमतीत जो बदल होतो, त्यामुळे खरेदी नगसंख्येत होणारा बदल म्हणजे पर्यायता परिणाम होय.

अथवा उपभोक्त्याचे उत्पन्न कायम राहून वस्तूच्या किमतीत बदल झाल्यामुळे वस्तूच्या मागणीत जो बदल होतो त्यास 'पर्यायता परिणाम' असे म्हणतात. ते आकृतीच्या साहाय्याने अधिक स्पष्ट करता येते.

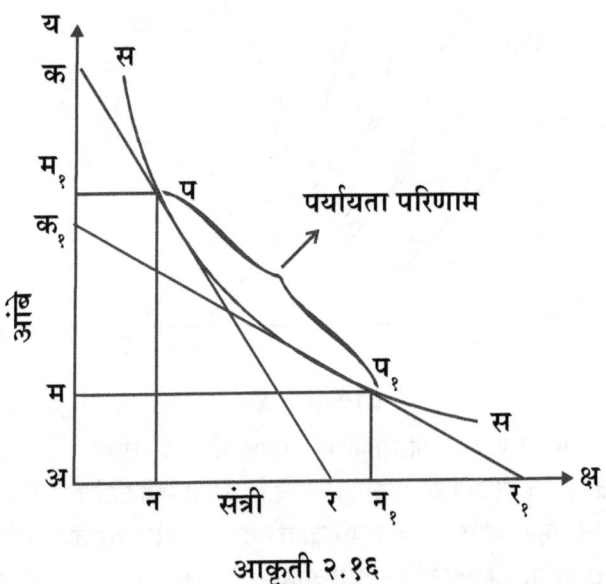

आकृती २.१६

आकृती २.१६ मध्ये समवृत्तीवक्रावरील **प** बिंदू समतोल दर्शवितो. त्या बिंदूद्वारे **अन** इतकी संत्री आणि **अम₁** इतके आंबे असा वस्तू संच केला जातो. आता आंब्यांची

सापेक्ष किंमत वाढते असे गृहीत धरू. पूर्वी संत्र्यांच्या दृष्टीने आंब्यांची किंमत **अर / अक** एवढी होती. आता ती **अर$_{१}$ / अक$_{१}$** इतकी झाली. आंब्याची किंमत वाढल्यामुळे उपभोक्त्याचे होणारे नुकसान संत्र्याच्या स्वरूपातील उत्पन्न वाढल्याने पूर्ण भरून निघाले आहे असे मानू. याचाच अर्थ, उपभोक्त्याचे एकूण समाधान पूर्वीइतकेच राहिले आहे. उपभोक्ता पूर्वीच्याच समवृत्ती वक्रावर असल्याचे दिसून येते. आंब्याची किंमत वाढली असली तरी संत्र्याच्या स्वरूपातील उत्पन्न **अर** वरून **अर$_{१}$** पर्यंत वाढले आहे. आंब्याची किंमत वाढल्यामुळे होणारे नुकसान या उत्पन्नवाढीमुळे पूर्णपणे भरून निघते. दुसऱ्या शब्दांत संत्र्यांच्या स्वरूपातील उत्पन्न **रर$_{१}$** इतक्या संख्येने वाढल्यामुळे उपभोक्त्याच्या उत्पन्नात पूरक बदल (Compensation Variation) झाला. त्यामुळे आंब्यांच्या किमतीतील वाढ निरुपयोगी झाली. त्या किंमतवाढीचा उपभोक्त्याच्या एकूण समाधानावर एकंदरीतदृष्ट्या विचार करता परिणाम झाला नाही, म्हणूनच उपभोक्ता या बदललेल्या परिस्थितीतही मुळच्याच समवृत्तीवक्रावर असल्याचे दिसते. आंबे आणि संत्री या वस्तूंच्या सापेक्ष किमती बदलल्या तरी उपभोक्त्याला जादा समाधान मिळालेले नाही; किंवा त्याचे मूळचेही समाधान कमी झाले नाही, तर ते कायम राहिले. अर्थात, समतोल दर्शविणाऱ्या बिंदूची स्थिती बदलली. पहिला समतोल बिंदू **'प'** होता, तर आता **'प$_{१}$'** होण्याचे कारण पर्यायता परिणाम होय. **प$_{१}$** बिंदूवर असताना उपभोक्ता पूर्वीच्यामानाने अधिक संत्री आणि कमी आंबे खरेदी करतो, कारण संत्री सापेक्षतेने अधिक स्वस्त आणि आंबे महाग झाले आहेत, म्हणून तो मुळच्या वस्तुसमूहाची फेररचना करतो, आंबे कमी घेऊन त्याऐवजी संत्री अधिक घेतो. अर्थात, त्याने मुळच्या वस्तुसमूहात फेररचना केली असली तरी त्याचे एकूण समाधान कमी किंवा अधिक न होता कायम राहते.

२.३.४ मागणीवक्र (Demand Curve)

मागणीपत्रकावरून मागणीवक्र काढता येतो. मागणीपत्रक म्हणजे एखाद्या वस्तूच्या वेगवेगळ्या किमतींना किती नगसंख्येची मागणी केली जाते हे दर्शविणारे पत्रक होय.

बाजारातील मागणीपत्रक - वैयक्तिक मागणीपत्रकाप्रमाणे बाजारपेठेचे मागणीपत्रक तयार करता येते. बाजारपेठेत वेगवेगळ्या किमतींना निरनिराळ्या ग्राहकांकडून वस्तू कमी-जास्त प्रमाणात खरेदी केली जाते. याचा विचार करून बाजाराचे मागणीपत्रक तयार करता येते; उदा. कांद्यासाठी असलेली बाजारपेठेतील एकूण मागणी दर्शविणारे मागणीपत्रक पुढीलप्रमाणे तयार करता येते.

तक्ता २.४

किंमत (रु.)	मागणी (किलो)
१	५०००
२	४०००
३	३०००
४	२०००
५	१०००

एखाद्या विशिष्ट वस्तूची बाजारपेठेतील मागणी ही किमतीतील बदलाच्या विरुद्ध दिशेने बदलते. वस्तूची बदलती किंमत व मागणीची बदलती नगसंख्या विचारात घेऊन आलेख रेषा काढता येते. त्या रेषेलाच 'मागणीवक्र' असे म्हणतात. वरील तक्त्याच्या आधारे काढलेला मागणीवक्र पुढीलप्रमाणे :

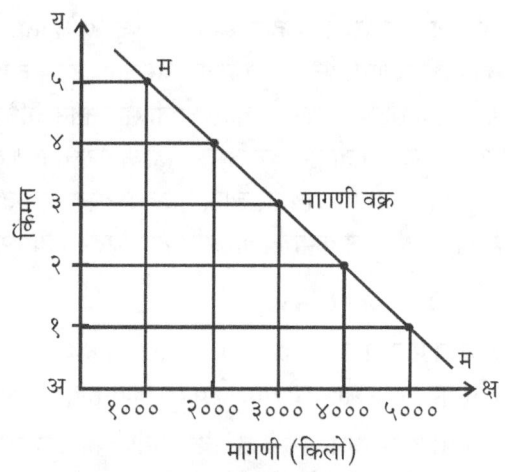

आकृती २.१७

वरील आकृतीत 'मम' हा मागणीवक्र आहे. कोणत्याही वस्तूचा बाजार मागणी वक्र काढला, तर तो डावीकडून उजवीकडे खाली उतरत जाणारा असतो; म्हणजे मागणी वक्र ऋणात्मक असतो. प्रत्येक वस्तूच्या मागणीवक्राच्या उताराचा वेग वेगवेगळा असू शकतो.

समवृत्तीवक्राच्या साहाय्याने मागणी वक्र काढणे
(Demand Curve with the help of Indifference Curve)

किंमत परिणामावरून किंमत उपभोगवक्र काढला जातो आणि त्या आधारे मागणी वक्र काढता येतो. उपभोक्त्याची आवडनिवड आणि उत्पन्न स्थिर असताना उपभोक्ता अधिक किमतीला वस्तूची कमी मागणी व कमी किमतीला अधिक मागणी करतो, म्हणजेच मागणीचा नियम विशिष्ट परिस्थितीत किंमत व मागणी यातील कार्यात्मक संबंध दर्शवितो. किंमत आणि त्या किमतीला असलेली वस्तूची मागणी माहीत झाली की मागणीवक्र काढता येतो.

समजा

तक्ता २.५

संत्र्यांची किंमत	मागणी केली जाणारी नगसंख्या
अक / अर (१० रु)	अन (१०)
अक / अर$_{१}$ (८ रु)	अन$_{१}$ (२०)
अक / अर$_{२}$ (६ रु)	अन$_{२}$ (३०)
अक / अर$_{३}$ (४ रु)	अन$_{३}$ (४०)

अशा प्रकारच्या मागणी पत्रकावरून आकृती क्र. २.१९ मध्ये दाखविल्याप्रमाणे मागणी वक्र काढता येतो. आकृती २.१९ मध्ये दोन आकृत्या एकत्र करून मागणी वक्र काढला आहे; आकृतीत अय अक्षावर उत्पन्न आणि अक्ष अक्षावर संत्री ही वस्तू दर्शविलेली आहे. आकृतीच्या वरच्या भागात कर, कर$_{१}$, कर$_{२}$, कर$_{३}$ ह्या किंमत रेषा आहेत आणि स, स$_{१}$, स$_{२}$, स$_{३}$ हे समतोल बिंदू आहेत. हे सर्वबिंदू जोडून नंतर हा किंमत उपभोग वक्र मिळाला यावरून मागणी वक्र काढला. 'स' बिंदूवर असताना उपभोक्ता अन इतकी नगसंख्या खरेदी करतो तसेच स$_{१}$ स$_{२}$ स्थितीत अन$_{१}$, अन$_{२}$ इतकी नगसंख्या विकत घेतो.

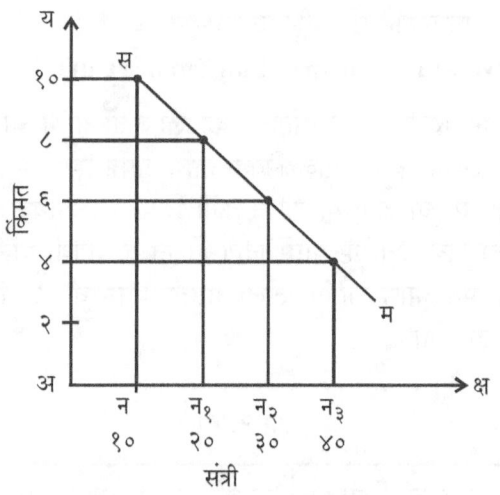

आकृती २.१८

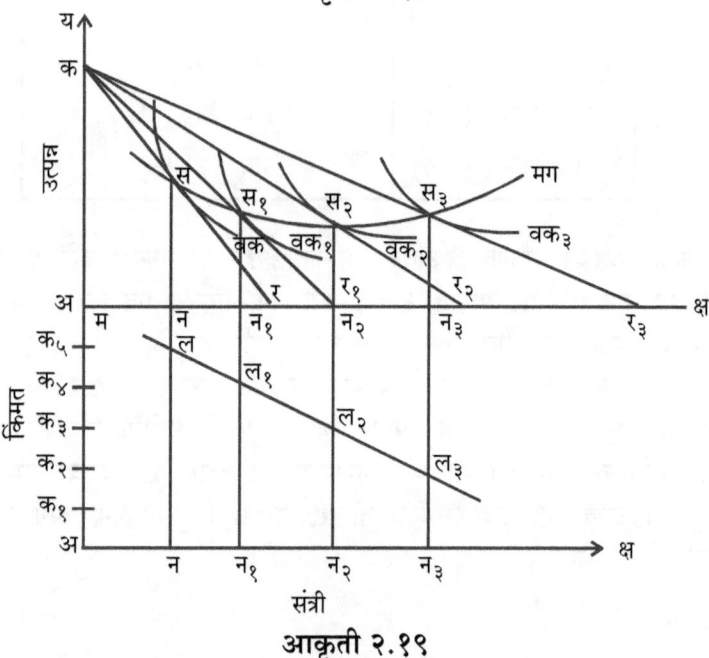

आकृती २.१९

संत्र्याची दर नगाला किंमत समजल्यावर आकृतीच्या खालच्या भागातील लंब अक्षावर क$_{१}$, क$_{२}$, क$_{३}$, क$_{४}$, क$_{५}$ अशी किंमत दाखविता येते. स$_{१}$ स$_{२}$ स$_{३}$ इत्यादी बिंदूतून खालच्या बाजूच्या समांतर अक्षावर लंब टाकले आहे. त्यांना न$_{१}$ न$_{२}$ ही नावे दिली

आहेत. त्यानंतर लंबरेषेला छेदणारी आणि समांतर अक्षाशी समांतर असणारी रेषा $क_{५}$ या बिंदूतून काढली. छेदन बिंदूला 'ल' नाव दिले. अशाच प्रकारे $ल_{१}$, $ल_{२}$, $ल_{३}$ हे छेदन बिंदू काढले. हे सर्व बिंदू एकमेकांना जोडल्यानंतर **मग** हा मागणी वक्र तयार झाला.

२.४ उत्पन्न आणि पर्यायता परिणाम : स्लस्की / स्लट्स्की आणि हिक्सचा दृष्टिकोन (Income and Substitution Effects : Slutsky's and Hicksian's Approach)

हिक्स - ॲलनचा पर्यायता परिणाम (Hicks-Allen Substitution Effect)

हिक्स-ॲलन पर्यायता परिणामात वस्तूंच्या किमतीत झालेला बदल व्यक्तीच्या पैशातील उत्पन्नात बदल करतो, मात्र त्यामुळे उपभोक्त्याच्या उपभोगाच्या पातळीत कसलाही बदल होत नाही. तो पूर्वीच्याच समाधानाच्या पातळीला असतो.

म्हणजे व्यक्तीच्या पैशातील उत्पन्नात असा बदल होतो की, वस्तूच्या किमती बदलण्यापूर्वी ज्या समाधानाच्या पातळीला (समवृत्तीवक्रावर) उपभोक्ता होता, तेथेच राहतो. हिक्सचा पर्यायता परिणाम त्याच समवृत्ती वक्रावर राहतो. उपभोक्ता पूर्वीपेक्षा जास्त समाधान मिळवित नाही अथवा कमीही नाही. फक्त समाधानात पर्यायता निर्माण होते म्हणजे किमतीतील बदलामुळे उत्पन्नात जो बदल होतो तो किमतीतील बदल भरून काढतो.

हिक्स - ॲलनचा पर्यायता परिणाम खालील आकृतीच्या साहाय्याने स्पष्ट केला आहे.

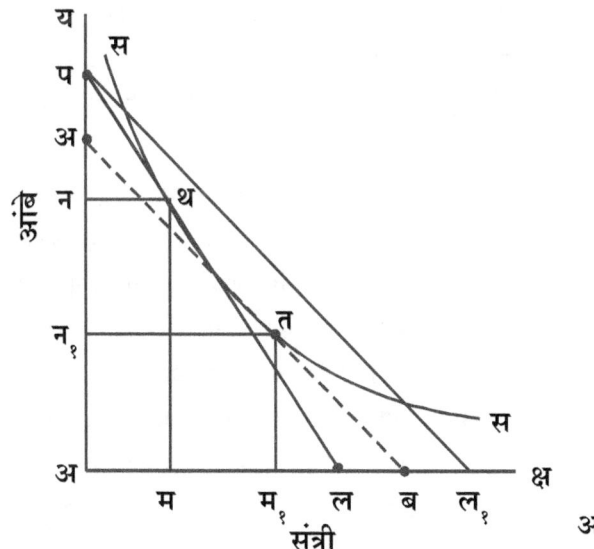

आकृती २.२०

आकृतीमध्ये 'अक्ष' अक्षावर संत्री व अय अक्षावर आंबे दर्शविलेले आहेत. उपभोक्त्याचे उत्पन्न आणि संत्री व आंबा किमती दर्शविणारी **'पल'** ही उत्पन्न अथवा किंमतरेषा काढली आहे. **'पल'** या उत्पन्नाच्या आधारे उपभोक्ता संत्र्यांचे **'अम'** आणि आंब्याचे **'अन'** एवढे नग घेतो, कारण येथे 'पल' ही किंमतरेषा 'सस' या समवृत्ती वक्राला 'थ' बिंदूत स्पर्श करते आणि उपभोक्ता 'थ' बिंदूला संतुलित होतो.

समजा, संत्र्याच्या किमतीत घट झाली, मात्र आंब्याची किंमत तीच राहिली, तर नवीन किंमत रेषा **'पल₁'** ही लक्षात येते. संत्र्याच्या किमतीत झालेल्या घटीमुळे उपभोक्त्याच्या वास्तव उत्पन्नात म्हणजे त्याच्या खरेदीशक्तीत वाढ होते. उत्पन्नात झालेली वाढ दर्शविणारा नवीन उत्पन्न वक्र **'अब'** मिळतो. **अब** ही उत्पन्नरेषा अथवा किंमतरेषा **'पल₁'** या किंमतरेषेला समांतर आहे. नवीन किंमतरेषा **'सस'** समवृत्ती वक्राला **'थ'**च्या ऐवजी **'त'** बिंदूत स्पर्श करते. अशा रीतीने संत्र्याच्या संदर्भात उपभोक्त्याचे उत्पन्न **'लब'** ने वाढले तर आंब्याच्या संदर्भात ते **'पअ'** ने कमी झाले आहे. अशा रीतीने एका वस्तूच्या रूपात झालेली घट दुसऱ्या प्रकारच्या वस्तूच्या वाढीत उत्पन्नाने भरून निघते, त्यामुळे **'पअ'** अथवा 'ल', 'ब' हे या भरपाई उत्पन्नात बदल होत; त्यामुळे उपभोक्ता त्याच समवृत्तीवक्रावर संतुलित होतो.

नवीन किंमतरेषा **'अब'** ही संत्री आणि आंब्याच्या सापेक्ष किमती स्पष्ट करते तसेच ती **'पल₁'** ह्या किंमतरेषेला समांतर असते, ती **'पल₁'** ही किंमतरेषा संत्र्याच्या किमतीत झालेल्या घटीमुळे मिळाली होती म्हणजे संत्री स्वस्त झाली असता उपभोक्ता आपल्या उपयोगाची पुनर्रचना करतो आणि तो आंब्यांच्या ऐवजी संत्री जास्त खरेदी करतो कारण त्याला संत्री स्वस्त तर त्याच्या तुलनेत आंबा महाग वाटू लागतो; संत्री आणि आंब्याच्या किमतीत झालेला सापेक्ष बदल **'अब'** ह्या किंमतरेषेनी दाखविला आहे.

उपभोक्ता **'अब'** या किंमतरेषेवरील **'त'** बिंदूला संतुलित होतो, तेव्हा तो संत्र्याचे **'अम₁'** आणि आंब्याचे **'अन₁'** नग खरेदी करतो, तसेच तो त्याच समवृत्तीवक्रावरील **'थ'** बिंदूपासून **'त'** बिंदूकडे सरकतो. अशा रीतीने उपभोक्त्याची संत्र्यांच्या खरेदीतील वाढ **मम₁** व आंब्यांच्या खरेदीतील घट **नन₁** असते हा फक्त संत्री आणि आंब्यांच्या सापेक्ष किमतीचा परिणाम असतो. अशा रीतीने उपभोक्त्याच्या वास्तव उत्पन्नात झालेली घट ही वास्तव उत्पन्नात झालेल्या वाढीमुळे भरून निघते. उपभोक्त्याचे **'थ'** पासून **'त'** कडे सरकणे म्हणजे 'पर्यायता परिणाम' होय. यावरून असे स्पष्ट होते की, पर्यायता परिणामामुळे उपभोक्ता त्याच समवृत्तीवक्रावर राहतो, फक्त त्याच्या संतुलनाचा बिंदू

बदलतो. ज्या वस्तू परस्परांना अधिक जवळच्या पर्यायी असतात, त्याच वस्तूंच्या बाबतीत हा परिणाम अधिक दिसून येतो.

स्लट्स्की / स्लस्की पर्यायता परिणाम (Slutsky Substitution Effect)

वस्तूची किंमत कमी झाल्यामुळे उपभोक्त्याच्या खरेदीशक्तीत जेवढी वाढ होते, ती कमी करण्यासाठी जेवढे उत्पन्न लागते तेवढे पैशातील उत्पन्न कमी केल्यास पर्यायता परिणाम स्पष्ट करता येतो; असे स्लस्कीचे मत होते. दुसऱ्या शब्दांत स्लट्स्कीच्या परिमाणानुसार उत्पन्नात झालेली वाढ किंवा घट अशी असते की, ज्यामुळे उपभोक्ता त्याची इच्छा असल्यास तो संत्री आणि आंब्यांच्या पूर्वीचा गट खरेदी करू शकतो; याचाच अर्थ, उत्पन्नात झालेला बदल म्हणजे जुन्या किमतीला संत्र्यांची खरेदीसंख्या आणि नवीन किमतीला आंब्यांची पूर्वीची खरेदीसंख्या होय.

स्लट्स्कीचा पर्यायता परिणाम पुढील आकृतीच्या साहाय्याने (२.२१) स्पष्ट करता येतो. दिलेल्या उपभोक्त्याच्या उत्पन्नाला वस्तूच्या किमती **'पल'** या रेषेनी दाखविल्या आहेत. या दिलेल्या किमतीला आणि उत्पन्नाला उपभोक्ता **'स'** या समवृत्ती वक्राला **'थ'** बिंदूत संतुलित होतो. तेव्हा तो संत्र्याचे **'अम'** आणि आंब्याचे **'अन'** एवढे नग खरेदी करतो; जर संत्र्यांच्या किमतीत घट झाली आणि आंब्यांची किंमत अथवा उपभोक्त्याचे पैशातील उत्पन्न तेवढेच राहिले तर संत्र्यांच्या किमतीत घट झाली असल्यामुळे किंमतरेषा **'पल'** न राहता **'पल१'** होते व उपभोक्त्याच्या वास्तव उत्पन्नात व खरेदीशक्तीत वाढ होते.

स्लट्स्कीचा पर्यायता परिणाम समजण्यासाठी उपभोक्त्याच्या पैशातील उत्पन्नात घट व्हावी लागते. म्हणजेच उपभोक्त्याचे पैशातील उत्पन्न **'अप'** पासून **'अग'** एवढे कमी झाले आहे. ही पैशाच्या उत्पन्नातील घट म्हणजे खर्च फरक (Cost Difference) होय. स्लट्स्कीने पर्यायता परिणाम स्पष्ट करण्यासाठी खर्चफरक ही पद्धत वापरली आहे.

उपभोक्त्याने **'पग'** एवढ्या उत्पन्नाचा त्याग केल्यास म्हणजे तो वस्तूचे पूर्वीएवढ्या वस्तूंची खरेदी करू शकतो. त्यासाठी **'थ'** बिंदूतून **'गह'** ही किंमतरेषा काढली आहे. त्यामुळे तो पूर्वीएवढ्या वस्तूंची खरेदी करू शकतो पण तो तेवढ्या वस्तूंची खरेदी करीत नाही, कारण त्याच्या दृष्टीने संत्री स्वस्त, तर आंबा तुलनात्मकदृष्ट्या महाग झाला आहे. असा हा वस्तूच्या किमतीत झालेला सापेक्ष बदल त्याला खरेदीची पुनर्रचना करण्यासाठी प्रवृत्त करतो, त्यामुळे तो संत्र्याचे अधिक व आंब्याचे कमी नग खरेदी करतो.

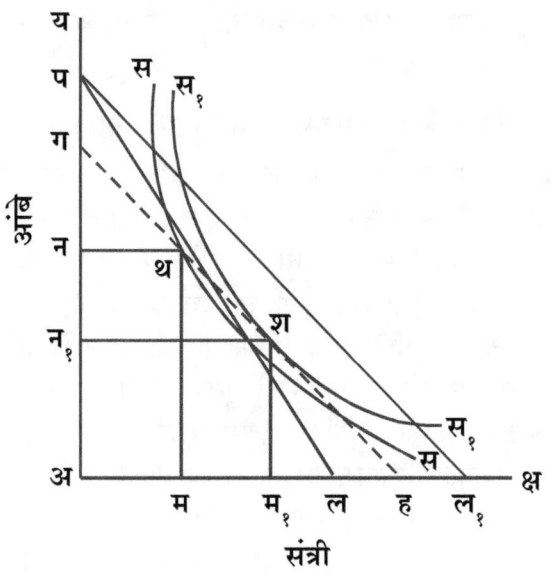

आकृती २.२१

असे असताना स्लट्स्कीच्या परिणामानुसार उपभोक्ता त्याच समवृत्तीवक्रावरून पुढे सरकत नाही, कारण नवीन किंमतरेषा **'गह'** ही **'स'** ह्या समवृत्तीवक्राला कोठेही स्पर्श करीत नाही, उलट ती **स१** या समवृत्तीवक्राला **'श'** बिंदूत स्पर्श करते, त्यामुळे उपभोक्ता **'स१'** या समवृत्ती वक्रावरील **'श'** बिंदूला संतुलित होतो. जो समवृत्तीवक्र **'स'** या पूर्वीच्या समवृत्तीवक्राच्या वरच्या दिशेला आहे. म्हणजेच या समवृत्ती वक्रावर उपभोक्त्याला मिळणारे समाधान पूर्वीपेक्षा जास्त असते. अशा रीतीने उपभोक्त्याचे **'थ'** पासून **'श'** कडे सरकणे यालाच 'स्लट्स्की पर्यायता परिणाम' म्हणतात. अशावेळी उपभोक्ता आंब्यांचे **'नन१'** एवढे नग कमी खरेदी करतो तर त्याऐवजी तो संत्र्यांचे **मम१** एवढे जास्त नग खरेदी करतो.

यावरून असे स्पष्ट होते की, हिक्स ॲलनचा पर्यायता परिणाम एकाच वक्रावर घडतो. याउलट, स्लट्स्कीच्या पर्यायता परिणामात उपभोक्ता एका समवृत्तीवक्रावरून दुसऱ्या समवृत्तीवक्राकडे सरकतो; म्हणजे हा परिणाम भिन्न समवृत्तीवक्रावर घडत असतो.

२.५ प्रकट / अभिव्यक्ती पसंती सिद्धान्त : निर्देशक

(Theory of Revealed preference : Index Number)

आपण मार्शलच्या उपयोगिता सिद्धान्ताचे आणि हिक्सच्या समवृत्तीवक्राचे मागणीबाबत विश्लेषण केले. हे दोन्ही सिद्धान्त उपभोक्त्याच्या मागणीचे मानसशास्त्रीय

विश्लेषण करतात. याउलट, सॅम्युलसन या अर्थशास्त्रज्ञाने प्रकट पसंतीसिद्धान्तातून बाजारातील वस्तूच्या किमतीत बदल झाला असता प्रत्यक्ष उपभोक्ता कसा वागतो अथवा त्याच्या वागणुकीत काय बदल होतो ते स्पष्ट केले. अशा रीतीने प्रकट पसंतीसिद्धान्त हा उपभोक्त्याच्या वागणुकीचे स्पष्टीकरण करतो, तसेच हा सिद्धान्त क्रमदर्शी(Ordinal Utility) संकल्पनेवर आधारित आहे.

या सिद्धान्तानुसार उपयोगितेची तुलना करता येते, परंतु संख्येत मोजमाप करता येत नाही, म्हणून प्रा. मुजुमदार प्रकट पसंतीसिद्धान्ताला 'क्रमदर्शी वागणूक सिद्धान्त' म्हणतात. उपभोक्त्याची ही क्रमदर्शी वागणूक दोन तत्त्वे स्पष्ट करते - अ) वर्तनवादी / वर्तनविषयक (Behaviouristic) ब) क्रमदर्शी (Ordinal)त्यामुळे प्रकट पसंतीसिद्धान्त अधिक शास्त्रीय वाटतो.

सॅम्युलसनचा प्रकट पसंतीसिद्धान्त 'निवड पसंती दर्शविते' यावर आधारित आहे. म्हणजेच आधार पसंती परिकल्पना हा आधार आहे. यानुसार जेव्हा उपभोक्त्यासमोर विविध गटांची निवड करण्याचा प्रश्न येतो, तेव्हा उपभोक्ता त्या विविध गटांतून एका गटाची निवड करतो. तेव्हा तो आपली पसंती एका गटाच्या संदर्भात प्रकट करतो; म्हणजेच तो इतर गटांना नाकारतो. उपभोक्ता विशिष्ट गटाचीच खरेदी करतो. याचा अर्थ इतर गटांपेक्षा त्या गटाला पसंती दर्शवितो.

सॅम्युलसनचा प्रकट पसंतीसिद्धान्त खालील आकृतीद्वारे स्पष्ट केला आहे.

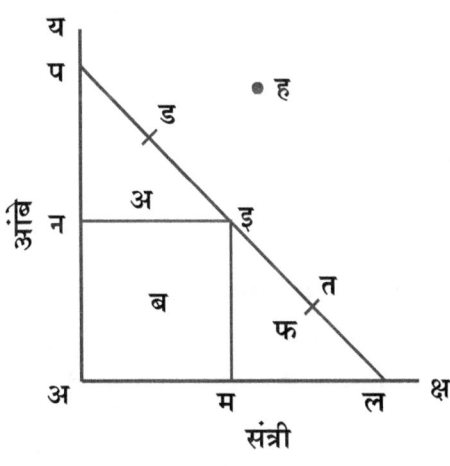

आकृती २.२२

उपभोक्ता संत्री आणि आंबे अशा दोन वस्तू खरेदी करतो. त्या वस्तूच्या किमती आणि उपभोक्त्याचे उत्पन्न दर्शविणारी 'पल' किंमतरेषा आहे. उपभोक्ता उत्पन्नाच्या

साहाय्याने संत्री आणि आंबे या वस्तूंचे विविध गट घेऊ शकतो. जे गट **'पल'** किंमतरेषेच्या आतील **'पअल'** या जागेतील असतील - त्या गटाची तो निवड करू शकत नाही, कारण उपभोक्त्याचे उत्पन्न मर्यादित आहे हे गृहीत आहे. आकृतीमध्ये **'पल'** ह्या किंमतरेषेच्या आत **'अ, ब, फ'** बिंदू आहेत, तर किंमतरेषेवर **'त ड इ'** बिंदू आहेत. उपभोक्ता **'पल'** ह्या किंमतरेषेवरील अथवा **'पअल'** या त्रिकोणातील कोणत्याही गटाची तो निवड करू शकतो. म्हणून **'पअल'** ह्या त्रिकोणाला 'निवड त्रिकोण' म्हणतात. अशा कोणत्या गटाची निवड करावयाची हे उपभोक्त्याच्या प्रकटपसंतीवर अवलंबून असते. अशावेळी उपभोक्ता **'पल'** किंमतरेषेवरील **'इ'** बिंदूच्या गटाची निवड करतो; म्हणजे तो त्या बिंदूला संतुलित होतो. तेव्हा **'पअल'** या त्रिकोणातील **अ, ब, फ** आणि **पल** रेषेवरील **त** व **ड** हे गट तो नाकारतो. म्हणजे **'इ'** गट हा उपभोक्त्याची प्रकट पसंती दर्शवितो. तेव्हा **'इ'** बिंदूला तो, संत्र्यांचे **'अम'** आणि आंब्यांचे **'अन'** एवढे नग खरेदी करतो. त्याच्या दृष्टीने हा गट आदर्श असतो. **अ ब फ** हे बिंदू जे **'पल'** किंमत रेषेच्या खालच्या दिशेला आहेत. त्यावरील वस्तुंची संख्या **'इ'** बिंदूवरील संख्येपेक्षा कमी आहे, शिवाय त्या वेळी संत्रे आणि आंब्याची किंमतसुद्धा कमी आहे. तरी तो 'इ' बिंदूवर संत्रा आणि आंब्याची किंमत जास्त असताना तो **'इ'** गटाचीच निवड करतो. याचा अर्थ तो **'इ'** गटालाच आपली प्रकट पसंती दर्शवितो. आकृतीत **'ह'** हा बिंदू संत्रे आणि आंब्यांचे अधिक नग दर्शवीत असला, तरी उपभोक्ता त्या गटाची निवड करू शकत नाही, कारण तो गट उपभोक्त्याच्या मर्यादित उत्पन्नाच्या कक्षेबाहेर आहे; म्हणून तो **'ह'** गटाचा विचार करत नाही. अशा रीतीने उपभोक्ता संत्री आणि आंब्यांच्या इतर गटांऐवजी **'इ'** बिंदूत असणारा **अम** - संत्री + **अन** - आंबा या गटाला पसंती दर्शवितो. अशा रीतीने उपभोक्त्याची निवड पसंती होते.

गृहीते (Assumptions)

१) उपभोक्त्याची आवड-निवड स्थिर आहे.

२) दोन्ही वस्तूंच्या किमती आणि उपभोक्त्याचे उत्पन्न स्थिर आहे.

३) हा सिद्धान्त दोन वस्तूंच्या गटांच्या गृहीतांवर आधारित आहे.

४) उपभोक्ता विविध गटांतून तो त्या गटाची निवड करतो, त्यामुळे त्याला दोन्ही वस्तूचे जास्तीतजास्त नग घेता येतील.

५) उपभोक्ता गटाची निवड त्याच्या प्रकट पसंतीने होते. तो एखाद्या गटाला पसंती दर्शवितो, त्या वेळी इतर गट त्याच्या दृष्टीने कमी दर्जाचे असतात.

६) उपभोक्ता उत्पन्न आणि किमतीच्या साहाय्याने अनेक गटांपैकी फक्त एकाच गटाची निवड करतो. (त्यामुळे विविध गटांपैकी **'इ'** या एकाच गटाची निवड करतो.)

७) प्रकट पसंती सिद्धान्ताचे एक गृहीत म्हणजे प्रबलक्रमपसंती होय. (म्हणजे विविध गटांना विशिष्ट क्रम दिले तर प्रकटपसंती सिद्धान्तानुसार सर्वांत अधिक क्रमाच्याच गटाची निवड उपभोक्ता करतो, यालाच 'प्रबळक्रमपसंती' म्हणतात.)

८) प्रकटपसंती सिद्धान्ताचे सुसंगती हे एक गृहीत आहे. (म्हणजे **अ** व **ब** या दोन वेगळ्या गटांतून एकदा **'अ'** गटाची निवड केल्यानंतर पुन्हा **'ब'** गटाची निवड होण्याचा प्रश्नच उद्‌भवत नाही, कारण एकदा उपभोक्त्याने त्याची प्रकटपसंती **'अ'** गटाला दर्शविल्यानंतर पुन्हा तो **'ब'** गटाला आपली पसंती दर्शवू शकत नाही, कारण या निवडीला काही अर्थ राहणार नाही.)

प्रकट पसंती सिद्धान्ताचे टीकात्मक परीक्षण
(Critical Appraisal of Revealed Preference Theory)

१) प्रकटपसंती सिद्धान्त हा पूर्ण स्पर्धेवर आधारित असल्याने पूर्ण स्पर्धेच्या बाजारपेठेतच हा सिद्धान्त प्रत्ययास येतो. त्यामुळे हा सिद्धान्त अल्पाधिकाराच्या बाजारपेठेतील खेळी सिद्धान्ताला लागू पडत नाही.

२) हा सिद्धान्त उत्पन्न परिणाम आणि पर्यायिता परिणामातील फरक स्पष्ट करीत नाही. जेव्हा वस्तूची किंमत कमी होते, तेव्हा वस्तूच्या मागणीत वाढ होते; पण मागणीत झालेली वाढ उत्पन्नामुळे किती व पर्यायिता परिणामामुळे किती झाली याचे स्पष्टीकरण करीत नाही. परंतु, समवृत्तीवक्रामुळे वस्तूच्या किमतीत झालेल्या घटीमुळे मागणीत जी वाढ होते, त्यातील उत्पन्नाचा परिणाम किती व पर्यायिता परिणाम किती याचे विश्लेषण करता येते. त्यामुळे प्रकटपसंती सिद्धान्तापेक्षा समवृत्तीवक्र श्रेष्ठ आहे.

३) सॅम्युलसनचा प्रकटपसंती सिद्धान्त हा धन उत्पन्न लवचिकतेच्या गृहीतावर आधारित आहे; म्हणजे उत्पन्न लवचिकता ऋण असते, तेव्हा हा सिद्धान्त मागणीसिद्धान्ताचे स्पष्टीकरण करू शकत नाही, तसेच वस्तूच्या किमतीच्या बदलाचा वस्तूच्या मागणीवर काय परिणाम होतो हे स्पष्ट करता येत नाही, म्हणजेच प्रकट पसंती सिद्धान्त गिफेनच्या विरोधाभासाचे विश्लेषण करू शकत नाही.

४) वस्तू निवडीबाबत जेव्हा अनिश्चिततेची आणि धोकादायक परिस्थिती निर्माण होते, तेव्हा वैयक्तिक उपभोक्ते खेळ सिद्धान्ताच्या (Game Theory) डावपेचांचा अवलंब करतात. या स्थितीचे स्पष्टीकरण हा सिद्धान्त करीत नाही; हा दोष या सिद्धान्ताचा आहे.

५) या सिद्धान्तानुसार खरेदीसाठी अनेक गट असतात, त्यामुळे उपभोक्ता तटस्थ राहू शकत नाही. त्यापैकी एका गटाची नेहमीच निवड करतो, मात्र टीकाकारांच्या मते, इतर गटांच्या बाबतीत उपभोक्ता तटस्थ नसतो, हे सॅम्युलसनचे म्हणणे खरे नाही, कारण उपभोक्ता अनेक गटांतून जेव्हा एका गटाची निवड करतो, तेव्हा तो इतर गटांच्या बाबतीत

तटस्थच असतो, केलेल्या गटाच्या जवळ असणारे गट यामध्ये उपभोक्ता फरक दाखवू शकत नाही, मग क्रमवारी कशीही असो! त्यामुळे मागणी सिद्धान्ताचे विश्लेषण करताना उपभोक्त्याच्या तटस्थतेचा विचार न करणे अयोग्य आहे.

म्हणजे हा सिद्धान्त उपभोक्त्याच्या तटस्थ वर्तणुकीचा विचार करत नाही.

२.६ लवचिकतेच्या संकल्पना : किंमत लवचिकता, उत्पन्न लवचिकता; छेदक अथवा अन्योन्य लवचिकता

(Concept of Elasticity : Price, Income and Cross Elasticity)

लवचिकतेचा अर्थ :- अर्थशास्त्रात दोन भिन्न घटकांतील सापेक्ष बदलाच्या प्रमाणास लवचिकता म्हणतात. म्हणजे

$$लवचिकता = \frac{परिमाणातील\ सापेक्ष\ बदल}{किमतीतील\ सापेक्ष\ बदल}$$

म्हणजे वस्तूच्या किमतीत होणाऱ्या बदलाला मागणी कसा प्रतिसाद देते हे सांगणे होय. वस्तूच्या किमतीत थोडा बदल (वाढ किंवा घट) झाला असता मागणीत होणारा बदल (घट किंवा वाढ) कसा असतो हे सांगणे म्हणजे मागणीची लवचिकता होय. लवचिकतेची संकल्पना अधिक सोपी करण्यासाठी - सापेक्ष बदल समजण्यासाठी शेकडा बदल (प्रमाण) लक्षात घ्यावे. उदा. वस्तूच्या किमतीत झालेली घट १० टक्के असताना मागणीत झालेली वाढ २० टक्के असेल तर

$$लवचिकता = \frac{मागणीतील\ बदलाचे\ प्रमाण}{किमतीतील\ बदलाचे\ प्रमाण} = \frac{२०\%}{१०\%} = २$$

मागणीचे फल हे ऋण असल्यामुळे मागणीची लवचिकता नेहमी ऋण असते. व्यवहारात ऋण असा नेहमी उल्लेख करीत नाहीत. अशा रीतीने कोणत्याही दोन भिन्न घटकांतील बदलाचे प्रमाण लक्षात घेऊन त्याच्या प्रमाणाचा (Ratio)विचार केला असता लवचिकता लक्षात येते.

लवचिकतेच्या विविध संकल्पनांपैकी मागणीची लवचिकता हा एक प्रकार आहे.

मागणीच्या नियमानुसार वस्तूच्या किमती आणि वस्तूची मागणी यांचा व्यस्त संबंध असतो; म्हणजे अधिक किमतीला कमी मागणी आणि कमी किमतीला जास्त मागणी होय. कमी किमतीला जास्त मागणी म्हणजे किती जास्त अथवा जास्त किमतीला कमी

म्हणजे किती कमी याचा अर्थ वस्तूच्या किमतीतील बदल सारखा असूनही मागणीतील बदल भिन्न असतो. तो किती भिन्न आहे ह्याचा अभ्यास मागणीच्या लवचिकतेत केला जातो. कुर्नोट (Cournot), मिल (Mill) इ. नी मागणीच्या लवचिकतेची कल्पना मांडली. परंतु, अलीकडे मार्शल यांनी ती विकसित केली.

अ) किंमत लवचिकता : वस्तूच्या किमतीत झालेल्या बदलाचा परिणाम म्हणून मागणीत बदल होण्याचे जे प्रमाण आहे त्यास 'किंमत लवचिकता' असे म्हणतात.

डॉ. मार्शल यांच्या मते, 'किमतीतील घटीमुळे मागणीत होणारी कमी किंवा जास्त वाढ आणि किमतीतील वाढीमुळे मागणीत होणारी कमी किंवा जास्त घट म्हणजे मागणीची किंमत लवचिकता होय.'

प्रा. लिप्से यांच्या मते, 'मागणीतील शेकडा बदलाचे किमतीतील शेकडा बदलाशी असणारे प्रमाण म्हणजे मागणीची किंमत लवचिकता होय.'

मागणीतील बदलाचे प्रमाण आणि किमतीतील बदलाचे प्रमाण यांच्यातील गुणोत्तर प्रमाणास मागणीची 'किंमत लवचिकता' म्हणतात. सूत्ररूपात ही लवचिकता पुढीलप्रमाणे मांडता येते.

$$\text{किंमत लवचिकता} = \frac{\text{मागणीतील शेकडा बदल}}{\text{किमतीतील शेकडा बदल}}$$

या गुणोत्तराचे उत्तर एक, एकापेक्षा जास्त किंवा एकापेक्षा कमी येते; त्यानुसार मागणीची लवचिकता समजते.

$$E_p = \frac{\Delta Q}{Q} = \frac{\Delta P}{P}$$

E_p = मागणीतील किंमत लवचिकता

Q = मूळ मागणी

ΔQ = मागणीत झालेला बदल

P = मूळ किंमत

ΔP = किमतीत झालेला बदल

उदा. किमतीत १०% नी घट झाल्यामुळे मागणीत २०% वाढ झाली असेल, तर मागणीची लवचिकता २ आहे.

किंमत लवचिकतेचे प्रकार :

किंमत लवचिकतेचे पुढील पाच प्रकार आहेत.

१) संपूर्ण लवचीक अथवा अनंत लवचीक मागणी (Perfectly Elastic Demand) : जेव्हा किमतीत कोणतेही बदल न होता (किंवा अल्प बदल होता) मागणीत मोठ्या प्रमाणावर बदल घडून येतात, तेव्हा पूर्ण लवचीक मागणी असते. अशा प्रकारची पूर्ण लवचीक मागणी अशी स्थिती प्रत्यक्ष व्यवहारात आढळते. हा प्रकार तत्त्वविश्लेषणाच्या दृष्टीनेच महत्त्वाचा आहे. पूर्ण लवचीक मागणी वक्र 'अक्ष' अक्षाला समांतर असतो.

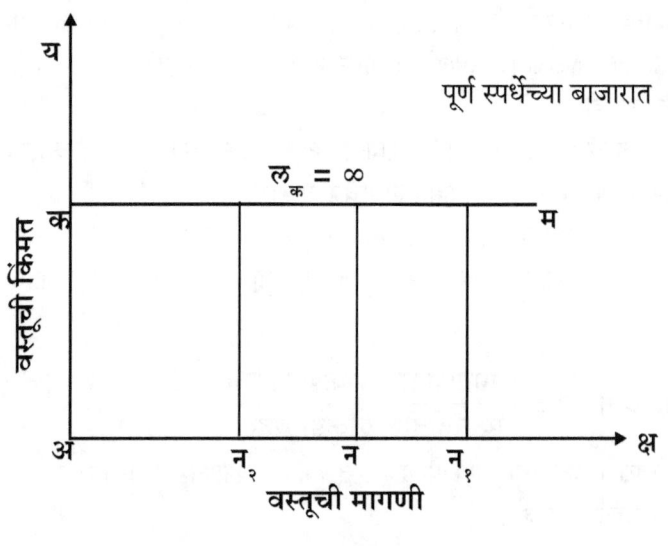

आकृती २.२३

आकृतीमध्ये 'अक्ष' अक्षावर मागणी आणि 'अय' अक्षावर वस्तूची किंमत दर्शविली आहे. किंमत 'अक' असताना मूळची मागणी 'अन' एवढी आहे. किंमत 'अक' असताना नवीन मागणी अन$_१$ आणि अन$_२$ एवढी आहे. यावरून मागणीत वाढ आणि घट झालेली आहे.

२) पूर्ण अलवचीक मागणी (Perfectly Inelastic Demand) : किमतीत कितीही बदल झाला, तरी मागणीत बदल होत नसेल, तर त्या मागणीला 'पूर्ण अलवचीक मागणी' असे म्हणतात. अशावेळी मागणीची लवचिकता शून्य असते. उदा. मिठाची किंमत कमी-जास्त झाली तरी मागणी मात्र स्थिर असते. अशा वस्तूंचा मागणी वक्र 'अय' अक्षाला समांतर असतो.

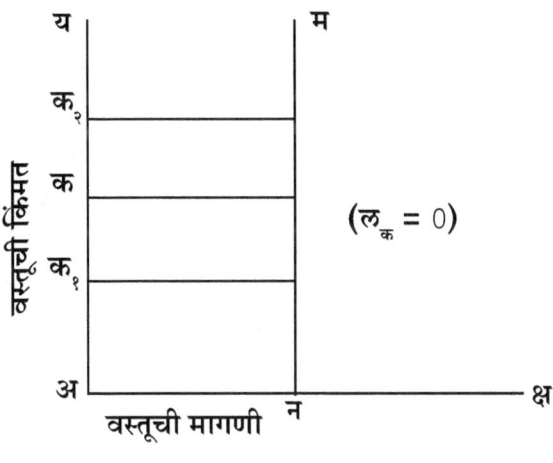

आकृती २.२४

आकृतीत **'मन'** हा मागणीवक्र आहे. वस्तूची किंमत **'अक'** असताना वस्तूची मागणी **'अन'** इतकी आहे. किंमत वाढून ती **अक$_२$** झाली तरी मागणी **'अन'** एवढीच राहते. किंमत कमी होऊन ती **अक$_१$** झाली तरी मागणी **'अन'** एवढीच राहते.

३) एक किंवा एकक लवचिकता (Unit Elasticity) : जेव्हा किमतीतील बदलांचे आणि मागणीतील बदलांचे प्रमाण सारखेच असते, तेव्हा एकक लवचीक मागणी असते, म्हणजेच किंमत जेवढ्या प्रमाणात घटते, तेवढ्याच प्रमाणात मागणीत वाढ होते व किंमत जेवढ्या प्रमाणात वाढते, तेवढ्याच प्रमाणात मागणीत घट होते. अशावेळी मागणीची लवचिकता एक असते.

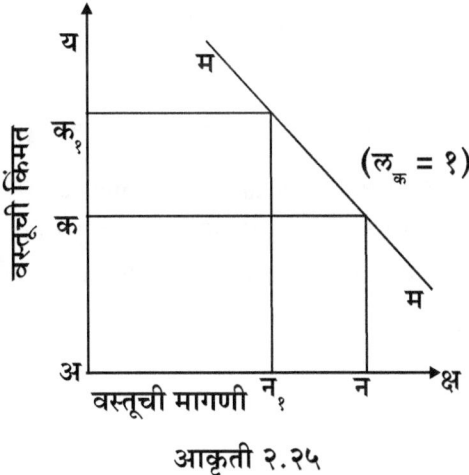

आकृती २.२५

आकृतीत किमतीत झालेला बदल **'कक$_{१}$'** आहे; आणि मागणीत झालेला बदल **'नन$_{१}$'** आहे. म्हणजेच किमतीत झालेल्या बदलाप्रमाणे त्याच सम प्रमाणात मागणीतही बदल झाला आहे.

४) फार लवचीक मागणी (Highly Elastic Demand) : जेव्हा किमतीत होणाऱ्या अल्पशा बदलामुळे, मागणीत त्यामानाने मोठ्या प्रमाणात बदल होत असेल तेव्हा तिला 'फार लवचीक मागणी' म्हणतात.

अशावेळी किंमत थोड्या प्रमाणात कमी झाली, तरी मागणी मोठ्या प्रमाणात वाढते व किंमत थोडीशी वाढली तरी मागणी मोठ्या प्रमाणात कमी होते.

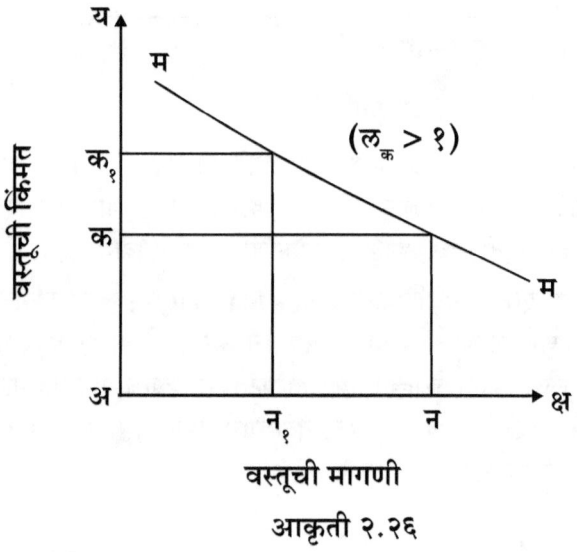

म
वस्तूची किंमत
म
वस्तूची मागणी

आकृती २.२६

किमतीत **'कक$_{१}$'** हा थोडा बदल झाला. त्यामुळे मागणीत **'नन$_{१}$'** एवढा मोठा बदल झालेला दिसून येतो, म्हणून किंमत लवचिकता एकापेक्षा जास्त आहे.

५) कमी लवचीक मागणी (Inelastic Demand) : जेव्हा किमतीत बराच मोठा बदल झाला तरी मागणीत फारच थोडा बदल होतो, तेव्हा त्याला 'कमी लवचीक मागणी' असे म्हणतात. यामध्ये मागणीतील बदल किमतीतील बदलापेक्षा लहान असतात.

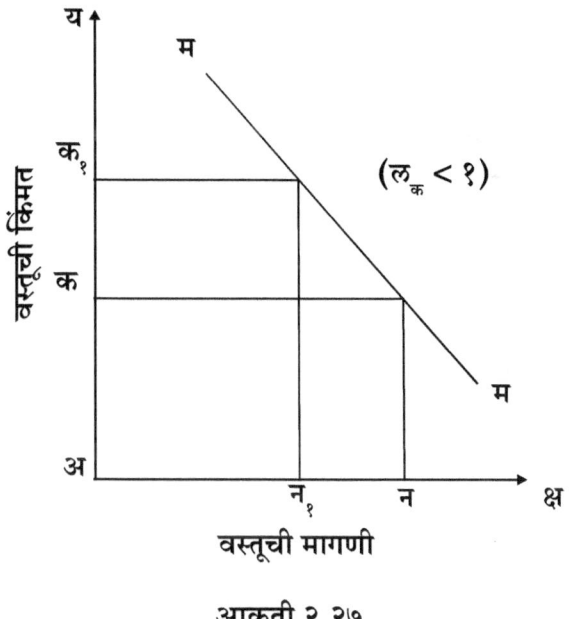

आकृती २.२७

आकृती २.२७ मध्ये किमतीतील बदल **क** पासून **क₁** पर्यंत झाला, परंतु त्यामुळे मागणीमध्ये मात्र **नन₁** एवढी घट झाली. अशा परिस्थितीत मागणीची लवचिकता एकापेक्षा कमी आहे.

ब) मागणीची उत्पन्न लवचिकता (Income Elasticity of Demand)

किंमत लवचिकतेत किंमत आणि मागणी यांच्या संबंधांचा अभ्यास केला जातो, तर उत्पन्न लवचिकतेमध्ये उत्पन्न आणि मागणी यांचा संबंध विचारात घेतला जातो. उपभोक्त्याच्या उत्पन्नात बदल झाल्यास मागणीत निश्चित किती बदल होईल हे उत्पन्न लवचिकतेवरून समजते.

'उत्पन्नातील बदलाचे मागणीतील बदलाशी असणारे प्रमाण म्हणजे उत्पन्न लवचिकता होय.' हा बदल शेकडा किंवा प्रमाण या परिमाणामध्ये व्यक्त करता येते.

सूत्र १ : उत्पन्न लवचिकता = $\dfrac{\text{मागणीतील शेकडा बदल}}{\text{उत्पन्नातील शेकडा बदल}}$

सूत्र २ : उत्पन्न लवचिकता = $\dfrac{\text{मागणीतील प्रमाणशीर बदल}}{\text{उत्पन्नातील प्रमाणशीर बदल}}$

सूत्र दोनमध्ये उत्पन्न आणि मागणी यांच्यातील प्रमाणशीर बदल विचारात घेतला आहे. सूत्र - १ पेक्षा सूत्र - २ तार्किकदृष्ट्या श्रेयस्कर ठरते. उदा. उपभोक्त्याचे उत्पन्न दरमहा रुपये ४००० असताना तो दरमहा सारखरेवर रुपये १६० खर्च करतो. त्याचे उत्पन्न रुपये ४८०० झाले असता तो साखरेवर द.म. रुपये २२० खर्च करतो, तर उपभोक्त्याच्या मागणीची उत्पन्न लवचिकता पुढीलप्रमाणे येते.

सूत्र - २ प्रमाणे

$$= \frac{\frac{२२०-१६०}{२२०+१६०}}{\frac{४८००-४०००}{४८००+४०००}}$$

$$= \frac{\frac{०६०}{३८०}}{\frac{८००}{८८००}}$$

$$= \frac{६०}{३८०} \times \frac{८८००}{८००}$$

= १.७३ मागणीतील उत्पन्न लवचिकता येते.

उत्पन्न लवचिकतेचे प्रकार (Types of Income Elasticity)

उत्पन्न लवचिकतेचे पाच प्रकार आहेत, ते पुढीलप्रमाणे :-

१) ऋण किंवा उणे उत्पन्न लवचिकता : उत्पन्न वाढले असता निकृष्ट वस्तूंची मागणी घटते (Negative) येते. उत्पन्न वाढल्यावर निकृष्ट वस्तूंचा उपभोग कमी घेतला जातो, त्यामुळे निकृष्ट वस्तूंची मागणी कमी होते. निकृष्ट वस्तूंच्या बाबतीत उत्पन्न लवचिकता उणे असते. उदा. उत्पन्न वाढल्यावर बाजरी ऐवजी चांगल्या दर्जाची ज्वारी किंवा गहू अधिक प्रमाणात वापरले जातात.

याला गिफनचा विरोधाभास असेही म्हणतात.

IInd class जनता डबा α First Class AC

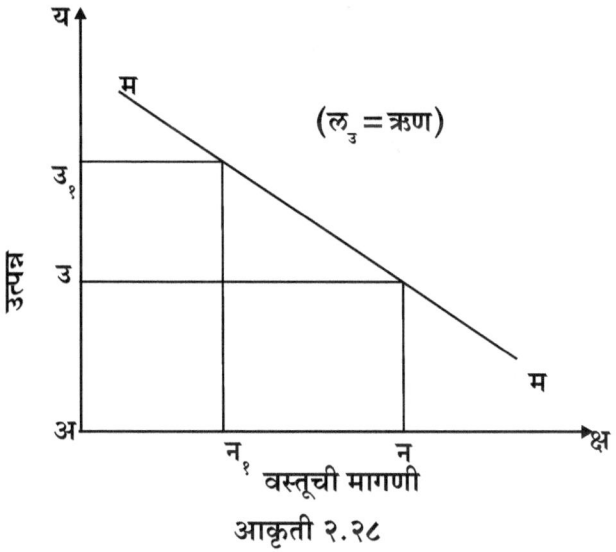

आकृती २.२८

वरील आकृतीत 'मम' हा मागणीवक्र आहे. उपभोक्त्याचे उत्पन्न 'अउ' असताना मागणी 'अन' असते. उत्पन्न अउ₁ पर्यंत वाढले असता मागणी अन₁ इतकी कमी होते. म्हणून उत्पन्न लवचिकता उणे आहे.

२) शून्य उत्पन्न लवचिकता : उत्पन्नात वाढ होऊनही जेव्हा मागणीत वाढ होत नाही, तेव्हा मागणीची उत्पन्न लवचिकता शून्य येते. उदा. उत्पन्न वाढले तरी मिठाची मागणी वाढत नाही. मागणी वक्र 'अक्ष' अक्षाला समांतर असतो.

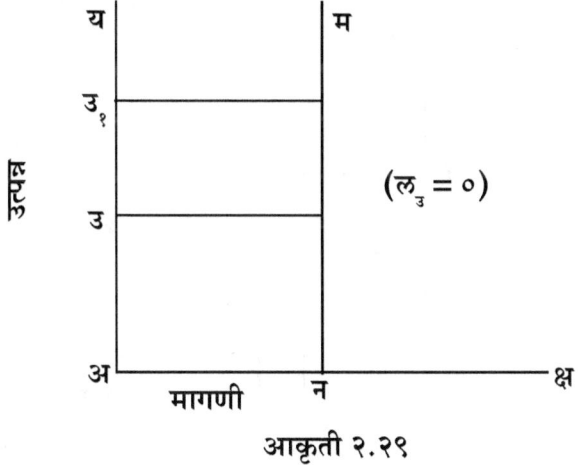

आकृती २.२९

सुरुवातीचे उत्पन्न 'अउ' असताना मागणी 'अन' आहे. उत्पन्न 'अउ₁' पर्यंत वाढले तरी मागणी 'अन' एवढीच आहे. उत्पन्न लवचिकता शून्य येते.

३) **एकक उत्पन्न लवचिकता :** जेव्हा उत्पन्नातील वाढीचे प्रमाण आणि मागणीतील वाढीचे प्रमाण सारखेच असते, तेव्हा मागणीची उत्पन्न लवचिकता एक एवढी येते.

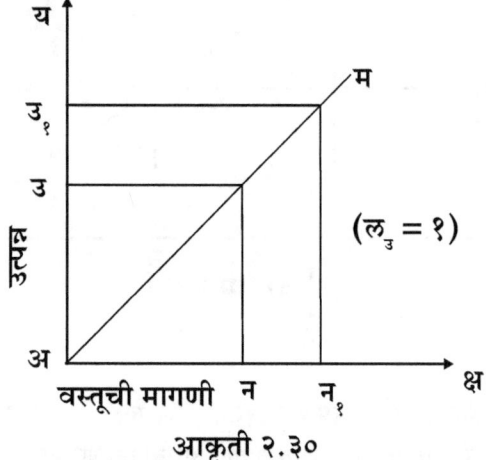

आकृती २.३०

आकृती २.३० मध्ये दर्शविल्याप्रमाणे उत्पन्न 'अउ' ऐवजी 'अउ₁' एवढे वाढले त्या वेळेस मागणीसुद्धा 'अन' ऐवजी 'अन₁' एवढी वाढली. उत्पन्नातील वाढ आणि मागणीतील वाढ समान असल्याने उत्पन्न लवचिकता एक आहे.

४) **धन परंतु एकापेक्षा कमी उत्पन्न लवचिकता :** मागणीची उत्पन्न लवचिकता शून्यापेक्षा जास्त आणि एकापेक्षा कमी असते, तेव्हा उत्पन्नातील बदलापेक्षा (२५%) मागणीत कमी प्रमाणावर बदल (१५%) होतात. तेव्हा मागणीची उत्पन्न लवचिकता एकापेक्षा कमी येते.

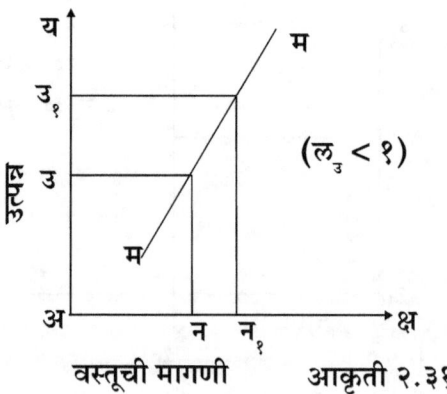

वस्तूची मागणी   आकृती २.३१

आकृती २.३१ मध्ये उत्पन्नात उ पासून उ₁ एवढा बदल झाला, परंतु मागणीत न
न₁ एवढाच बदल झाला, त्यामुळे उत्पन्न लवचिकता एक पेक्षा कमी येते.

५) एकापेक्षा जास्त उत्पन्न लवचिकता : उत्पन्नातील वाढीपेक्षा (१५%ने
वाढ) मागणीत अधिक वेगाने (२५% ने वाढ) होते, मागणीची उत्पन्न लवचिकता
एकापेक्षा जास्त येते. उदा. चैनीच्या वस्तू, सुखसोयीच्या वस्तूंच्या मागणीची उत्पन्न
लवचिकता एकापेक्षा जास्त असते.

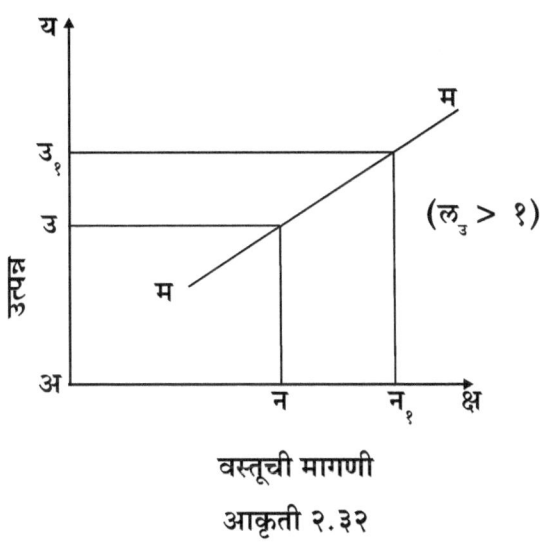

वस्तूची मागणी

आकृती २.३२

आकृती २.३२ मध्ये उत्पन्नातील वाढ 'उ' पासून उ₁ एवढीच झाली, मात्र
मागणीतील वाढ 'न' पासून न₁ पर्यंत वाढली, त्यामुळे उत्पन्न लवचिकता एकापेक्षा
जास्त आहे.

क) मागणीची छेदक / अन्योन्य लवचिकता (Cross Elasticity of Demand)

बाजारात वस्तू परस्पर पूरक किंवा पर्यायी असतात, त्यामुळे एका वस्तूच्या किमतीत
बदल झाल्यास त्याचा दुसऱ्या वस्तूच्या मागणीवर काय परिणाम होतो हे छेदक लवचिकता
स्पष्ट करते. दोन वस्तूंच्या मागणीतील परस्परसंबंध छेदक लवचिकतेवरून समजतो.
एखाद्या वस्तूची मागणी वाढल्यास तिच्या पर्यायी वस्तूची मागणी घटते, मात्र पूरक
वस्तूची मागणी वाढते, त्यामुळे त्याच्या किमती बदलतात. एका वस्तूच्या मागणीचा
दुसऱ्या वस्तूच्या मागणीवर होणारा परिणाम छेदक लवचिकता स्पष्ट करते.

छेदक लवचिकतेची व्याख्या : 'एका वस्तूच्या किमतीत प्रमाणशीर बदल

झाल्यामुळे दुसऱ्या वस्तूच्या मागणीत होणाऱ्या प्रमाणशीर बदलांचे गुणोत्तर म्हणजे छेदक लवचिकता होय.'

मागणीची छेदक लवचिकता काढण्यासाठी पुढील सूत्राचा वापर केला जातो.

$$\text{छेदक लवचिकता} = \frac{\text{'क्ष' वस्तूच्या मागणीतील शेकडा बदल}}{\text{'य' वस्तूच्या किमतीतील शेकडा बदल}}$$

मागणीची छेदक लवचिकता 'क्ष' आणि 'य' वस्तूंच्या छेदक मागणीच्या स्वरूपावर अवलंबून असते. त्या वस्तू पर्यायी किंवा पूरक असतात. मागणीची छेदक लवचिकता धन, ऋण व शून्य असते.

किंवा

$$\text{छेदक लवचिकता} = \frac{\text{'क्ष' वस्तूच्या मागणीतील प्रमाणशीर बदल}}{\text{'य' वस्तूच्या मागणीतील प्रमाणशीर बदल}}$$

$$E \times Y = \frac{\Delta Qx}{\Delta Py} \times \frac{Py}{Qx}$$

अथवा

$$ल_{क्षय} = \frac{\Delta ख_{क्ष}}{\Delta क_य} \times \frac{क_य}{ख_{क्ष}}$$

छेदक लवचिकतेचे प्रकार

मागणीची छेदक लवचिकता दोन वस्तूंमधील संबंध शोधण्यासाठी महत्त्वाची ठरते. छेदक लवचिकतेचे पुढील प्रकार आहेत.

१) अनंत लवचिकता : जेव्हा अनंत लवचिकता असते, तेव्हा त्या दोन वस्तू परस्परांचे पूर्ण पर्याय असतात. 'य' वस्तूच्या मागणीत एका पैशाने वाढ झाली तरी सर्व ग्राहक 'क्ष' वस्तूची मागणी करतील आणि 'य' वस्तूचा खप शून्यावर येईल. मात्र, या वस्तूची किंमत एका पैशाने घटली तर 'क्ष' वस्तूची मागणी शून्यावर येते; असे असेल तर छेदक लवचिकता अनंत येईल. पूर्ण पर्यायासाठी दोन वस्तू रंग, रूप, आकार, वजन इत्यादी बाबतीत सारख्याच असाव्या लागतात; असे असते तेव्हा दोन वस्तू वेगवेगळ्या राहातच नाहीत.

२) शून्य लवचीक : वस्तूची किंमत कितीही कमी अथवा जास्त झाली तरी

दुसऱ्या वस्तूच्या मागणीवर काहीच परिणाम होत नाही, तेव्हा त्या दोन वस्तूंमध्ये पर्यायिता मुळीच नाहीच असा अर्थ होतो.

३) धन लवचिकता : कोणत्याही दोन वस्तूंमध्ये धन छेदक लवचिकता येथे

$\triangle$Qx = $\triangle$ख$_\text{क्ष}$ = 'क्ष' वस्तूच्या मागणीतील बदल

$\triangle$Py = $\triangle$क$_\text{य}$ = 'य' वस्तूच्या किमतीतील बदल

Py = क$_\text{य}$ = य वस्तूची मूळची किंमत

Qx = ख$_\text{क्ष}$ = क्ष वस्तूची मूळची मागणी

उदा. कॉफीच्या १०० ग्रॅमच्या पुडीची किंमत २० रुपयांवरून २४ रुपयांपर्यंत वाढल्याने एका विक्रेत्याचा चहाचा खप १४० किलोवरून २०० किलोपर्यंत (एक आठवड्यात) वाढला, तर कॉफीऐवजी चहाची छेदक किंवा अन्योन्य लवचिकता पुढीलप्रमाणे :

$$ल_\text{क्षय} = \frac{\triangle \text{ख}_\text{क्ष}}{\triangle \text{क}_\text{य}} \times \frac{\text{क}_\text{य}}{\text{ख}_\text{क्ष}}$$

$$= \frac{६०}{४} \times \frac{२०}{१४०}$$

= २.१४ ही छेदक लवचिकता येते.

४) ऋण लवचिकता : ऋण लवचिकता ही दोन वस्तूंमधील पूरकता दाखविते. 'य' ची किंमत वाढल्याने 'क्ष' ची मागणी कमी होते. उदा. मोटारची किंमत वाढल्याने पेट्रोलची मागणी कमी होते, कारण मोटारीची किंमत वाढल्याने मोटारीची मागणी कमी होते. त्याशिवाय पेट्रोलची मागणीसुद्धा कमी होते.

खालील आकृती २.३३ मध्ये (अ.ब.क.) आकृतीत छेदक किंवा अन्योन्य लवचिकतेचे प्रकार दाखविले आहेत. आकृती २.३३ (अ.ब.क.)

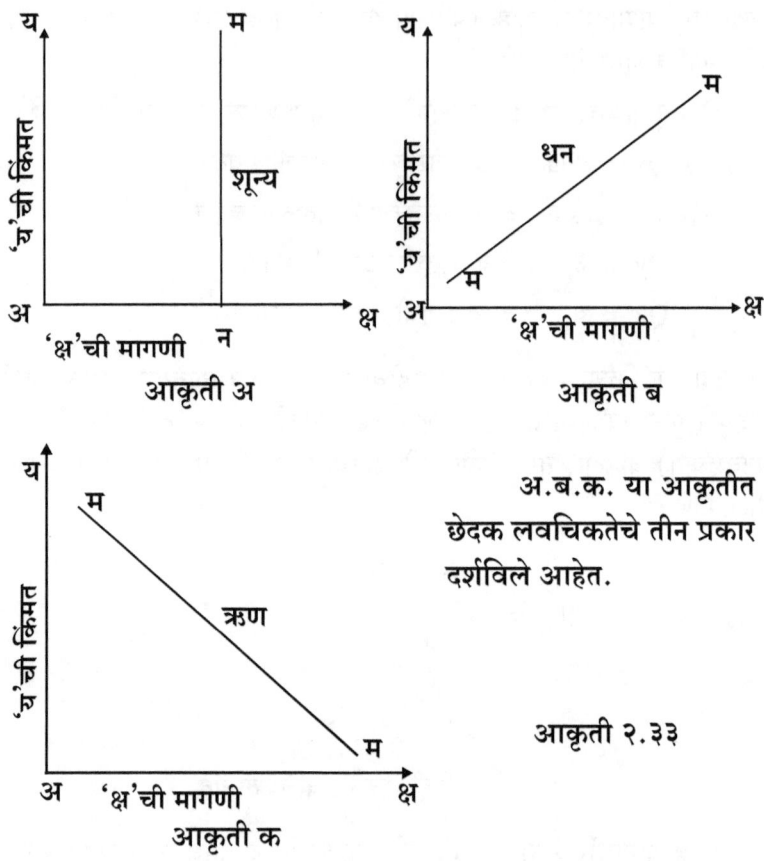

आकृती अ

आकृती ब

आकृती क

अ.ब.क. या आकृतीत छेदक लवचिकतेचे तीन प्रकार दर्शविले आहेत.

आकृती २.३३

२.७ उपभोक्त्याचे / ग्राहकाचे संतोषाधिक्य : संकल्पना
(Concept of Consumer surplus)

उपभोक्त्याचे संतोषाधिक्य ही कल्पना सर्वप्रथम फ्रेंच इंजिनिअर व अर्थशास्त्रज्ञ अर्सेन ज्यूलेस डप्यूट यांनी मांडली. पुढे ही संकल्पना डॉ. मार्शल यांनी सविस्तर मांडली.

ह्या वस्तूच्या गरजेची तीव्रता अधिक असल्याने तिच्यासाठी उपभोक्ता / ग्राहक जास्त किंमत द्यायला तयार आहे. अशी वस्तू ग्राहकाला स्वस्तात नाममात्र किमतीला उपलब्ध होणे म्हणजे उपभोक्त्याचे / ग्राहकाचे संतोषाधिक्य होय.

उपभोक्त्याला एखाद्या वस्तूची अधिक गरज असेल त्या वेळी तो त्या वस्तूला अधिक किंमत देण्यास तयार असतो. त्या वस्तूसाठी जास्त किंमत देऊन खरेदी करण्याची तयारी असते, मात्र प्रत्यक्षात ती वस्तू कमी किमतीत मिळते; म्हणजेच प्रत्यक्षात वस्तू

खरेदी करताना कमी किंमत देतो, त्यामुळे त्याचा अप्रत्यक्षरीत्या फायदा होतो; त्याला 'उपभोक्त्याचे संतोषाधिक्य' असे म्हणतात. डॉ. मार्शल यांनी संतोषाधिक्याची व्याख्या पुढीलप्रमाणे केली आहे.

'एखादी वस्तू हातची जाऊ नये म्हणून ग्राहक त्या वस्तूला जास्तीतजास्त किंमत देण्यास तयार असतो, ती किंमत आणि प्रत्यक्षात देतो ती किंमत या दोहोतील फरकाच्या आर्थिक मापनास उपभोक्त्याचे / ग्राहकाचे संतोषाधिक्य म्हणतात.'

म्हणजेच उपभोक्ता देण्यास तयार असलेली जास्तीतजास्त किंमत - प्रत्यक्षात तो देतो ती किंमत = उपभोक्त्याचे संतोषाधिक्य होय.

उदा. जर आपल्याला एखादी वस्तू खरेदी करावयाची असेल अशा वस्तूस बाजारातून आणण्यासाठी 'अ' व्यक्ती गेल्यास या स्थितीत ती व्यक्ती १५ रुपये प्रति दराने एक किलो कांदा खरेदी करण्यास तयार असते.

परंतु, बाजारात प्रत्यक्षात १० रु. दराने कांदा मिळतो. या व्यवहारात त्याचा प्रत्यक्षात १५-१० = ५ रुपये फायदा होतो. यालाच मार्शल उपभोक्त्याचे संतोषाधिक्य असे म्हणतो. या प्रकारचा अनुभव लोकांना दैनंदिन व्यवहारात अनेक वेळा येतो. मार्शलच्या या कल्पनेला उपभोक्त्याचे लाभाधिक्य अथवा उपभोक्त्याचे संतोषाधिक्य असे सुद्धा म्हणतात.

तक्ता २.६ उपभोक्त्याचे संतोषाधिक्य

मोसंबीचे नग	उपभोक्ता देण्यास तयार असलेली किंमत	प्रत्यक्ष दिलेली किंमत	उपभोक्त्याचे संतोषाधिक्य
१	१५	१०	५
२	१३	१०	०३
३	११	१०	०१
४	१०	१०	०
५	९	१०	-१

वरील तक्त्यावरून असे दिसून येते की, पहिल्या नगापासून १५ रुपये किमतीचे समाधान मिळत असूनही १० रुपये किंमत द्यावी लागल्याने उपभोक्त्याला ५ रुपये किमतीचे संतोषाधिक्य मिळते. पुढे गेल्यास चौथ्या नगाशी तो देण्यास तयार असलेली किंमत आणि प्रत्यक्ष द्यावी लागणारी किंमत एकच असल्याने तो पाचवा नग खरेदी करणार नाही. पहिल्या तीन नगांना त्याला ५ + ३ + १ = ९ रुपये किमतीचे संतोषाधिक्य मिळते.

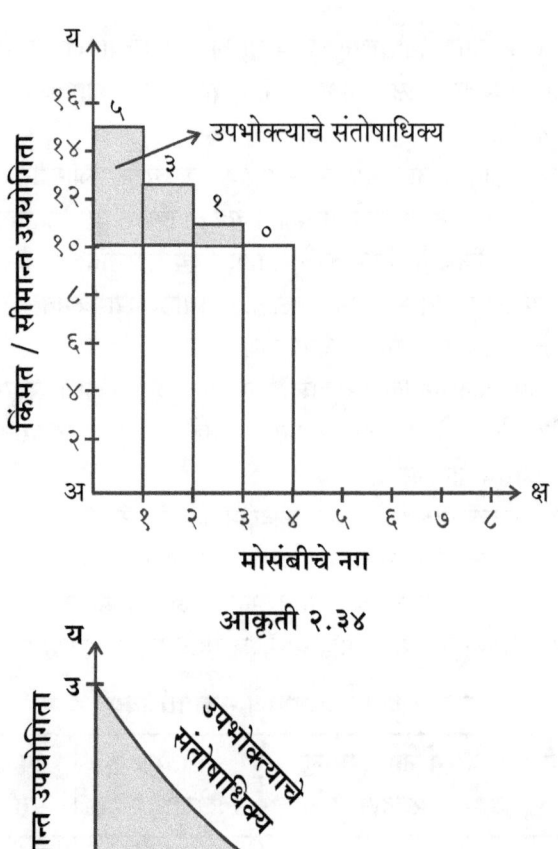

आकृती २.३४

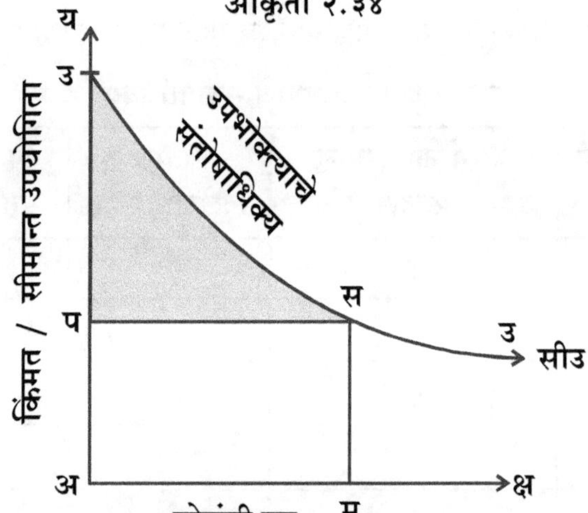

आकृती २.३५

वरील स्तंभालेखाच्या तसेच आलेखाच्या साहाय्याने उपभोक्त्याला मोसंबीच्या नगापासून मिळणारे संतोषाधिक्य दर्शविलेले आहे. पहिल्या नगापासून ५, दुसऱ्यापासून ३, तिसऱ्यापासून एक आणि चौथ्यापासून शून्य असे मोसंबीच्या चार नगांपासून ५ + ३ + १ + ० = ९ इतके संतोषाधिक्य मिळते हे दिसून येते.

गृहीते

उपभोक्त्याचे संतोषाधिक्य पुढील गृहीतांवर आधारित आहे.

१) पैशाची उपयोगिता स्थिर आहे.

२) वस्तूंची उपयोगिता तिच्या संख्येवर अवलंबून असते.

३) उपभोगातील वस्तूला पर्यायी वस्तू उपलब्ध नसतात.

४) उपभोक्त्याचे उत्पन्न, आवड-निवड, फॅशन्स इत्यादी कायम असतात; म्हणजेच वरील घटकांत फरक नसतो.

५) मागणी नियमाचे सर्व घटक स्थिर असतात.

टीकात्मक परीक्षण

१) वस्तूची उपयोगिता सांगता येत नाही, कारण ती इतर वस्तूंची किंमत, तसेच इतर वस्तूंची उपलब्धता इत्यादींबाबत इतर वस्तूंवर अवलंबून असते.

२) आवश्यक वस्तूंपासून अमर्याद संतोषाधिक्य मिळते.

३) उपभोक्ता देण्यास तयार असलेली किंमत फक्त काल्पनिक किंमत आहे.

४) पैशाची सीमान्त उपयोगिता स्थिर असते असे गृहीत धरले आहे, परंतु टीकाकारांच्या मते, गरीब आणि श्रीमंत लोकांना पैशांची किंमत उपयोगिता वेगवेगळी वाटली नसती; म्हणजे पैशाची सीमान्त उपयोगिता स्थिर नसते.

५) वस्तूला पर्यायी वस्तू उपलब्ध नसतात, हे गृहीतसुद्धा चुकीचे आहे; कारण कोणतीही वस्तू अशी नसते की, तिला पर्यायी वस्तू उपलब्ध नसतात; ह्यामुळे हे गृहीत चुकीचे आहे.

२.८ पसंतीक्रम / प्राधान्य क्रमवारिता (Preference Ordering)

हिक्सच्या सुधारित मागणी सिद्धान्तात पसंतीश्रेणी गृहीत धरलेली आहे. उपभोक्ता विविध प्रकारच्या पर्यायी वस्तू समूहांपैकी निवडलेल्या विशिष्ट वस्तू समूहास जास्त प्राधान्यक्रम देतो आणि इतर सर्व वस्तूसमूह नाकारतो. त्यांची तो खरेदी करू शकला असता, अशा प्रकारच्या प्राधान्यास ‘पसंतीश्रेणी’ असे म्हणतात.

समवृत्तीवक्राच्या तंत्रातील पसंतीक्रम समवृत्तीवक्राच्या स्वरूपात दिलेला असतो परंतु सुधारित मागणी सिद्धान्तास पसंतीश्रेणी दिलेली नसते, तर ही श्रेणी क्रमवारितेच्या तर्कापासून सुरू होते. हा फरक महत्त्वाचा आहे. पसंती क्रम / श्रेणी ही संक्रमणतेवर आधारित आहे.

ॲलन समवृत्तीवक्र विश्लेषण स्पष्ट करण्यासाठी काही गोष्टी गृहीत धरल्या, त्यामध्ये उपभोक्ता वस्तूंची निवड पसंतीश्रेणीनुसार करतो. वेगवेगळ्या वस्तूंची उपयोगिता लक्षात घेऊन क्रमवारिता पद्धतीने वस्तूचे जास्तीतजास्त समाधान देणारे विविध गट तयार करतो

व त्यापैकी एका गटाची तो निवड करतो. या सर्व गटांपासून सारखेच समाधान मिळते. त्या गटाकडे पाहण्याचा दृष्टिकोन सारखाच असतो. अनेक गटांपैकी कोणत्याही एका गटाची तो निवड करतो. निवड करताना त्याची वृत्ती सम असते.

उपभोक्ता आपल्या मर्यादित उत्पन्नातून वेगवेगळ्या वस्तूंची खरेदी करून तो जास्तीत जास्त समाधान मिळविण्याचा प्रयत्न करतो. उपभोक्त्याच्या मनामध्ये प्रत्येक वस्तूबाबत एक पसंतीक्रम असतो. हा पसंतीक्रम त्याला त्या वस्तूपासून मिळणाऱ्या उपयोगितेवरून ठरविला जातो. उपभोक्त्याची आवड-निवड, वस्तूची उपयोगिता त्यानुसार वस्तूचा पसंती क्रम ठरविला जातो. या पसंतीक्रमानुसार कोणत्या वस्तूपासून किंवा वस्तूच्या गटापासून किती समाधान मिळते हे ठरविता येते. उपभोक्ता हा कोणत्या वस्तूपासून जास्त समाधान मिळेल, कोणत्यापासून कमी समाधान मिळेल अथवा सारखेच समाधान मिळेल हे तो ठरवितो. त्यानुसार वस्तूचा अथवा गटाचा खरेदीचा क्रम ठरवितो; त्यानुसार खरेदी करतो. उपभोक्ता जास्तीतजास्त समाधान देणाऱ्या गटाची निवड करतो. थोडक्यात, वस्तूच्या उपयोगितेचे मोजमाप न करता उपयोगितेची तुलना करून वस्तू अथवा वस्तुगटाची निवड करताना क्रम लावतो, त्याला पसंतीश्रेणी म्हटले जाते. उदा. उपभोक्त्याला उत्पन्नाच्या साहाय्याने आंबा, मोसंबी व चिक्कू खरेदी करता येतात. आंब्यापासून २५, मोसंबीपासून २० आणि चिक्कूपासून १५ समाधान मिळत असेल, तर तो प्रथम आंबा नंतर मोसंबी, व त्यानंतर चिक्कू खरेदी करण्याचे ठरवितो, त्यालाच 'पसंतीश्रेणी' किंवा 'पसंतीक्रम' म्हणतात.

सराव प्रश्न

प्र. १. खालील प्रश्नांची प्रत्येकी २५० शब्दांत उत्तरे लिहा.

१) उपयोगिता म्हणजे काय? ते सांगून अंकदर्शी व क्रमदर्शी संकल्पना स्पष्ट करा.
२) घटत्या उपयोगितेचा सिद्धान्त सविस्तर स्पष्ट करा.
३) समवृत्ती वक्राचे गुणधर्मांची चर्चा करा; तसेच समवृत्ती वक्र दृष्टिकोन स्पष्ट करा.
४) उत्पन्न आणि पर्यायिता परिणामांचा स्लस्की आणि हिक्सचा दृष्टिकोन स्पष्ट करा.
५) प्रगट पसंती सिद्धान्ताचे विवेचन करा.
६) उपभोक्त्याचे संतोषाधिक्य स्पष्ट करा.
७) लवचिकतेच्या संकल्पना स्पष्ट करा. किंमत लवचिकता, उत्पन्न लवचिकता, छेदक लवचिकता.

प्रकरण
३

उत्पादन सिद्धान्त
Production Theory

३.१ प्रास्ताविक (Introduction)

(एक बदलत्या आदानासह उत्पादन)

उत्पादनाचे स्वरूप - प्रस्तुत प्रकरणात नवसनातन आर्थिक सिद्धान्तानुसार उत्पादनाच्या सिद्धान्ताचे स्पष्टीकरण केलेले आहे. वेगवेगळ्या प्रकारचे संयोजक किंवा

उत्पादक मग ते छोटे असोत, मोठे कारखानदार असोत किंवा शेतकरी असोत वस्तूचे उत्पादन करताना अनेक उत्पादनघटकांचा उपयोग करीत असतात. काही उत्पादनघटक स्थिर असतात, तर काही बदलते असतात. स्थिर आणि बदलते घटक यांच्या संयोगाने उत्पादन होते. उत्पादन सुरू करण्यापूर्वी किंवा चालू असताना उत्पादकाला कोणते उत्पादन तंत्र वापरावयाचे ह्याचा निर्णय घ्यावा लागतो. हा निर्णय महत्त्वाचा यासाठी असतो की, विशिष्ट तंत्रामुळे विशिष्ट दर्जाची वस्तू विशिष्ट उपयोगाची विशिष्ट वेगाने तयार होते. यावरून वस्तूला दर नगाला खर्च किती येईल व बाजारात अशा वस्तूला अपेक्षित किंमत किती मिळेल व त्यातून नफा किती मिळेल हे ठरते. भारताच्या बाबतीत याचे उदाहरण कापड उत्पादनासाठी वापरल्या जाणाऱ्या हातमाग, यंत्रमाग आणि गिरण्या या तंत्राचे देता येईल. उत्पादक किती भांडवल उभे करू शकतो त्यावर सामान्यपणे तंत्रांसंबंधी निर्णय होतो. बरेच वेळा यंत्रे कोणत्या प्रकारची आहेत, त्यावरून उत्पादन लहान राहील की मोठे राहील हेही ठरते. उदा. हातमागाचे कापड उत्पादन लहान प्रमाणावर चालते तर गिरणीचे कापड उत्पादन मोठ्या प्रमाणावर असते; म्हणजे उत्पादनतंत्र आणि उत्पादनाचे प्रमाण हे बरेच वेळा एकमेकांशी संलग्न असतात.

उत्पादनाची अवस्था अशी असते की, त्या वेळी उत्पादकाला संकल्पित वस्तूविषयी बाजारातील मागणी, किंमत, उत्पादनघटकांच्या किमती व त्याचा पुरवठा इ. विषयी बरीच कल्पना आलेली असते. आजकाल व्यापारी बँका आणि कर्जपुरवठा करणाऱ्या इतर संस्था उद्योजकांनी कर्जपुरवठा करण्याच्या अगोदर अपेक्षित उत्पादनखर्च, अपेक्षित किमती इ. चा आराखडा तयार करून संकलित उपक्रम किफायतशीर होईल की नाही हे तपासून देतात. त्यासाठी बाजाराचा शक्यतितका सखोल अभ्यास करतात. (Project Report)

उत्पादन चालू असताना उत्पादनघटकांच्या त्या वेळच्या प्रचलित किमतीनुसार उत्पादनखर्च येतो. तयार मालाची किंमत वसूल व्हायला काही अवधी लागतो. हा अवधी वस्तूचे स्वरूप, उत्पादनासाठी लागणारा काळ, बाजारातील मागणी आणि पुरवठा इत्यादींवर अवलंबून असतो. उदा. हॉटेल व्यवसायात वस्तूची किंमत काही काळाच्या आत वसूल होते, कापड उत्पादनात काही महिने लागतात तर ट्रॅक्टर्स, विमाने, जहाजे इ. ची किंमत वसूल होण्यासाठी काही वर्षे लागतात. म्हणजे उत्पादन व विक्री यामध्ये कालावधी असतो. त्या दोन्ही क्रिया तत्क्षणी होत नाहीत. त्यामुळे विक्रीबद्दलच्या उत्पादकाच्या अपेक्षा कितपत खऱ्या ठरतात, यावर नफा अवलंबून असतो. उत्पादन कार्य सुरू असतानासुद्धा बाजारातील मागणी व इतर उत्पादकांनी केलेला पुरवठा इत्यादींमुळे विशिष्ट उत्पादकाला आपले उत्पादन परिमाणाविषयीचे निर्णय वारंवार बदलावे लागतात.

बाजारात वस्तू विक्रीला पाठविल्यानंतर स्पर्धा, मागणीतील बदल, किमतीतील

बदल इत्यादी ज्या समस्या असतात त्यांना तोंड देण्याअगोदर उत्पादन चालू असताना उत्पादक एक काळजी घेतो. तो उपलब्ध उत्पादनघटकांच्या उपयोगातून जास्तीतजास्त उत्पादन मिळविण्याचा प्रयत्न करतो. हे त्याचे आधिक्य प्रत्येक उत्पादकघटकाची उत्पादकता शक्य तितकी वाढवून साध्य केली जाते. उदा. एक श्रमिक आठ तासांच्या एका पाळीत एका वस्तूचे ५० नग उत्पादित करतो. उत्पादकाला जर असे वाटले की, उत्पादनपद्धतीत किंवा कार्यप्रणालीत थोडा बदल करून तो दर श्रमिकाकडून आठ तासांत ६० नग तयार करून घेऊ शकतो, तर तो ते करून घेईल. ह्या उदाहरणात श्रमिकाची उत्पादकता १० नगांनी म्हणजे २०% नी वाढली, म्हणून उत्पादनाच्या घटकांचा एकमेकांशी भिन्न पद्धतींनी संयोग करून उत्पादनाच्या बदलात जी प्रवृत्ती दिसून येते, त्या प्रवृत्तीला उत्पादनाचा नियम (Law of Production) असे म्हणतात.

उत्पादनाच्या प्रक्रियेत ज्या वस्तू आणि सेवा एकदा उपयोग केल्याबरोबर संपतात जसे, कच्चा माल, वीज, श्रम इ. व उत्पादन चालविण्यासाठी प्रत्येक वेळी नव्याने उपलब्ध करवून घ्याव्या लागतात, त्यांना 'बदलते घटक' म्हणतात. उत्पादनातील वाढ किंवा घट होण्याबरोबर त्या घटकांवरील खर्चसुद्धा वाढतो किंवा घटतो. याउलट, ज्या वस्तू आणि सेवा एकदा उपलब्ध करून घेतल्यानंतर काही काळपर्यंत उत्पादनाला साहाय्यभूत होतात यांना 'स्थिर घटक' असे म्हणतात. उदा. इमारती, यंत्रे, अवजारे इ. अशा घटकांवर सुरुवातीलाच मोठ्या प्रमाणात खरेदीसाठी खर्च करावा लागतो. नंतर मालाचा केलेला पुरवठा आणि यासाठी केलेला खर्च स्थिर राहतो, पण उत्पादन पूर्ण क्षमतेनुसार चालू असो किंवा अकार्यक्षमतेवर चालू असो, स्थिर घटकांवरील खर्च उत्पादनातील बदलानुसार बदलत असतो.

उपलब्ध साधनांच्या संयोगापासून जास्तीतजास्त उत्पादन व्हावे आणि दर नगाचा उत्पादनखर्च शक्य तितका कमी असावा, असा सामान्यपणे उत्पादकाचा प्रयत्न असतो, असे गृहीत धरले जाते, परंतु वेगवेगळ्या घटकांमध्ये बदल करून उत्पादन वाढविण्याच्या उत्पादकाच्या इच्छेला किंवा प्रयत्नांना एक महत्त्वाची मर्यादा काळाची असते. म्हणजे उत्पादनघटकाच्या पुरवठ्यामध्ये बदल करण्याकरिता उत्पादकाला किती काळ उपलब्ध आहे ? एक श्रमिक जास्तीचा लावायचा असेल तर एका दिवसाच्या अवधीत लावता येतो. परंतु, एक इमारत जास्तीची हवी असेल, तर ती बांधण्यासाठी काही माहिने लागतात. उत्पादनघटकांमध्ये इच्छेनुसार बदल न करता आल्यास बरेच वेळा उत्पादनखर्च वाढतो.

उत्पादनप्रवृत्ती अभ्यासण्यासाठी काळाचे तीन प्रकारे वर्गीकरण केले जाते - १) अत्यल्प काळ २) अल्पकाळ आणि ३) दीर्घकाळ. अत्यल्प काळात उत्पादनाचे कोणतेच घटक बदलता येत नाहीत. अशावेळी उत्पादन वाढविण्यासाठी उपलब्ध घटकांचा

जास्त वेळ (Overtime) उपयोग करणे आवश्यक असते. अल्पकाळात मात्र तो बदलत्या घटकात फेरफार करू शकतो, परंतु स्थिर घटकांचे परिमाण बदलवू शकत नाही. दीर्घकाळात तो दोन्ही प्रकारच्या घटकांमध्ये परिस्थितीनुसार बदल घडवून उत्पादन वाढवू शकतो.

३.२ उत्पादनफल (Production Function)

उपभोग फलाच्या धर्तीवर उत्पादन फलाची संकल्पना आहे. मिळणारे उत्पादन हे विविध उत्पादनघटकांच्या संयोगाचे फल असते, यामुळे उत्पादनफल हे उत्पादनघटकांची भौतिक परिमाणे व वस्तूची उत्पादित भौतिक परिमाणे यांचा कार्यकारण संबंध दर्शवते. भौतिक परिमाणे असल्यामुळे हा संबंध किमतीच्या किंवा चलनाच्या स्वरूपात व्यक्त केला जात नाही हे लक्षात घेणे आवश्यक आहे. उत्पादन हा अवलंबित चल असतो आणि उत्पादनाचे घटक स्वतंत्र चल असतात. उत्पादन कोणत्या तंत्राने केले जाते व उत्पादकाला अल्पकाळ उपलब्ध आहे की दीर्घकाळ यावरून उत्पादन किती होईल हे ठरते, म्हणून प्रत्येक वेळी काळाचा उल्लेख केला नाही तरी उत्पादन प्रक्रियेचा 'आपण विशिष्ट कालखंडात' विचार करीत आहोत असे गृहीत धरले जाते. उत्पादनाचे तंत्र हे उत्पादनाच्या परिमाणावर प्रभाव पाडत असल्यामुळे उत्पादन चलाला तांत्रिक संबंध (Technical Relationship) असेही म्हटले जाते. उत्पादनफल खालीलप्रमाणे दिले जाते.

उ.प. = (भू, श्र, क. मा., ऊ .....)

वरील सूत्रात - उ.प. = उत्पादन परिमाण, फ = फल, भू = भूमीचे परिमाण, श्र = श्रमाचे परिमाण, क.मा. = कच्च्या मालाचे परिमाण, ऊ = ऊर्जापरिमाण इत्यादी.

समीकरणाचा अर्थ असा होतो की, विशिष्ट काळात विशिष्ट वस्तूंचे उत्पादित परिमाण हे विशिष्ट आकाराची जमीन, श्रमाचे विशिष्ट परिमाण, कच्च्या मालाचे विशिष्ट परिमाण, ऊर्जा किंवा इंधनांचे विशिष्ट परिमाण इत्यादींच्या संयोगाचे फल आहे.

उत्पादनफलामध्ये डावीकडे वस्तूचे उत्पादन दाखविले जाते आणि उजव्या बाजूला उत्पादनघटकांची परिमाणे लिहिलेली असतात.

उत्पादनाची प्रत्यक्ष प्रक्रिया गुंतागुंतीची असते, परंतु ती त्यातल्यात्यात समाधानकारक रीतीने समजावून घेण्यासाठी गणिती पद्धतीतील उत्पादनफल पद्धतीचा उपयोग केला जातो.

समघाती उत्पादनफल (Homogeneous Production Function)

उत्पादनफलाच्या उजव्या बाजूला उत्पादनघटकांच्या भूमी, श्रम इत्यादी नावांच्या ऐवजी य, र, ल, व इत्यादी संकेताक्षरे वापरल्यास त्याला गणिती रूप येते. या संकेताक्षरांची

वर्ग, घन, चतुर्थघात अशी रूपे उत्पादनफलात असू शकतात; जर प्रत्येक उत्पादनघटकाचा घातांक समान असेल आणि उजव्या बाजूला स्थिर पद नसेल तर या समीकरणाला 'समघाती उत्पादनफल' म्हणतात. एखाद्या उत्पादनफलाच्या उजव्या बाजूला प्रत्येक घटकाच्या घातांकाची बेरीज वर्ग म्हणजे घातांक २, घन म्हणजे घातांक ३ किंवा इतर कोणताही घातांक असेल तर ते समघाती उत्पादनफल होईल. वर्ग, घन इ. घातांक नसलेच आणि उत्पादनघटक जसे आहेत तसेच सुलभरीत्या उत्पादनप्रक्रियेत वापरले गेले तर घातांक १ आहे असे समजले जाते.

फलाच्या उजव्या बाजूला केवळ उत्पादनघटकच लिहिलेले असतील, तर उत्पादनाची रेषा नेहमीच्या आकृतीत शून्य बिंदूतून निघते. त्यात स्थिरपद असेल तर रेषा शून्य बिंदूऐवजी उभ्या अक्षावर काही उंचीवरून निघते. समघाती फलात शून्यबिंदूपासून उत्पादनाची रेषा निघावी, म्हणून उजव्या बाजूला स्थिर पद असू नये अशी अट घातली जाते.

उत्पादनफलाचे सोपे स्वरूप म्हणून समघाती, घातांक १ असलेले आणि स्थिर पद नसलेली उजवी बाजू वापरली जाते.

उत्पादनफलाच्या उजव्या बाजूच्या उत्पादनघटकांमध्ये विशिष्ट प्रमाणात बदल केल्यास डाव्या बाजूला दाखविल्या जाणाऱ्या उत्पादनात किती प्रमाणात बदल होतो यावरून उत्पादन कोणत्या प्रमाणित फलाखाली चालू आहे ते कळते.

अर्थशास्त्रीय सिद्धान्ताची मांडणी सोप्या पद्धतीने करण्यासाठी स्थिर प्रमाणित फल म्हणजेच घ = १ ही स्थिती गृहीत धरणे सोईस्कर असते, म्हणून घातांक १ असलेले समघाती उत्पादन फल सामान्यपणे अभ्यासले जाते.

रेषीय आणि अरेषीय उत्पादन फले
(Linear and Non - Linear Production Functions)

उत्पादनाच्या घटकांमध्ये बदल केल्यास उत्पादनाचे बदलबिंदू एका सरळ रेषेत असतील, तर त्याला रेषीय उत्पादनफल म्हणतात, परंतु उत्पादन बदलाचे बिंदू सरळ रेषेत नसतील तर या उत्पादन फलास अरेषीय उत्पादनफल म्हणतात.

प्रमाणित फल व एका घटकाचे फल
(Returns to Scale and Returns to a Factor)

उत्पादनाचे सर्वच घटक एकदम आणि सारख्या प्रमाणात बदलविल्यास त्याला उत्पादनाचे प्रमाण बदलविणे असे म्हणतात. यानुसार लहान प्रमाणावरील उत्पादन, मोठ्या प्रमाणावरील उत्पादन असे उत्पादनाचे वर्गीकरण केले जाते. उत्पादनाचे प्रमाण सारखे बदलवीत गेल्यास दीर्घकालीन उत्पादनात होणारे जे बदल आहेत, त्यांना 'प्रमाणित फल' असे म्हणतात.

परंतु, अल्पकाळात उत्पादनाचे इतर घटक स्थिर ठेवून एकच घटक बदलवून उत्पादन वाढविण्याचा प्रयत्न केला जातो यास एका उत्पादन घटकाचे फल म्हणतात. ह्यामध्ये अनेक घटकांच्या मात्रा स्थिर राहून एका बदलत्या घटकाच्या मात्रा सतत वाढविल्या जातात, त्यामुळे दर परिस्थितीत स्थिर व बदलते या दोन प्रकारच्या घटकांमधील प्रमाण बदलले जाते, त्यावरून आढळणाऱ्या उत्पादन प्रवृत्तीस बदलत्या प्रमाणाचा नियम असे म्हणतात.

३.३ बदलत्या प्रमाणाचा नियम (Law of Variable Proportions)

उत्पादनफलनात उत्पादनाचा एक घटक बदलता ठेवून इतर घटक स्थिर मानले असता निर्माण होणाऱ्या उत्पादनफलनास अल्पकालीन उत्पादनफलन म्हणतात, कारण अशा प्रकारचा बदल उत्पादनसंस्था केवळ अल्पकाळातच करते. दीर्घकाळात असा बदल केला जात नाही. अल्पकाळात उत्पादनसंस्था एका घटकाचे परिमाण बदलवीत असताना निरनिराळ्या घटकांचे आपसात असलेले प्रमाण बदलावयास सुरुवात होते, म्हणूनच या उत्पादनफलनास 'बदलत्या प्रमाणाचा नियम' असे म्हणतात.

उत्पादनसंस्थेच्या एकंदर घटकांचे बदलते घटक आणि स्थिर घटक असे अल्पकाळात दोन प्रकार पडतात. बदलते घटक म्हणजे असे घटक की, ज्यांच्या परिमाणात सहज वाढ किंवा घट करता येऊ शकते. यात मजूर, कच्चामाल, इंधन, वाहतूक सोई यांचा समावेश आहे. स्थिर घटक म्हणजे उत्पादनाचे असे घटक की, ज्यांच्या परिमाणात अल्पकाळात वाढ किंवा घट करणे शक्य नसते. या घटकांत कारखान्याची इमारत, अवजड यंत्रसामुग्री, कायम नोकर यांचा समावेश होतो. उत्पादनाचे इतर घटक 'स्थिर असताना' आणि एक घटक बदलता ठेवून होत असलेल्या उत्पादनवाढीचे स्पष्टीकरण बदलत्या प्रमाणाचा नियम करतो. या नियमाचे स्पष्टीकरण उत्पादनात दोनच घटक आहेत अशा गृहीताच्या आधारावर उत्तम प्रकारे होऊ शकते.

बदलत्या प्रमाणाच्या नियमाची सर्वसामान्य व्याख्या पुढीलप्रमाणे देता येईल - 'विशिष्ट परिस्थितीत उत्पादनप्रक्रियेत भाग घेत असलेल्या एका घटकाची मात्रा स्थिर ठेवून दुसऱ्या घटकाची राशी सतत वाढवीत गेल्यास ज्या घटकाची राशी सतत वाढत आहे, त्याचे स्थिर असलेल्या घटकाशी प्रमाण जसे वाढत जाईल तसा सुरुवातीस उत्पादनात होणारा वाढीचा वेग वाढत जाईल, परंतु एका विशिष्ट मर्यादेनंतर उत्पादनवाढीचा हा वेग उत्तरोत्तर कमी कमी होत जाईल.'

प्रा. स्टीगलर यांचे व्याख्येनुसार, 'उत्पादनाच्या काही साधनांना स्थिर ठेवून एका साधनात समान वाढ केली जात असेल, तर एका मर्यादेनंतर उत्पादनात होणारी वाढ कमी होईल, अर्थात सीमान्त उत्पादन कमी होईल.'

प्रा.सॅम्युलसन यांच्या मताप्रमाणे, "स्थिर साधनांच्या तुलनेत काही साधनांच्या मात्रेत वाढ केल्याने उत्पादनात वृद्धी होते, परंतु एका मर्यादेनंतर साधनांच्या समान वाढीतून प्राप्त होणारे अतिरिक्त उत्पादन उत्तरोत्तर कमी होत जाते."

या व्याख्येचा अर्थ असा की, उत्पादनात जर दोन घटक असतील व त्यापैकी एका घटकाची राशी स्थिर असेल आणि दुसऱ्या घटकाची राशी बदलती असेल, तर बदलता घटक वाढत असताना त्याचे स्थिर घटकाशी असलेले प्रमाण वाढत जाते. या प्रमाणवाढीबरोबर वस्तूच्या उत्पादनात होणारी वाढ सुरुवातीस जास्त असते, परंतु विशिष्ट मर्यादेच्यानंतर ती कमी होत जाते.

बदलत्या प्रमाणाच्या नियमाचे स्पष्टीकरण

समजा, उत्पादनात अ आणि ब हे दोनच घटक आहेत. अ घटक स्थिर घटक असून तो भूमीची मात्रा दर्शवितो. ब घटक हा बदलता घटक आहे आणि तो श्रम आहे असे गृहीत धरल्यास उत्पादनातील बदलत्या प्रमाणाच्या नियमाचे कार्य पुढील आकडेवारीवरून सिद्ध करता येईल.

तक्ता क्र. ३.१

श्रमिकांची मात्रा	भूमीची मात्रा	श्रम आणि भूमी यांचे प्रमाण	एकूण उत्पादन	सरासरी उत्पादन	सीमान्त उत्पादन
१	५	१:५	४	४	४
२	५	२:५	१०	५	६
३	५	३:५	१५	६	८
४	५	४:५	२४	६	६
५	५	५:५	२९	५.८	५
६	५	६:५	३१	५.१	२
७	५	७:५	३१	४.४	०
८	५	८:५	२८	३.५	-३
९	५	९:५	२४	२.६६	-४

वरील तक्त्यात भूमीचे व श्रमाचे एकूण उत्पादन, सरासरी उत्पादन व सीमान्त उत्पादन दर्शविले आहे. भूमीची मात्रा स्थिर असताना श्रमाचे परिमाण वाढवीत गेल्यास

या परिस्थितीत श्रमाच्या परिमाणवाढीबरोबर एकूण उत्पादनमात्रा वाढत गेली आहे, परंतु सरासरी व सीमान्त उत्पादनमात्रा एका मर्यादेपर्यंत वाढते व नंतर कमी कमी होत गेलेली आढळून येते. श्रमाचे परिमाण पहिल्या मात्रेपासून तिसऱ्या मात्रेपर्यंत वाढत असताना सीमान्त उत्पादन वाढते, मात्र चौथ्या श्रमाचे मात्रेपासून ती सतत कमी होते व शेवटी तर ऋणात्मक होत असते. सरासरी उत्पादनाच्या बाबतीतही हीच स्थिती असते. सरासरी उत्पादन प्रथम मात्रेपासून चौथ्या मात्रेपर्यंत वाढते, नंतर मात्र कमी होत असते. एकूण उत्पादन मात्र शून्य होईपर्यंत वाढत असते. यानंतर मात्र म्हणजे श्रमाच्या ७ व्या नगानंतर एकूण उत्पादन कमी होत असते. या तीनही उत्पादनाच्या प्रवृत्तींवरून नियमाच्या तीन अवस्था मानल्या आहेत. सरासरी उत्पादन जोपर्यंत वाढत असते, तोपर्यंत नियमाची प्रथम अवस्था मानली जाते. त्यानंतर सीमान्त उत्पादन शून्य होईपर्यंत नियमाची दुसरी अवस्था व यानंतर तिसरी अवस्था मानली जाते. वरील तक्त्यात श्रमिक संख्या ४ नग होईपर्यंत प्रथम अवस्था, ७ नग होईपर्यंत दुसरी अवस्था आणि ७ व्या नगानंतर तिसरी अवस्था मानली जाते. या तीनही अवस्था आकृतीतून पुढे दिल्याप्रमाणे दर्शविता येतात.

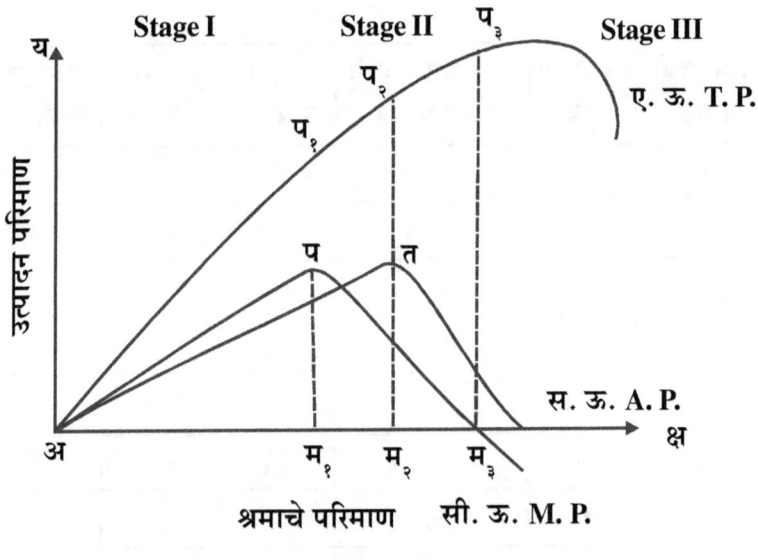

आकृती ३.१

वरील आकृतीत **अक्ष** अक्षावर श्रमाच्या मात्रा आणि **क्षय** अक्षावर उत्पादन परिमाण मोजले आहेत. **ए.ऊ.** हा एकूण उत्पादन **स.ऊ.** हा सरासरी उत्पादन आणि **सी.ऊ.** हा सीमान्त उत्पादन दर्शविणारा वक्र आहे. श्रमिकांचे परिमाण **$म_{१}$** होईपर्यंत सीमान्त उत्पादने

व इतर दोनही उत्पादने वाढतात, मात्र **म**$_1$ नंतर एकूण व सरासरी उत्पादने वाढतात, पण सीमान्त उत्पादन कमी होऊ लागते, म्हणून या श्रमिकमात्रेस असलेल्या **म**$_1$ **प** उत्पादन मात्रेस उत्पादनाचा वेग बदलतो. **म**$_2$ इतके श्रमिकांचे परिणाम होईपर्यंत सरासरी उत्पादन वाढते व त्यामुळे **म**$_2$ श्रमिकपरिमाण होईपर्यंत उत्पादनाची प्रथम अवस्था मानली जाते. ही अवस्था **त** बिंदूच्या ठिकाणी **स.ऊ.** व **सी.ऊ.** वक्राचे छेदनाने दर्शविली जाते. **म**$_3$ इतकी श्रमाची मात्रा झाली असता सीमान्त उत्पादन शून्य होते व एकूण उत्पादन महत्तम होते. या श्रमांच्या परिमाणापासून उत्पादनाची तिसरी अवस्था मानली जाते. दुसऱ्या अवस्थेपासूनच सरासरी व सीमान्त उत्पादनात घट होण्याची प्रवृत्ती सुरू होते आणि तिसऱ्या अवस्थेत ही प्रवृत्ती प्रबळ झालेली दिसून येते. या तीनही अवस्थांची वैशिष्ट्ये आणि कारणमीमांसा विचारात घेतल्यास नियमाची कारवाई अधिक चांगल्या प्रकारे समजू शकेल.

१) उत्पादन प्रथम अवस्था (First Stage) - उत्पादनाची प्रथम अवस्था श्रमाचे परिमाण **अम**$_2$ इतके होईपर्यंत असते. या अवस्थेमध्ये श्रमाचे सरासरी आणि सीमान्त उत्पादन वाढत असते. परंतु, या अवस्थेत सीमान्त उत्पादनात होणाऱ्या वाढीचा वेग सरासरी उत्पादनापेक्षा जास्त असतो आणि एका विशिष्ट मर्यादेनंतर हा वेग कमी होत जातो. अवस्थेच्या शेवटी सरासरी उत्पादन **अम**$_2$ या श्रमपरिमाणास महत्तम असते. याचवेळी **अम**$_1$ श्रमिक मात्रेनंतर कमी होत असलेले सीमान्त उत्पादन सरासरी उत्पादनाच्या बरोबर येत असते. म्हणजेच प्रथमावस्थेच्या शेवटी सरासरी उत्पादन सीमान्त उत्पादनाबरोबर असते. सरासरी उत्पादन सीमान्त उत्पादनाबरोबर असणाऱ्या उत्पादनमात्रेस उद्योगसंस्थेचे युक्त उत्पादन असे म्हटले जाते. सरासरी उत्पादन **अम**$_2$ श्रममात्रेपर्यंत वाढत असते आणि यामुळे या परिस्थितीत कार्यान्वित होत असणाऱ्या उत्पादननियमास वाढत्या उत्पादनफलाचा नियम असे म्हटले जाते.

वाढत्या उत्पादनफलाच्या नियमाची व्याख्या श्रीमती जोन रॉबिन्सन यांनी पुढीलप्रमाणे केली आहे - 'जेव्हा एखाद्या उद्योगात एखाद्या उत्पादनाच्या साधनाची मात्रा अधिक परिमाणात लावली जाते, तेव्हा संघटनात सुधारणा घडवून आणणे शक्य होते, त्यामुळे उत्पादनाच्या साधनांचे नैसर्गिक एकक अधिक कुशल होतात; अशा स्थितीत उत्पादन वाढविण्यासाठी नैसर्गिक साधनांच्या मात्रेत वृद्धी करण्याची गरज राहात नाही.'

या अवस्थेत सीमान्त उत्पादन वाढण्याचे महत्त्वाचे कारण श्रीमती रॉबिन्सन यांनी असे सांगितले की, उत्पादनाच्या घटकांची राशी सुरुवातीस जास्त असते आणि यांचा पूर्ण उपयोग होऊ शकतो. परंतु, अशा स्थितीत स्थिर घटकांची मात्रा कमी करता येत नाही; कारण स्थिर घटक हे अविभाज्य असतात. परिणामत: सुरुवातीस निघणारे उत्पादन

कमी असते. स्थिर घटकांचा वापर जसजसा पूर्ण होऊ लागतो, तसतशी त्यांची कार्यक्षमता वाढत जाते. त्यामुळे त्यांच्या उत्पादकतेत वाढ होत असते. परिणामत: उद्योगसंस्थेचे सीमान्त उत्पादन वाढत असते. याशिवाय वाढते उत्पादनफल नियम कार्यान्वित होण्याचे दुसरे कारण म्हणजे उत्पादनपेढीस प्राप्त होणाऱ्या अंतर्गत आणि बाह्य मितव्ययता आहेत. अंतर्गत आणि बाह्य मितव्ययता उत्पादनप्रक्रियेत सुधारणा घडवून आणीत असतात, त्यामुळे उत्पादनाचा वेग वाढतो आणि सीमान्त उत्पादन वाढते. उत्पादनाची मात्रा **प$_१$ म$_१$** पर्यंत वाढत गेल्यावर उत्पादनवाढीचा वेग कमी होतो आणि म्हणून **प$_१$** या उत्पादनाच्या मात्रेस उत्पादनातील वेगाचा बदल बिंदू (Point of Inflexion) असे म्हणतात. प्रथम अवस्थेच्या उत्तरार्धात म्हणजेच उत्पादनवेग बदलबिंदू **प$_१$** ओलांडल्यानंतर श्रीमती रॉबिन्सनच्या मते, उत्पादनात घटत्या उत्पादनफलाचा नियम कार्यान्वित होत असतो. परंतु, डॉ. मार्शल यांच्या मताप्रमाणे सरासरी उत्पादन वाढेपर्यंत वाढते उत्पादनफल म्हणजेच **प$_२$** उत्पादन मात्रेपर्यंत उत्पादनवाढ होईपर्यंत वाढते उत्पादनफल असते व नंतर घटते उत्पादनफल असते. आधुनिक अर्थशास्त्रज्ञ व परंपरागत अर्थशास्त्रज्ञ यांच्या मनातील हा भेद उल्लेखनीय आहे. तद्नुसार सीमान्त उत्पादनाशी वाढते व घटते उत्पादनफल नियम किंवा सरासरी उत्पादनाशी वाढते किंवा घटते उत्पादनफल नियम असे प्रकार उत्पादननियमाचे पडतात.

२) उत्पादनाची दुसरी अवस्था (Second Stage) : उत्पादनाच्या दुसऱ्या अवस्थेत सरासरी उत्पादन आणि सीमान्त उत्पादन कमी होऊ लागतात, मात्र एकूण उत्पादन वाढत असते; जरी अवस्थेच्या सुरुवातीस सरासरी आणि सीमान्त उत्पादन समान असले तरीही सरासरी उत्पादनापेक्षा सीमान्त उत्पादन कमी होण्याचा वेग हा जास्त असतो आणि सीमान्त उत्पादन ही अवस्था जेथे संपते, त्या श्रमाच्या अथक परिमाणास शून्यापर्यंत जाऊन पोहोचते. या अवस्थेत सीमान्त उत्पादन कमी होत असते आणि म्हणून उत्पादनात घटते उत्पादनफल कार्यान्वित होत असते असे म्हणता येईल.

घटत्या उत्पादनफल नियमाची डॉ. मार्शल यांनी केलेली व्याख्या पुढीलप्रमाणे आहे : 'कृषी उत्पादनतंत्रात कोणतीही सुधारणा नसताना भूमीवर खर्च होणारे श्रम आणि भांडवलाच्या मात्रेत वाढ केल्यास सामान्यत: एकूण उत्पादनात होणारी वाढ प्रमाणापेक्षा कमी होत असते.'

डॉ. मार्शलच्या व्याख्येचा सर्वसामान्य अर्थ असा लावता येईल की, जर एखाद्या उत्पादकघटकाची मात्रा स्थिर ठेवून इतर घटकांचे परिमाण वाढविले, तर एका विशिष्ट बिंदूनंतर बदलत्या घटकांच्या अतिरिक्त मात्रांची उत्पादकता कमी कमी होते. बदलत्या घटकांच्या म्हणजेच या ठिकाणी श्रमांच्या मात्रेची उत्पादकता या दुसऱ्या अवस्थेत कमी

होण्याचे महत्त्वाचे कारण कामाच्या मानाने भूमीची मात्रा ही कमी पडते. श्रमाची मात्रा जास्त वाढल्यामुळे अतिरिक्त मितव्ययता मिळणे बंद होते; आणि त्या ऐवजी उत्पादनस्थितीत निरनिराळ्या प्रकारे नुकसान होऊ लागते. या अडचणींचा परिणाम सीमान्त उत्पादनात ऱ्हास होण्याकडे होत असतो. या अवस्थांच्या सुरुवातीस श्रम आणि भूमी यांचे योग्य प्रमाण असते, पण त्यानंतर श्रम आणि भूमी यांच्या प्रमाणात श्रमाची मात्रा अतिरिक्त होत असते. उत्पादक घटक एकमेकांस अपूर्ण पर्याय असतात, म्हणून अशा प्रकारच्या अडचणी पुढे निर्माण होत असतात; जर उत्पादक घटक एकमेकांचे पूर्ण पर्याय असते, तर अशा अडचणी प्राप्त झाल्या नसत्या. सारांश, या दुसऱ्या अवस्थेत सुरुवातीस दोन घटकांचे प्रमाण युक्तपेक्षा जास्त असते आणि अवस्था संपते त्या ठिकाणी महत्तमतेला जाऊन पोहोचते.

३) तिसरी अवस्था (Third Stage) : तिसऱ्या अवस्थेत उत्पादनाच्या घटकांचा संयोग महत्तम प्रमाणापेक्षा जास्त होत असतो आणि त्यामुळे या अवस्थेत एकूण उत्पादन कमी होऊ लागते. सरासरी आणि सीमान्त उत्पादन या अवस्थेत कमी होत असतात. सीमान्त उत्पादनाच्या बाबतीत महत्त्वाचा मुद्दा विचारात घ्यावा लागेल आणि तो म्हणजे सीमान्त उत्पादन शून्यापेक्षा कमी असते आणि ती ऋणात्मक दिसते. या स्थितीत श्रमाचे सीमान्त उत्पादन ऋणात्मक होण्यास मुख्य कारण श्रमाची मात्रा भूमीच्या ५ एकर मात्रेस आवश्यक असलेल्या श्रममात्रेपेक्षा अतिरिक्त होत असते. ५ एकर भूमीस आवश्यक असलेली श्रममात्रा ही चार नगांएवढी आहे, पण जास्तीतजास्त श्रमाची मात्रा ६ नग असली तरी चालू शकते. मात्र, सहापेक्षा जास्त नग असल्यास श्रमाचे प्रमाण महत्तमतेपेक्षा जास्त होते. त्याचा परिणाम उत्पादनातील अमितव्ययता किंवा नुकसानी वाढत जाते व एकूण उत्पादन व सीमान्त उत्पादन कमी होते. आकृतीत उत्पादनाची तिसरी अवस्था **अम**$_३$ श्रमसंख्येनंतर असते.

अशा प्रकारे बदलत्या प्रमाणाच्या नियमात असलेल्या निरनिराळ्या अवस्था स्पष्ट करून सांगता येतील. या नियमात असलेल्या निरनिराळ्या अवस्थांना उत्पादनाचे नियम असेही म्हटले जाते. बदलत्या प्रमाणाच्या नियमात प्रामुख्याने घटते उत्पादनफल व वाढते उत्पादनफल हे महत्त्वाचे आहे.

बदलत्या प्रमाणाच्या नियमाची गृहीते

१) उत्पादनात असलेल्या उत्पादनघटकांपैकी कमीतकमी एका घटकाला इतर घटक स्थिर ठेवून बदलता आले पाहिजे. उद्योगात अशा प्रकारचा बदल होऊ शकत नसेल तर हा नियम कार्य करीत नाही. उदा. टायपिंगचा उद्योग ज्यात टायपिस्ट आणि मशीन यांचे १:१ असे प्रमाण नक्की ठरलेले आहे; आणि यामुळे मशिन्सूची

संख्या स्थिर ठेवून टायपिस्टची संख्या वाढविल्यास उत्पादनात वाढ होऊ शकत नाही.

२) उत्पादनतंत्र विश्लेषण काळात स्थिर असले पाहिजे. अन्यथा नियमांचा प्रभाव मोठ्या प्रमाणात दाखविता येणार नाही.

३) या नियमात अल्पकालीन विश्लेषण विचारात घेतले आहे; कारण दीर्घकाळात हा नियम लागू होऊ शकत नाही.

४) सीमान्त व सरासरी उत्पादनाचे मोजमाप भौतिक परिमाणात होऊ शकते. (उदा. १ क्विंटल, टन इ. मध्ये) जर उत्पादन परिमाण मोजता येत नसेल, तर हा नियम पडताळून पाहता येणार नाही.

अशा तऱ्हेने वरील गृहीत पूर्णपणे अमलात आल्याशिवाय बदलत्या प्रमाणाचा नियम कार्य करू शकणार नाही.

बदलत्या प्रमाणाच्या नियमाचे महत्त्व

बदलत्या प्रमाणाचा नियम उत्पादकांना कारखान्यातील किंवा उद्योगसंस्थेतील बदलत्या घटकाची मात्रा किती वाढविता येईल याबद्दल मार्गदर्शन करीत असतो. या नियमामुळे उत्पादक असा निर्णय घेऊ शकतो की, कोणताही बदलता घटक युक्त प्रमाणापर्यंत वाढविला जाऊ शकतो, कारण त्यानंतर एकंदर नफ्यात घट होऊ शकते. नफा दुर्लक्षून उत्पादन जास्तीतजास्त वाढवायचे असेल, तर दुसऱ्या अवस्थेपर्यंत त्यात वाढ करता येणे शक्य असते, मात्र दुसऱ्या अवस्थेनंतर वाढ करणे आर्थिक दृष्टीने घातक असते, हे उत्पादकांना या नियमाआधारे समजू शकते.

३.३.१ प्रमाण फलाचा नियम (Returns to Scale)

बदलत्या प्रमाणाच्या नियमात अल्पकालीन उत्पादनफलाची मीमांसा केली आहे. या नियमांतर्गत एक घटक स्थिर ठेवून दुसऱ्या घटकाचे प्रमाण बदलते ठेवले होते. दीर्घकाळात उत्पादनाचे सर्वच घटक बदलते असतात. स्थिर म्हणून मानले जाणारे भूमी, यंत्रसामग्री हे दीर्घकाळात आवश्यकतेप्रमाणे वाढविले जाऊ शकतात, किंवा कमी होऊ शकतात. म्हणजेच दीर्घकाळात स्थिर घटक ही संज्ञा लागू पडत नाही. दीर्घकाळात उत्पादनाचे सर्वच्या सर्व घटक बदलत असताना जो उत्पादनफलसंबंध मिळत असतो, त्यास 'प्रमाणित फलाचा नियम' असे म्हणतात.

प्रमाणित फलाचा नियम हा उत्पादनाच्या सर्व घटकांत त्यांचे आपसांतील प्रमाण कायम ठेवून केलेल्या वाढीमुळे उत्पादनमात्रेतील वाढीचे स्पष्टीकरण करीत असतो. प्रमाण फल नियमाचे स्पष्टीकरण खालील तक्त्याच्या साहाय्याने करता येईल.

तक्ता क्र. ३.२

क्र.	भूमीची मात्रा	श्रमाची मात्रा	एकूण उत्पादन	सीमान्त उत्पादन
१	१	३	६	६
२	२	६	१३	७
३	३	९	२१	८
४	४	१२	३०	९
५	५	१५	३९	९
६	६	१८	४७	८
७	७	२१	५३	६

या तक्त्यात भूमी आणि श्रमांचे आपसात असलेले प्रमाण १:३ असे आहे. १ एकर जमीन आणि ३ श्रमिक हा उत्पादकघटकांच्या आदानाचा एक एकक मानला आहे; आणि असे ७ एकक वरील तक्त्यात दाखविले आहेत. उत्पादनात होणारी वाढ सीमान्त उत्पादनाद्वारे दर्शविली आहे. ही वाढ प्रत्येक एककाचा परिणाम दर्शवीत असते. वरील तक्त्यात सीमान्त उत्पादनाच्या बदलावरून असा निष्कर्ष काढता येईल की, जेव्हा परिमाणानुसार उत्पादनाच्या आदानामध्ये वाढ केली जाते, तेव्हा पहिल्या अवस्थेत सीमान्त उत्पादन वाढताना दिसते. या अवस्थेत कार्यान्वित होत असलेला परिणाम प्रमाणफल नियम हा वाढते प्रमाण उत्पादनफल नियम समजला जातो. उत्पादनाच्या प्रमाणफल नियमानुसार असलेली ही पहिली अवस्था आदानाच्या चौथ्या एककापर्यंत टिकून असते. चौथ्या एककापासून ५ व्या एककापर्यंत प्रमाणफल नियमाची उत्पादनवाढीची दुसरी अवस्था दिसून येते. या अवस्थेत आदानाच्या वाढीबरोबर सीमान्त उत्पादन हे कायमच राहते, म्हणून या अवस्थेत कार्यान्वित होणाऱ्या प्रमाण उत्पादनफल नियमास 'स्थिर प्रमाण फल नियम' असे म्हणतात. तिसरी अवस्था ही पाचव्या एककानंतर सुरू होते व अखेरपर्यंत टिकून राहते. उत्पादनवाढीच्या ह्या तिसऱ्या अवस्थेत सीमान्त उत्पादन हे कमी झालेले आहे. या अवस्थेत कार्यान्वित होणाऱ्या प्रमाणफल नियमास घटते उत्पादनफल नियम असे म्हणतात. घटते उत्पादनफल नियम ही प्रमाणफल नियमानुसार उत्पादनवाढीची असलेली टिकाऊ अशी अवस्था आहे. इतर अवस्था मात्र जास्त काळ टिकून राहू शकत नाहीत.

वरील विवेचनावरून असा निष्कर्ष काढता येतो की, प्रमाणफल नियमाचे तीन

भाग आहेत. हे तीन भाग अनुक्रमे वाढते, स्थिर आणि घटते उत्पादन फल नियम आहेत. हे तीनही नियम कार्यान्वित होण्याचे मुख्य कारण म्हणजे उत्पादनात निर्माण होणाऱ्या मितव्ययता आणि अमितव्ययता या आहेत. उत्पादन सुरुवातीस वाढत असताना मितव्ययता निर्माण होतात, त्या नंतरच्या अवस्थेत अमितव्ययता निर्माण होतात. मितव्ययतांच्या कार्यामुळे वाढते उत्पादनफल कार्यान्वित होते, तर अमितव्ययच्या कार्यामुळे घटते उत्पादनफल कार्यान्वित होतो. स्थिर उत्पादनफल नियमाच्या परिस्थितीत मात्र मितव्ययता आणि अमितव्ययता यांचा समतोल झालेला असतो; आणि त्यामुळे उत्पादन वाढते किंवा घटती प्रवृत्ती दिसून येत नाही.

३.३.२ कॉब-डग्लस फलन (Cobb - Douglas Function)

उत्पादनघटकांच्या भौतिक मात्रा आणि उत्पादनाची मात्रा यांच्या विशेष संबंधाचे विवेचन प्रो. सी. डब्ल्यू. कॉब आणि मिनेटर पी. एच. डग्लस यांनी केले आहे. हे उत्पादन फलन अनुभवजन्य माहितीच्या आधारावर मांडलेले आहे. हा उत्पादन फलनसंबंध समघाती स्वरूपाचा आहे. उत्पादनात उत्पादनफलन रेखीय असताना हा विशेष संबंध मिळतो; म्हणून यास रेखीय समघाती प्रथम दर्जाचे उत्पादनफलन असे मानले आहे. या फलनाची साधी व्याख्या पुढे दिल्याप्रमाणे करता येईल, उत्पादनात रेखीय समघाती प्रथम दर्जाचे उत्पादनफलन असताना आदानात जेवढी वाढ तेवढीच वाढ विशिष्ट प्रमाण कायम ठेवून प्रदानात होत असते. असा अनुभव कॉब - डग्लस यांना कारखान्यामध्ये आढळला. हा संबंध दोन घटकांचेबाबत गणितीरूपाने त्यांनी पुढीलप्रमाणे मांडला आहे.

$P = KL^{a}. C^{1} - a$ ..... (1)

यात P हे उत्पादन परिमाण आहे. L ही श्रमाची मात्रा, C ही भांडवलाची मात्रा आहे, तर K आणि a स्थिरांक असून ते धनात्मक आहेत असे मानले आहे; आणि a हा १ पेक्षा लहान आहे. समीकरणाचा अर्थ असा की, L आणि C मध्ये जेवढ्या पटीने वाढ होत असेल तेवढ्याच पटीत P मध्येही वाढ होत असते. समीकरण क्रमांक १ ला रेषीय स्वरूपात आणण्यासाठी त्याचा लॉगेरिथम काढणे आवश्यक आहे. हे समीकरण रेषीय स्वरूपात पुढे दिल्याप्रमाणे असेल.

$Log P = Log K + Log L + 1 - a Log^{c}$ ....

या फलनाचे कार्य समजण्यासाठी पुढील उदाहरण देता येईल. समजा a चे मूल्य $\frac{१}{५}$ आहे तर 1 - a चे मूल्य $\frac{४}{५}$ राहील. L आणि C या घटकांचा P शी असलेला फलनात्मक संबंध पुढील समीकरण दर्शवील.

$P = f (L, C)$ .... (2)

जर L आणि C यांना n या पटीत वाढविले तर P सुद्धा n पटीत वाढेल; जर समीकरण २ ला दोन्ही बाजूस n ने गुणले, तर

$nP = f(nc. nc)$.....(3)

या समीकरणातील मूल्ये समीकरण क्र. १ मध्ये ठेवल्यास

$f(nL.nc) = K(nL)^{a}. (n.c)^{1-a}$

$f(nL. nc) = n^{a} f(1-a) KL^{a}C^{1-a}$....(4)

समीकरण क्र. १ च्या आधारे $KL^{a} C^{1-a}$ चे मूल्य P इतके आहे; आणि f (nc. nc) चे मूल्य समीकरण क्र. ३ च्या आधारे nP इतके आहे. या किमती समीकरण क्रमांक ४ मध्ये ठेवल्यास.

$$nP = n^{a+(1-a)} P \text{ ..... (5)}$$

$$n^{a} + (1-a) = a + 1 - a$$

$$= n$$

$$= n + 1 \text{ किंवा } n$$

ही $n^{a} + (1 - a)$ चे मूल्य समीकरण क्र. ५ मध्ये ठेवल्यास

$n^{P} = n+1$ P किंवा $nP = nP$

समीकरणाच्या दोन्ही बाजू समान असल्याने हे सिद्ध होते की जर L आणि C मध्ये n पटीत वाढ झाली तर P मध्ये n पटच वाढ होत असतो. यावरून हे सिद्ध होते की, कॉब - डग्लस फलन रेखीय व समघाती असते.

कॉब - डग्लस फलनाचे आकृतीने स्पष्टीकरण -

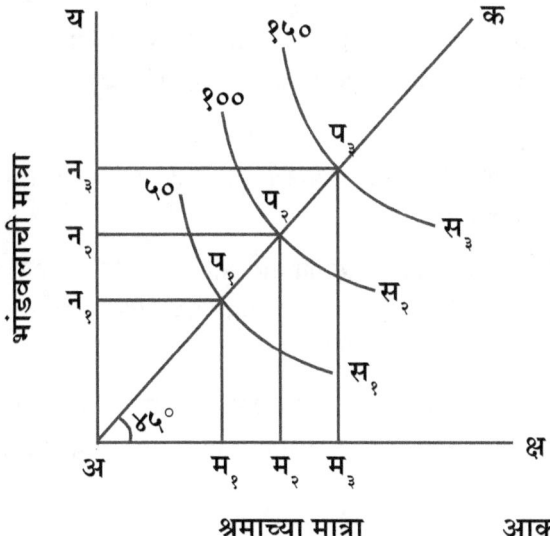

य
श्रमाच्या मात्रा

आकृती क्र. ३.२

वरील आकृतीमध्ये **'क्ष'** अक्षावर श्रमाची मात्रा आणि **'य'** अक्षावर भांडवलाची मात्रा दर्शविली आहे. उत्पादनातील वाढ स$_१$, स$_२$ आणि स$_३$ हे सम उत्पादनवक्र दर्शवीत आहेत. स$_१$ वक्र ५० मात्रा उत्पादन दाखवितो व यासाठी अम$_२$ अधिक अन$_१$ इतके घटक लागतात. अम$_२$ आणि अम$_३$ हे अम$_१$ चे अनुक्रमे दुप्पट व तिप्पट आहेत; तर अम$_२$ आणि अम$_३$ हे अन$_१$ च्या तिप्पट आहेत; जर श्रम व भांडवलाची मात्रा दुप्पट केली म्हणजे अम$_१$ + अन$_१$, वरून अम$_२$ + अन$_२$ केली तर या परिस्थितीत उत्पादन स$_१$ वक्र दर्शवील. ही उत्पादनमात्रा १०० आहे. म्हणजे स$_१$ वरील मात्रेच्या दुप्पट आहे. याचप्रमाणे अम$_३$ + अन$_३$ ही घटकांची तिप्पट मात्रा वापरली तर उत्पादन १५० वर जात असते. म्हणजेच घटकांच्या मात्रेतील वाढीच्या प्रमाणात उत्पादनात वाढ होत असते.

याशिवाय हे उत्पादनफलन **अक** या विस्तारापथाच्या (Expansion Path) साहाय्याने स्पष्ट होते. अक या पथावर स$_१$ स$_२$ आणि स$_३$ हे समउत्पादन वक्र सुद्धा समान अंतर दाखवितात. उदा. वरील आकृतीत अप$_१$ = प$_१$ प$_२$ = प$_२$ प$_३$ आहे. म्हणजेच वक्र आदानाच्या पटीतच प्रदानात वाढ होत असते.

कॉब - डग्लस फलनावरील टीका - कॉब - डग्लस फलनावर प्रा. ॲरो, चेरी, मिन्हास आणि सोलो यांनी टीका केली असून टीकेतील महत्त्वाचे मुद्दे पुढे दिल्याप्रमाणे आहेत.

१) या फलनात केवळ दोन घटकांचा विचार आहे. उत्पादनात यापेक्षा अधिक घटक असतात, यामुळे फलन वास्तविकतेला सोडून आहे, असेच म्हणावे लागेल.

२) केवळ स्थिर प्रमाणितफल नियम उत्पादनात कार्य करतो असे या फलनाच्या आधारावर दिसून येते, पण प्रत्यक्ष व्यवहारातील अनुभव विचारात घेतल्यास असे आढळते की, उत्पादन नियमापेक्षा घटते उत्पादनफल नियम हा फार प्रबल आहे आणि स्थिर उत्पादनफल नियम क्षणभंगुर असून नगण्य स्वरूपाचा आहे.

३) विवेचन काळात तांत्रिक ज्ञान कायम मानणे चूक आहे, कारण बदलत्या जगात ज्ञानात सातत्याने वाढ होत आहे.

४) उत्पादनाचे सर्व घटक सजातीय असतात असे मानणे अव्यवहार्य आहे. श्रमाचे उदाहरण घेतल्यास प्रत्येक मजुराच्या कार्यक्षमतेत कमालीची भिन्नता आढळून येत असते.

५) उत्पादनात जर स्थिर उत्पादन फल नियम असेल तर उत्पादनवाढीची महत्तम मर्यादा स्पष्ट होऊ शकत नाही, कारण स्थिर प्रमाणामुळे उत्पादन सातत्याने वाढत राहील काय, असा भ्रम होतो.

६) a आणि a - 1 या स्थिरांकाचे कार्य केवळ पूर्ण स्पर्धेच्या परिस्थितीत योग्य रीतीने होऊ शकते, पण व्यवहारात पूर्ण स्पर्धेऐवजी अपूर्ण स्पर्धाच प्रामुख्याने आढळते.

७) सीमान्त उत्पादन हे नेहमीच धनात्मक असते, असे या सिद्धान्ताने मानले आहे. पण बदलत्या प्रमाणाच्या नियमात स्पष्टरूपाने असे दर्शविले आहे की, सीमान्त उत्पादन ऋणात्मक असू शकते. एकूण उत्पादनाच्या घटीबाबत अशी ऋणात्मक अवस्था निर्माण होत असते.

कॉब - डग्लस फलनाचे आर्थिक महत्त्व -

कॉब - डग्लस फलनावर अनेक कठोर टीका होत असल्या तरीही या फलनाचे अर्थिक महत्त्व पुढील मुद्दे स्पष्ट करतात.

१) उत्पादनघटकाचे मोबदले तसेच उत्पादनातील त्यांची मात्रा ठरविण्यासाठी हे फलन उपयुक्त असेच आहे.

२) उत्पादनघटकांची उत्पादनलवचिकता दर्शविणारा आकडा हा घटकाच्या कार्यक्षमतेची आंतरराष्ट्रीय स्तरावर आणि आंतरक्षेत्रीय स्तरावर तुलना करण्यास मदत करीत असतो.

३) उत्पादनवाढीसाठी उत्पादनधोरण ठरविण्यात हे फलन उपयुक्त ठरते.

४) अर्थमितीच्या (Econometry) विवेचनात या फलनास विशेष महत्त्व आहे, कारण अर्थमितीतील अनेक विवेचनांना या रेखीय व समघाती फलनाने सुलभता आणली आहे.

३.४ उत्पादकाचे संतुलन (Producer's Equilibrium)

उत्पादकाद्वारे त्याच्या मर्यादित अशा मौलिक उत्पन्नामध्ये योग्य प्रकारे उत्पादक घटकांची निवड कशा रीतीने केली जाते हे आता विचारात घेऊ. घटकांची निवड करीत असताना उत्पादकांचा दृष्टिकोन महत्तम लाभ प्राप्त करणे हा असतो. जास्तीतजास्त लाभ मिळविण्याच्या या दृष्टीनुसार उत्पादक समउत्पादनवक्र नकाशाचा आणि खर्च रेषांचा उपयोग करून दोन घटकांचा असा संयोग प्राप्त करण्याचा प्रयत्न करतो की, त्याच्या मर्यादित खर्चात महत्तम उत्पादन मिळू शकेल. या संयोगास घटकांचा युक्त संयोग (Optimum Combination) असे म्हणतात. हाच संयोग उत्पादकाचे संतुलन दर्शवितो. संतुलनाचे स्पष्टीकरण पुढील आकृतीने स्पष्ट केले आहे.

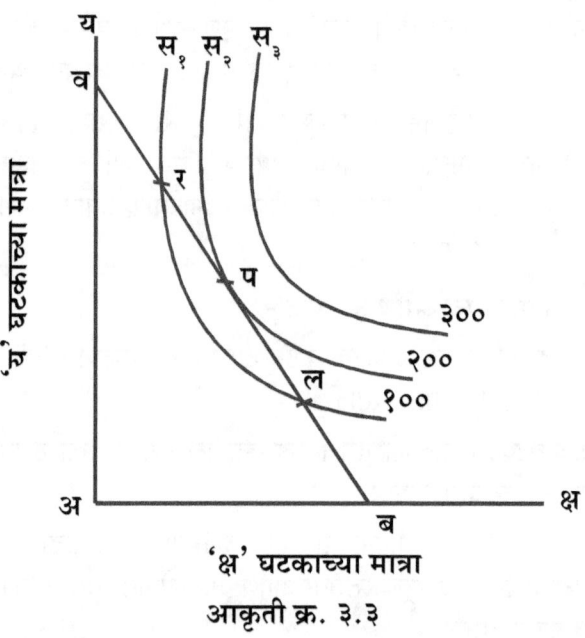

य
र
'य' घटकाच्या मात्रा
क्ष
'क्ष' घटकाच्या मात्रा

आकृती क्र. ३.३

वरील आकृतीत क्ष अक्षावर '**क्ष**' घटकाची मात्रा, तर य अक्षावर '**य**' घटकाची मात्रा दर्शविली आहे. **स**$_१$, **स**$_२$ आणि **स**$_३$ हे निरनिराळे समउत्पादन वक्र दर्शविले आहेत. वब ही समखर्च रेषा **स**$_२$ या समउत्पादन वक्रास **प** या बिंदूच्या ठिकाणी स्पर्शरिषा आहे. प्राप्त परिस्थितीत उपभोक्त्याच्या मर्यादित खर्चात **क्ष** आणि **य** घटकांचे निरनिराळे संयोग खरेदी होऊ शकतात, या संयोगात **प** हा असा संयोग आहे की, जो जास्तीतजास्त उत्पादन उपभोक्त्याला उपलब्ध करून देऊ शकतो. समजा, उपभोक्त्याने जर **र** किंवा **ल** संयोगाची निवड केली, तर या परिस्थितीत उत्पादकाला जास्तीतजास्त उत्पादन प्राप्त होणार नाही. **र** आणि **ल** हे फक्त समखर्च रेषेवरील १०० मात्रा उत्पादन दाखविणारे बिंदू आहेत. उलट, **प** हा असा संयोग आहे की जो २०० मात्रा उत्पादन दर्शवितो. **प** या बिंदूची निवड केल्यास उपभोक्ता जास्तीतजास्त उत्पादन **र** किंवा **ल** साठी येईल तितक्या खर्चात मिळवू शकतो; म्हणून **प** हे या विशिष्ट परिस्थितीत उत्पादकाचे संतुलन आहे; आणि **प** हा संयोग प्राप्त परिस्थितीत उत्पादकाच्या दृष्टीने जास्तीतजास्त उत्पादन मिळवून देणारा युक्त संयोग आहे.

प हे संतुलन निर्माण होत असताना खालील अटी पूर्ण होणे आवश्यक आहे.

१) समउत्पादन वक्रास समखर्च रेषा स्पर्श करीत असली पाहिजे.

२) समउत्पादन वक्र हा संतुलनाच्या ठिकाणी आरंभबिंदूकडे बहिर्गोल असला पाहिजे.

या दोन अटी पूर्ण झाल्याशिवाय उत्पादकाचे संतुलन स्थिर राहू शकणार नाही. संतुलनाच्या बाबतीत असे एक वैशिष्ट्य विचारात घेतले पाहिजे की, या संयोगाच्या ठिकाणी दोन घटकांतील तांत्रिक पर्यायतेचा सीमान्त दर (Marginal Rate of Substitution) किमतीच्या गुणोत्तराबरोबर असतो. हा दर किमतीच्या गुणोत्तराबरोबर असण्याचे मुख्य कारण असे की, संतुलनबिंदूच्या ठिकाणी समउत्पादन वक्राचा उतार सम खर्च रेषेच्या उताराबरोबर असतो आणि समखर्चरेषेचा उतार हा दोन घटकांच्या किमतीच्या गुणोत्तराबरोबर असतो. संतुलनाचे हे वैशिष्ट्य समीकरणाने खालीलप्रमाणे दाखविता येईल -

क्ष घटकाचा य घटकासाठी असलेला सीमान्त तांत्रिक पर्यायता दर =

$$\frac{\text{क्ष घटकाची किंमत}}{\text{य घटकाची किंमत}} \quad \ldots(१)$$

या संतुलनाचा संबंध परंपरागत विशेषणातील उत्पादनाच्या संतुलनाशी पुढीलप्रमाणे तुलना करून दाखविता येईल. समजा, उत्पादनात क्ष आणि य हे दोन घटक आहेत. परंपरागत पद्धतीने ह्या दोन्ही घटकांचे युक्त परिमाण पुढील समीकरणात दाखविले आहेत.

$$\frac{\text{क्ष घटकाची सीमान्त उत्पादकता}}{\text{क्ष घटकाची किंमत}} = \frac{\text{य घटकाची सीमान्त उत्पादकता}}{\text{य घटकाची किंमत}} \quad \ldots(२)$$

या समीकरणात जर $\frac{\text{क्ष घटकाची किंमत}}{\text{या घटकाची सीमान्त उत्पादकता}}$ या पदाने गुणले तर गुणाकार खालीलप्रमाणे येईल -

$$\frac{\text{क्ष घटकाची सीमान्त उत्पादकता}}{\text{य घटकाची सीमान्त उत्पादकता}} = \frac{\text{क्ष घटकाची किंमत}}{\text{य घटकाची किंमत}} \quad \ldots(३)$$

वरील समीकरणात उजवी बाजू समीकरण १ मधील उजव्या बाजू समान आहे. या तुलनेवरून असा निष्कर्ष निघतो की, दोन्ही निरीक्षणात उत्पादकाचे संतुलन दाखविणारी परिस्थिती ही सारखीच दिसते.

३.५ खर्च वक्र - एकूण खर्च, सरासरी खर्च, आणि सीमान्त खर्च, अल्पकालीन आणि दीर्घकालीन खर्च, खर्चाची आर्थिक संकल्पना (Cost Curves, Total Average, Marginal, Short Run and Long Run Costs, Economic Concept of Cost)

३.५.१ खर्चाची आर्थिक संकल्पना (Economics Concept of Cost)

लेखाखर्चामध्ये उत्पादनाच्या क्रियेसाठी लागणारा एकूण मौद्रिक खर्च विचारात घेतला जातो. मौद्रिक खर्च हा उत्पादनाच्या निरनिराळ्या घटकांवर येणाऱ्या पैशाच्या स्वरूपाचा खर्च असतो. इमारतीसाठी लागणारा खर्च, कामगारांना द्यावा लागणारा पगार, कच्च्या मालाची किंमत, विमा, वाहतूक, जाहिरात इ. वरील खर्चाची बेरीज ही लेखाखर्चात समाविष्ट केली जाते. लेखा खर्चात फक्त उत्पादकाच्या मालकीच्या नावाच्या व प्रत्यक्षपणे खरेदी केल्या जाणाऱ्या उत्पादनाच्या आदानांची किंमत समाविष्ट केली जाते. म्हणून लेखा खर्च पूर्णपणे उत्पादन खर्चाचे स्वरूप दाखवीत नाही. उत्पादन खर्चाच्या पूर्णपणे स्पष्टीकरणासाठी आर्थिक खर्चाची कल्पना अर्थशास्त्रज्ञांनी मांडली आहे. अर्थशास्त्रज्ञांच्या मते, लेखाखर्चात फक्त प्रत्यक्ष खर्चाचा विचार केला जातो. अप्रत्यक्ष खर्चाचा समावेश या लेखाखर्चात केला जात नाही. उत्पादनामध्ये अप्रत्यक्ष अशा स्वरूपाचे अनेक खर्च असतात. हे सर्व खर्च विचारात घेणे आवश्यक असते. अप्रत्यक्ष खर्चामध्ये प्रामुख्याने उत्पादकाच्या मालकीचे असलेल्या भूमी व भांडवल या घटकांचा त्याचप्रमाणे त्याने स्वत: संयोजक म्हणून केलेल्या कामाचा मोबदला समाविष्ट होत असतो. याशिवाय आर्थिक खर्चामध्ये कारखाना सोडून समाजातील इतर व्यक्तींना आलेले जे काही खर्च किंवा करावे लागलेले त्याग असतील आणि जे लेखाखर्चात समाविष्ट होऊ शकत नसतील तर अशा अप्रत्यक्ष खर्चाचाही समावेश केला जातो. उदा. आपल्या श्रमाच्या बाबतीत असे सांगता येईल की, श्रमिकांना त्यांच्या कामाबद्दल फक्त मजुरी मिळते, परंतु काम करीत असताना शारीरिक स्वरूपाची काही अप्रत्यक्ष अशी झीज सोसावी लागते. याबद्दल यांना कोणत्याही प्रकारचा मोबदला दिला जात नाही. उदा. बॉयलरजवळ काम करणाऱ्या श्रमिकास फक्त बाजारदराप्रमाणे मजुरी दिली जाते, मात्र बॉयलरजवळ सतत उभे राहिल्याने त्याच्या शारीरिक प्रकृतीवर होणाऱ्या परिणामाबद्दल त्याला कोणताही मोबदला दिला जाता नाही. वास्तविक हा मोबदला उत्पादन क्रियेसाठी येणारा एक खर्चच आहे, कारण या विशिष्ट वस्तूच्या उत्पादनासाठी श्रमिकाला आपल्या आरोग्याचा त्याग करावा लागलेला आहे. याप्रमाणेच भांडवलाच्या बाबतीत असे सांगता येईल की, भांडवलदारास फक्त बाजारदराने व्याज दिले जाते, परंतु बचतीसाठी पैसा उभारताना काम कराव्या लागणाऱ्या उपभोगाच्या त्यागाबद्दल किंवा उपभोगाच्या प्रतीक्षेबद्दल कोणत्याही प्रकारे मोबदला

दिला जात नाही. अशा तऱ्हेने अनेक अप्रत्यक्ष खर्च हे विचारात घेतले जात नाहीत. या सर्व अप्रत्यक्ष खर्चांचा विचार केल्यास आणि ते लेखाखर्चात मिळविल्यास एकंदर जो खर्च होईल, त्यास आर्थिक खर्च (Economic Cost) असे म्हणतात; म्हणजे आर्थिक खर्चाची व्याख्या करताना असे म्हणावे लागेल की, आर्थिक खर्च हा प्रत्यक्ष आणि अप्रत्यक्ष अशा दोन्ही प्रकारच्या खर्चांचा मिळून झालेला असतो. समीकरणाने तो खालीलप्रमाणे दाखविता येईल.

आर्थिक खर्च = लेखाखर्च + अप्रत्यक्ष खर्च

३.५.२ अल्पकालीन आणि दीर्घकालीन उत्पादन खर्च (Short Run and Long Run Production Costs)

उत्पादन खर्चाचे विश्लेषण करताना कालावधीच्या संबंधात उत्पादन खर्चाचे विश्लेषण करणे अर्थशास्त्राच्या दृष्टीने महत्त्वाचे आहे. कालावधीचे अल्पकाळ आणि दीर्घकाळ असे दोन प्रकार मानले जातात. अल्पकाळ आणि दीर्घकाळ हे प्रकार उत्पादनाच्या कोणत्या घटकात बदल होऊ शकतो यावरून पाडलेले असतात. उत्पादकघटकांचे बदलते घटक आणि स्थिर घटक असे दोन प्रकार आहेत. बदलते घटक यांचा पुरवठा अल्पकाळात सहजासहजी बदलू शकतो, तर स्थिर घटकांचा पुरवठा अल्पकाळात सहजासहजी बदलू शकत नाही. उत्पादकघटकांच्या या बदलावरून कालावधीचे वर्गीकरण होते. अल्पकाळ म्हणजे असा कालावधी की ज्या कालावधीमध्ये उत्पादक उत्पादनाच्या बदलत्या घटकांमध्येच पूर्णपणे बदल करू शकतात, परंतु उत्पादनातील स्थिर घटक हे कायमच राहतात. अल्पकाळामध्ये उत्पादनाचे कच्चा माल, तात्पुरते नोकर, मजूर, इंधन इत्यादी घटकांत बदल होऊ शकतो; मात्र इमारती, यंत्रसामग्री इत्यादींच्या मात्रात फरक होऊ शकत नाही. या कालावधीत घटक मात्रेचा एकूण उत्पन्नाशी जो संबंध असतो, त्यास 'अल्पकालीन उत्पादनखर्च फलन' असे म्हटले जाते. दीर्घकाळामध्ये सर्व घटक बदलले जाऊ शकतात. दीर्घकाळ हा एवढा कालावधी असतो की, ज्यात स्थिर म्हणून मानले जाणारे घटकसुद्धा बदलले जाऊ शकतात आणि म्हणून या दीर्घकाळातील उत्पादनाचा जो खर्च असेल त्यास 'दीर्घकालीन उत्पादनखर्च फलन' असे म्हणतात. अल्पकालीन आणि दीर्घकालीन उत्पादनखर्च हे दोन्हीही आपापल्या बदलाची वेगवेगळ्या प्रकारे प्रवृत्ती दाखवीत असतात आणि म्हणून त्यांचे विश्लेषण स्वतंत्र रीतीने करणे आवश्यक आहे.

अल्पकालीन उत्पादन खर्च (Short Run Production Costs)

अल्पकालीन उत्पादनखर्चाचा अभ्यास करताना वेगवेगळ्या मोजणी पद्धतींनी त्यांचा अभ्यास करावा लागतो. एकतर एकूण खर्च विचारात घेऊन किंवा सरासरी आणि सीमान्त

खर्चाचे पद्धतीने अल्पकालीन खर्चाचा अभ्यास केला जातो.

एकूण खर्चाच्या पद्धतीत उत्पादनपेढीच्या खर्चाची बेरीज ही विचारात घेतलेली असते, तर सरासरी आणि सीमान्त खर्चाच्या पद्धतीत एकूण उत्पादन मात्रेचे खर्चाशी असलेले निरनिराळे संबंध विचारात घेतले जातात.

अल्पकालीन एकूण उत्पादन खर्च (Short Run Total Costs)

अल्पकाळामध्ये एकूण उत्पादनखर्च हे निरनिराळ्या दोन प्रकारांनी विचारात घेतले जातात. हे दोन प्रकार अल्पकाळात उत्पादक घटकांच्या प्रकारांवरून ठरलेले आहेत. हे दोन प्रकार एकूण स्थिर खर्च आणि एकूण बदलता खर्च असे आहेत. एकूण स्थिर खर्च हा उत्पादनाच्या स्थिर घटकांवर येणारा एकंदर खर्च दाखवितो. अल्प काळामध्ये एकूण स्थिर खर्च हा मुळीच बदलत नाही. उत्पादन मात्रा बदलली तरीही एकूण स्थिर खर्च हा समानच असतो. बदलत्या घटकांवरील येणारा खर्च हा बदलता खर्च दर्शवीत असतो. एकूण बदलत्या खर्चाची मात्रा उत्पादनाच्या वाढीबरोबर वाढत असते.

उत्पादनाचा एकूण स्थिर खर्च आणि एकूण बदलता खर्च यांच्या बेरजेला अल्पकाळातील एकूण खर्च असे म्हणता येईल. एकूण खर्च म्हणण्याचे कारण असे की, या खर्चात सर्व घटकांवर येणाऱ्या खर्चाचा समावेश केलेला असतो. एकूण खर्च बदलाची दिशा ही एकूण बदलत्या खर्चाच्या दिशेप्रमाणेच असते. एकूण खर्च हा एकूण बदलत्या खर्चास समांतर असतो. अल्पकाळातील हे तिन्ही प्रकारचे एकूण खर्च खालील तक्त्यानुसार दर्शविता येतील.

तक्ता क्र. ३.३

उत्पादनाची राशी	एकूण स्थिर खर्च	एकूण बदलता खर्च	एकूण खर्च
नग	२० रु.	० रु.	२० रु.
१ नग	२० रु.	१५ रु.	३५ रु.
२ नग	२० रु.	२० रु.	४० रु.
३ नग	२० रु.	२२.५ रु.	४२.५ रु.
४ नग	२० रु.	२५ रु.	४५ रु.
५ नग	२० रु.	३० रु.	५० रु.
६ नग	२० रु.	३९ रु.	५९ रु.
७ नग	२० रु.	४९ रु.	६९ रु.

वरील तक्त्यात असलेल्या निरनिराळ्या खर्चांचा संबंध हा खालील आकृतीने अधिक चांगल्या रीतीने स्पष्ट करता येईल.

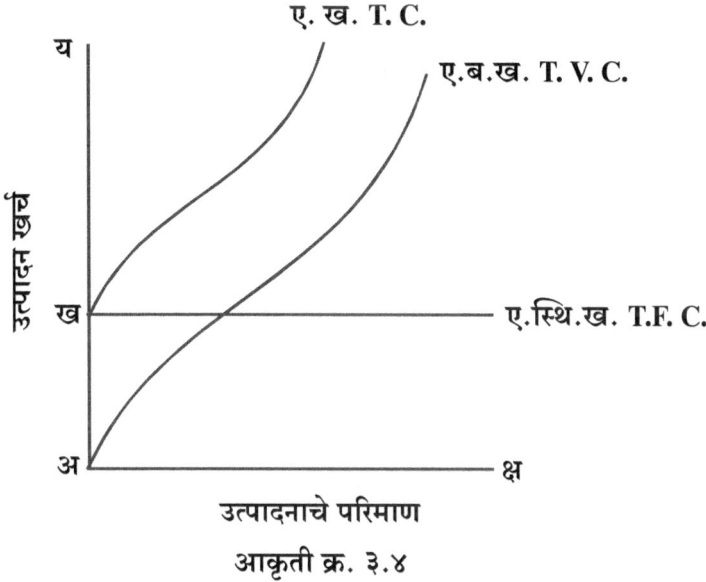

आकृती क्र. ३.४

वरील आकृतीत एकूण स्थिर खर्च, एकूण बदलता खर्च आणि एकूण खर्च दाखविला आहे. आकृतीत 'क्ष' अक्षावर उत्पादनाचे परिमाण मोजलेले आहे आणि 'य' अक्षावर उत्पादन खर्च मोजलेले आहे. एकूण स्थिर खर्च हा सुरुवातीस **अख** एवढा असतो आणि तो उत्पादन कितीही वाढले तरी कायम राहतो. एकूण बदलता खर्च हा सुरुवातीस शून्य असतो आणि उत्पादनाच्या परिमाणाबरोबर वाढत जातो. एकूण खर्च हा 'ख' बिंदूतून सुरुवात करतो आणि तो बदलता खर्च आणि स्थिर खर्च यांच्या बेरजेने वाढत जातो. एकूण स्थिर खर्च व एकूण बदलता खर्च या दोन्हींची बेरीज एकूण खर्चाचा वक्र दर्शवीत असल्याने तो एकूण बदलत्या खर्चवक्रास समांतर असतो.

अशा रीतीने अल्पकाळामध्ये असलेल्या एकूण खर्चाचे विश्लेषण स्पष्ट करता येते एकूण खर्चाच्या विश्लेषणापेक्षा सरासरी आणि सीमान्त खर्चाचे विश्लेषण अधिक महत्त्वाचे असते.

अल्पकालीन सरासरी खर्च आणि सीमान्त खर्च
(Short Run Average of Marginal Costs)

सरासरी खर्च याचा अर्थ असा की, एकूण खर्चाला उत्पादनाच्या एकंदर राशीने भागले असता येणारी राशी होय. सूत्ररूपाने हे पुढीलप्रमाणे दाखविता येईल -

$$\text{सरासरी खर्च} = \frac{\text{एकूण उत्पादन खर्च}}{\text{उत्पादनाचे एकूण परिमाण}}$$

सरासरी उत्पादनखर्च हा उत्पादनखर्चामध्ये होणारा बदल अधिक चांगल्या रीतीने स्पष्ट करून शकतो. उत्पादनखर्चात असणारा बदल या सरासरी खर्चामुळे अधिक चांगल्या रीतीने दाखविले जाण्याचे महत्त्वाचे कारण म्हणजे हा खर्च दर नगावर येणारा उत्पादन खर्च दाखवीत असतो.

सीमान्त खर्च हा संपूर्ण खर्चातील बदल स्पष्ट करीत असतो. उत्पादन मात्रेतील बदलामुळे एकूण उत्पादनखर्चात किती बदल झाला हे सीमान्त खर्च दर्शवितो, म्हणून सीमान्त खर्च हा उत्पादन राशीत होणाऱ्या बदलाने संपूर्ण उत्पादन खर्चात होणाऱ्या बदलास भागले असता प्राप्त होतो. सूत्ररूपाने हा खर्च पुढीलप्रमाणे दाखविता येईल.

$$\text{सीमान्त खर्च} = \frac{\text{एकूण खर्चात होणारा बदल}}{\text{उत्पादन मात्रेत होणारा बदल}}$$

सरासरी खर्चाचे सुद्धा एकूण खर्चाप्रमाणे अल्पकाळात तीन प्रकार पडतात. हे प्रकार म्हणजे सरासरी बदलता खर्च, सरासरी स्थिर खर्च व सरासरी एकूण खर्च हे आहेत. या निरनिराळ्या सरासरी खर्चाचे त्याचप्रमाणे सीमान्त खर्चाचे स्पष्टीकरण खालील तक्त्याने करता येईल.

तक्ता क्र. ३.४

उत्पादनाची राशी	एकूण स्थिर खर्च	एकूण बदलता खर्च	एकूण खर्च	सरासरी स्थिर खर्च	सरासरी बदलता खर्च	सरासरी एकूण खर्च	सीमान्त खर्च
०	२०	०	२०	-	०	-	-
१	२०	१५	३५	२०	१५	३५	१५
२	२०	२०	४०	१०	१०	२०	५
३	२०	२२.५	४२.५	६.६	७.५	१४.१	२.५
४	२०	२५	४५	५	६.२५	११.२५	२.५
५	२०	३०	५०	४	६	१०	५
६	२०	३९	५९	३.३	६.६	९.८	९
७	२०	४९	६९	२.८	७	९.९	१०

वरील तक्त्याच्या शेवटच्या चार कॉलम्स्मध्ये सरासरी आणि सीमान्त खर्चाची वर्तणूक दर्शविली आहे. या शेवटच्या ४ कॉलम्स्मधील आकड्यांच्या आधारावर हे सरासरी आणि सीमान्त खर्च आकृतीने पुढीलप्रमाणे दाखविता येतील.

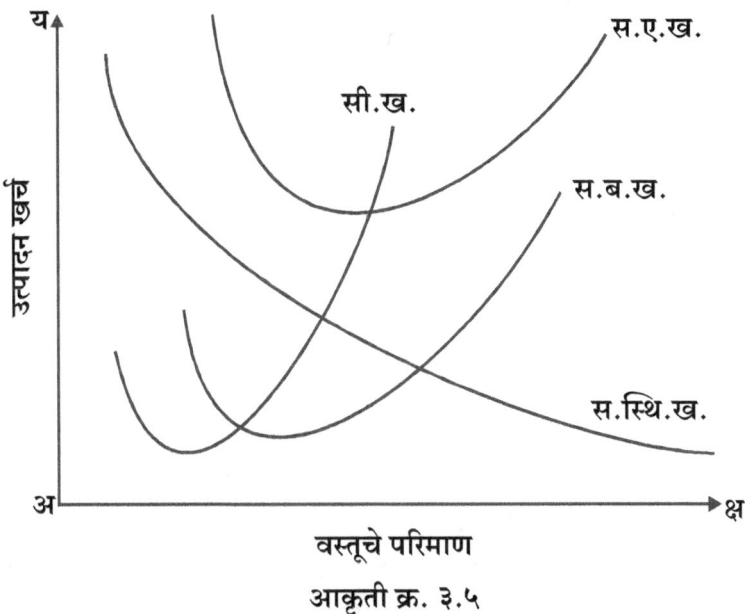

आकृती क्र. ३.५

वरील आकृतीत **'क्ष'** अक्षावर वस्तूचे परिमाण आणि **'य'** अक्षावर सरासरी व सीमान्त खर्च मोजले आहेत. अल्पकालीन सरासरी स्थिर खर्चाचा वक्र हा स.स्थि.ख. रेषेने दाखविला आहे. सरासरी बदलत्या खर्चाचा वक्र हा **'स.ब.ख.'** या वक्राने दर्शविला आहे. सीमान्त खर्चाचा वक्र हा **'सीख'** या वक्राने दाखविला आहे. या निरनिराळ्या खर्चांची लक्षणे वरील तक्त्याच्या आणि आकृतीच्या आधारावर पुढीलप्रमाणे सांगता येतील.

१) अल्पकालीन सरासरी स्थिर खर्च (Short Run Average Fixed Cost) अल्पकालीन सरासरी स्थिर खर्च हा उत्पादनाच्या यंत्रसामग्री, इमारती इ. स्थिर घटकांवर येणारा खर्च असतो. या खर्चास पूरक खर्च असेही म्हणतात.

अल्पकालीन सरासरी स्थिर खर्च हा सुरुवातीस मोजणे अशक्य असते, कारण तो फार जास्त असतो, पण वस्तूंच्या नगांची संख्या जशी वाढत जाईल तसा हा खर्च उत्तरोत्तर कमी होत जातो, मात्र हा खर्च कितीही कमी झाला तरी शून्य होत नसतो.

२) सरासरी बदलता खर्च (Average Variable Cost) - सरासरी बदलत्या खर्चास प्रधान खर्च (Prime Cost) असेही म्हणतात. हा खर्च उत्पादनाच्या बदलत्या

घटकांवर येणारा खर्च असतो. सरासरी बदलता खर्च हा सुरुवातीस जास्त असतो, नंतर हा खर्च हळूहळू कमी होत असतो. एका ठराविक मर्यादेपर्यंत सरासरी बदलत्या खर्चात घट झाल्यानंतर हा खर्च हळूहळू वाढू लागतो, म्हणजेच या खर्चाच्या वक्राचा आकार 'U' (यू) या अक्षरासारखा असतो.

या खर्चाच्या वक्राचा आकार 'U' (यू) असण्याचे कारण बदलत्या प्रमाणाचा नियम हे आहे; कारण अल्पकाळात बदलत्या प्रमाणाचा नियम कार्यान्वित होण्यासाठी आवश्यक असलेली सामान्य परिस्थिती वरील आकृतीत दाखविली आहे. बदलत्या प्रमाणाच्या नियमानुसार सुरुवातीस बदलत्या घटकात होणाऱ्या उत्तरोत्तर वाढीमुळे निघणारे उत्पादन हे जास्त होत जाते. परिणामत: उत्पादकघटकात झालेली वाढ जेवढी असते, त्याहून हे जास्त होत जाते. परिणामत: उत्पादक घटकात झालेली वाढ जेवढी असते, त्याहून जास्त प्रमाणात उत्पादनवाढ होते. परिणामत: उत्पादनखर्चास उत्पादननगाने भागून येणारा भागाकार हा सुरुवातीस वाढत्या उत्पादनफल नियमाच्या प्रभावामुळे कमी होतो, पण नंतर घटत्या उत्पादनफलाच्या नियमाचा प्रभाव सुरू झाल्यामुळे पुढे सरासरी खर्च वाढू लागतात. अशा रीतीने अल्पकालीन सरासरी खर्चाच्या वक्रास 'यू' या अक्षराचा आकार प्राप्त होतो.

३) सरासरी एकूण खर्च (Average Total cost) - सरासरी बदलाची आणि सरासरी स्थिर खर्च यांची बेरीज सरासरी एकूण खर्चाने दर्शविली जाते. सरासरी एकूण खर्चवक्र हा सरासरी बदलत्या वक्राच्या वरच्या बाजूस असतो. सरासरी बदलत्या खर्चाचा वक्र आणि सरासरी एकूण खर्चाचा वक्र यांच्यातील अंतर सरासरी स्थिर खर्चाने दर्शविले जाते, त्यामुळे हे अंतर सुरुवातीस जास्त असते, पण नंतर कमी होत जाते. सरासरी एकूण वक्राचा आकार 'U' (यू) या अक्षरासारखाच असतो. यू आकार प्राप्त होण्याचे कारण म्हणजे हा वक्र बदलत्या खर्चाच्या वक्रावर अवलंबून असतो. सरासरी बदलत्या खर्चाचा वक्र हा 'U' (यू) आकाराचा असल्यामुळे सरासरी एकूण खर्चवक्रास 'यू' आकार प्राप्त होणे साहजिकच आहे.

४) सीमान्त खर्च (Marginal cost) - सीमान्त खर्च हा उत्पादनाचा सर्वांत महत्त्वाचा खर्च आहे, कारण हा खर्च वस्तूच्या किंमतनिश्चितीत अनेकदृष्ट्या उपयुक्त ठरतो. सीमान्त खर्च हा उद्योजकास महत्तम लाभाची परिस्थिती दर्शवीत असतो. सीमान्त जोपर्यंत सीमान्त प्राप्तीपेक्षा कमी असतो, तोपर्यंत प्रत्येक नव्याने तयार होणाऱ्या वस्तूच्या एककावर नफा प्राप्त होत असतो, मात्र जेव्हा सीमान्त खर्च सीमान्त प्राप्तीपेक्षा जास्त होऊ लागतो, तेव्हा वस्तूच्या प्रत्येक नवीन नगावर नफ्याऐवजी नुकसानी येऊ लागते. सीमान्त उत्पादन खर्च जास्तीतजास्त नफ्याच्या दृष्टीने कोणती उत्पादनमात्रा असेल ते उत्पादकास

सांगू शकतो. सीमान्त खर्च हा मोजण्यासाठी एकूण खर्चात झालेल्या बदलास वस्तूच्या उत्पादन मात्रेत होणाऱ्या बदलाने भागले जाते. सूत्ररूपाने सीमान्त खर्च खालीलप्रमाणे दाखविता येईल.

$$\text{सीमान्त खर्च} = \frac{\text{वस्तूच्या एकूण उत्पादनखर्चात होणारा बदल}}{\text{वस्तूच्या उत्पादनमात्रेत होणारा बदल}}$$

सीमान्त खर्च हा एकूण खर्चातील बदलावरून अल्पकाळात मोजला जात असल्याने या खर्चाचा वक्र बदलत्या खर्चाच्या वक्राबरोबरच सुरू होतो, परंतु या खर्चात होणारी सुरुवातीची घट ही सरासरी बदलत्या खर्चाच्या वक्रात होणाऱ्या घटीपेक्षा जास्त असते. परिणामत: या खर्चाचा वक्र सुरुवातीस सरासरी बदलत्या खर्चाच्या खालच्या बाजूस असतो, परंतु बदलासाठी वाढण्यास सुरुवात झाली म्हणजे सीमान्त खर्चाचा वक्र हा बदलत्या खर्चवक्राच्या वरच्या बाजूस असतो. सीमान्त खर्चात सुरुवातीला घट, नंतर वाढ होत असल्याने सीमान्त खर्च वक्राचा आकार U (यू) या अक्षरासारखा असतो. हा आकार 'यू' या अक्षरासारखा असण्याचे कारण, उत्पादनात कार्यान्वित होणारा बदलत्या प्रमाणाचा नियम हेच होय.

सीमान्त आणि सरासरी खर्चाचा परस्परांशी असलेला संबंध

सीमान्त आणि सरासरी खर्चाचा संबंध आपणास खालील आकृतीच्या आधारे दाखविता येईल.

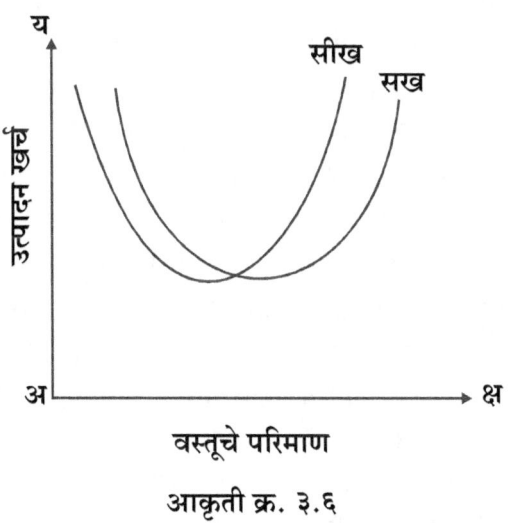

आकृती क्र. ३.६

वरील आकृतीमध्ये दोन्ही खर्चात पहिला संबंध असा दिसतो की, सीमान्त खर्चाचा वक्र आणि सरासरी बदलत्या खर्चाचा वक्र हे एकाच बिंदूपासून जरी सुरू होत असले, तरीही दोन्हींमध्ये होणारा बदल हा वेगवेगळ्या वेगाने आहे. दोन्ही वक्रांचे आकार 'यू' अक्षरासारखे असले, तरीही सीमान्त खर्चात होणारा बदल जास्त वेगाने होत असतो, म्हणून सुरुवातीस सीमान्त खर्च हा सरासरी खर्चापेक्षा कमी असतो, पण नंतर सीमान्त खर्च वेगाने वाढत जातो. सरासरी खर्चात होणारा बदल आणि त्यानुसार सीमान्त खर्चाचा असलेल्या संबंध पुढील तीन प्रकारे दाखविता येईल.

१) जेव्हा सरासरी खर्च हा कमी होत असतो, तेव्हा सीमान्त खर्च हा सरासरी खर्चापेक्षा कमी असतो.

२) सरासरी खर्च हा जर स्थिर राहात असेल, तर सीमान्त खर्च हा व्यापारी स्थितीत सरासरी बदलत्या खर्चाच्या बरोबर राहील; म्हणजेच ज्या ठिकाणी सरासरी खर्चाचा वक्र न्यूनतम बिंदूत जाऊन पोहोचतो, त्याचठिकाणी सीमान्त खर्चवक्र याला खालच्या बाजूने येऊन मिळत असतो.

३) सरासरी खर्च वाढत असता सीमान्त खर्च हा त्यापेक्षा जास्त वाढतो. सरासरी खर्चाच्या न्यूनतम बिंदूपेक्षा उत्पादनात जास्त वाढ झाली असताना सीमान्त खर्च हा सरासरी खर्चापेक्षा जास्त असतो.

दीर्घकालीन उत्पादन खर्च (Long Run Production Cost)

दीर्घकालीन खर्चाचे विश्लेषण विचारात घेण्यापूर्वी उत्पादक घटकांच्या स्वरूपात होणारा मूलभूत फरक विचारात घेतला पाहिजे. उत्पादक घटकांच्या स्वरूपात होणारा महत्त्वाचा फरक असा असतो की, दीर्घकाळात उत्पादनाचा स्थिर घटक ही संज्ञा शिल्लक राहात नाही. दीर्घकाळात उत्पादनाचे सर्व घटक हे बदलते होत असतात. अल्पकाळात भूमी किंवा इतर सामुग्री हे घटक स्थिर असतात, पण दीर्घकाळामध्ये हेही घटक बदलू शकतात आणि आवश्यकतेनुसार कमी-जास्त करता येतात. दीर्घकाळात परिस्थितीनुसार निरनिराळ्या आकाराची संयंत्रे (Plants) वापरली जाऊ शकतात. दीर्घकालीन खर्चाच्या विश्लेषणात फक्त दोनच प्रकारचे खर्च असतात, ते पुढीलप्रमाणे -

१) दीर्घकालीन सरासरी खर्च (Long Run Average Cost) : दीर्घकाळात निर्माण होणारा सरासरी खर्चवक्र हा अनेक अल्पकालीन सरासरी खर्चवक्राचा मिळून बनलेला असतो, कारण दीर्घकाळात वस्तूच्या उत्पादनवाढीनुसार उत्पादनासाठी निरनिराळ्या आकाराची संयंत्रे वापरली जातात. हे प्रत्येक संयंत्र निरनिराळ्या अभ्यासकाळात वापरले जाते. सर्व अल्पकाळांचा मिळून एक दीर्घकाळ होत असतो. दीर्घकाळात वापरली जाणारी अनेक संयंत्रे पूर्णपणे वापरली जात नसतात, कारण

उत्पादनाची मात्रा कमी असताना वापरली जाणारी संयंत्रे त्यांच्या योग्य आकारापेक्षा कमी आकाराने वापरली जातात, तर उत्पादनवाढीच्या शेवटच्या अवस्थेत ही संयंत्रे त्यांच्या योग्य आकारापेक्षा जास्त उत्पादनाच्या परिस्थितीत वापरली जात असतात. दीर्घकालीन सरासरी खर्चवक्र हा निरनिराळ्या अल्पकालीन सरासरी खर्चवक्रांना संवेष्टन करून घेईल अशी एक रेषा असते, म्हणून दीर्घकालीन सरासरी खर्चाच्या वक्रास संवेष्टनवक्र (Exvelop Curve) असे म्हटले जाते. या दीर्घकालीन खर्चवक्रासुमार उद्योगसंस्था उत्पादनवाढीची योजना करीत असल्यामुळे यास उद्योगसंस्थेचा योजना वक्र (Planning Curve) असेही म्हटले जाते. दीर्घकालीन सरासरी खर्चवक्र हा अल्पकालातील सरासरी खर्चवक्रासारखा U (यू) या अक्षराच्या आकारासारखा असतो, मात्र यू हा आकार अल्पकाळातील आकारापेक्षा अधिक पसरट (flat) असतो. दीर्घकालीन सरासरी खर्चवक्र खालील आकृतीमध्ये दाखविला आहे.

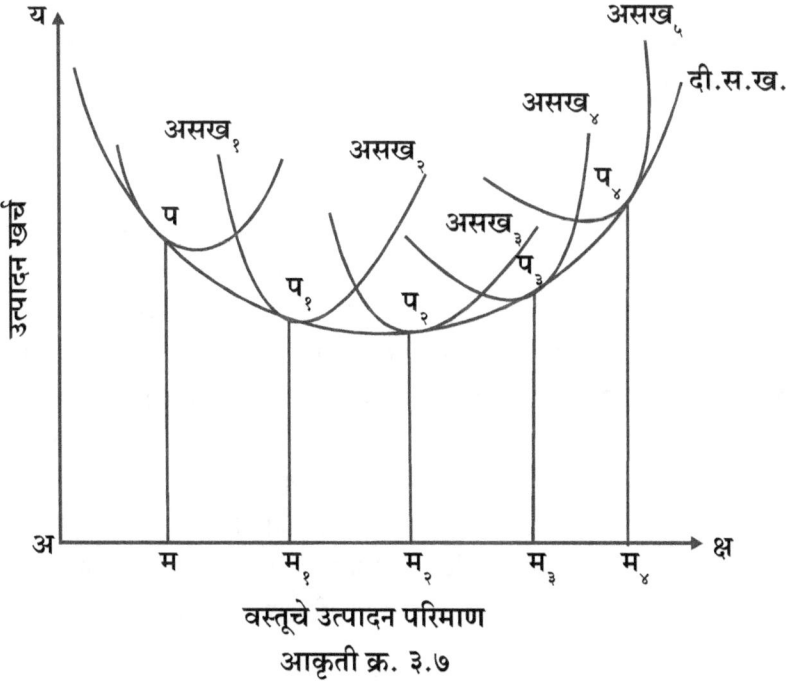

वस्तूचे उत्पादन परिमाण
आकृती क्र. ३.७

वरील आकृतीत उद्योगसंस्थेचे उत्पादन वाढत असताना निरनिराळी अल्पकालीन संयंत्रे उद्योगसंस्थेद्वारे वापरली गेलीत, त्यांचे अल्पकालीन सरासरी खर्चवक्र दर्शविले आहेत. हे अल्पकालीन सरासरी खर्चवक्र असख$_१$, असख$_२$, असख$_३$, असख$_४$ आणि

असख$_५$ या वक्रांनी दर्शविले आहेत. असख$_१$ हा अल्पकालीन सरासरी खर्चवक्र उत्पादनाची मात्रा कमी होत असताना वापरल्या जाणाऱ्या संयंत्रांची परिस्थिती दर्शवितो. उत्पादनाची मात्रा अम$_१$ वाढली असताना असख$_२$ हे संयंत्र वापरणे योग्य असते; कारण या स्थितीत अम$_१$ हे उत्पादन असख$_२$ या संयंत्राच्या साहाय्याने काढल्यास त्याचा सरासरी खर्च म$_१$ प$_१$ या दुसऱ्या संयंत्राचा वापर केल्यास येणाऱ्या सरासरी खर्चापेक्षा जास्त असेल, म्हणजेच उद्योगसंस्थेचे उत्पादन वाढत असताना संयंत्रे बदलावी लागतात. मोठ्या उत्पादनाच्या मात्रेसाठी मोठ्या आकाराची संयंत्रे वापरावी लागतात. अशा तऱ्हेने निरनिराळी ५ संयंत्रे गृहीत मानली आहेत. या पाचही संयंत्रांच्या अल्पकालीन सरासरी खर्चवक्रास स्पर्शरेषा असणारी खर्चरेषा दीर्घकालीन सरासरी खर्चवक्र आहे. ही रेषा अल्पकालीन सरासरी खर्चवक्राच्या प, प$_१$, प$_२$, प$_३$ आणि प$_४$ या बिंदूंच्या ठिकाणी स्पर्श करते. **दीसख** रेषेचा आकार U (यू) या अक्षरासारखा आहे. प$_२$ हा बिंदू कमीतकमी दीर्घकालीन सरासरी उत्पादनखर्च दर्शवितो. या बिंदूच्यानंतर उत्पादन वाढल्यास दीर्घकालीन सरासरी खर्चात वाढ दर्शविली आहे; म्हणजेच दीर्घकालीन खर्च हा अल्पकालीन उत्पादनखर्चावरील विशिष्ट सरासरी खर्चाची मात्रा दर्शविणाऱ्या बिंदूचा (Locus) पथ आहे.

२) दीर्घकालीन सीमान्त खर्च (Long Run Marginal Cost) : अल्पकाळाप्रमाणे दीर्घकाळात सीमान्त खर्चाचा विचार करणे आवश्यक आहे. दीर्घकाळातील सीमान्त खर्चवक्र हा दीर्घकालीन सरासरी खर्चवक्राप्रमाणेच U (यू) याच आकाराचा असतो. दीर्घकालीन सीमान्त खर्च हा दीर्घकालीन एकूण खर्चात होणाऱ्या बदलास वस्तूच्या उत्पादनात होणाऱ्या बदलाने भागून मिळू शकतो. दीर्घकालीन सीमान्त खर्चवक्र काढण्यासाठी आकृतीची दुसरी एक विशेष पद्धती वापरली जाते. या पद्धतीत निरनिराळ्या अल्पकालीन सरासरी खर्चवक्राच्या संबंधात अल्पकालीन सीमान्त खर्च वक्र काढले जातात. तसेच अल्पकालीन सरासरी खर्चवक्र ज्या ठिकाणी दीर्घकालीन सरासरी खर्चवक्रांना स्पर्श करीत असतात, त्या उत्पादनमात्रेस आलेला अल्पकालीन सीमान्त खर्च हा या वस्तूच्या मात्रेस असलेल्या दीर्घकालीन सीमान्त खर्चाबरोबर असतो. त्यामुळे सरासरी खर्च वक्राच्या स्पर्शबिंदूच्या संबंधात असलेल्या अल्पकालीन सीमान्त खर्चवक्रांवरील बिंदूंना जोडणारी रेषा दीर्घकालीन सीमान्त खर्च दर्शविते.

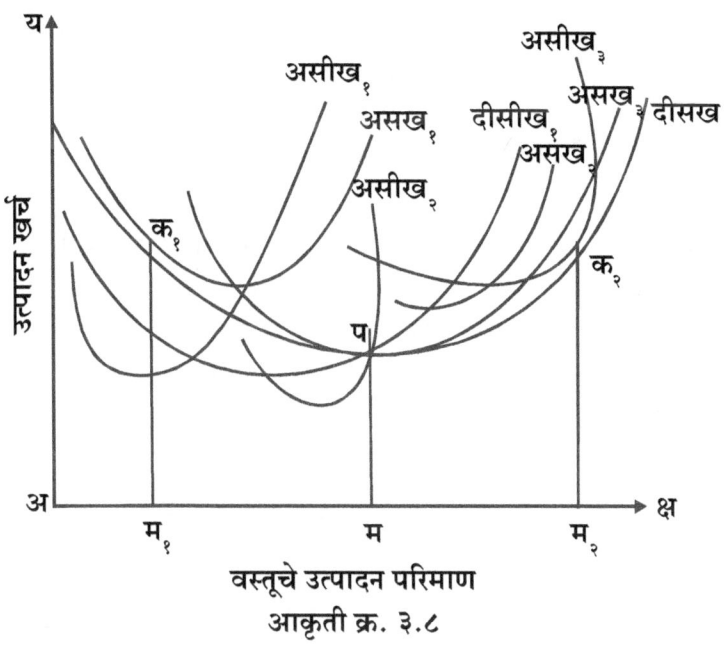

वस्तूचे उत्पादन परिमाण
आकृती क्र. ३.८

वरील आकृतीत **दीसख** हा दीर्घकालीन सरासरी खर्चवक्र आहे. या वक्राने **असख$_१$**, **असख$_२$** आणि **असख$_३$** या अल्पकालीन सरासरी खर्चवक्रांना संवेष्टून घेतले आहे. अल्पकालीन सरासरी खर्चवक्रांच्या संबंधात असलेल्या अल्पकालीन सीमान्त खर्चाचे **असीख$_१$**, **असीख$_२$** आणि **असीख$_३$** या वक्रांनी दर्शविले आहेत. या अल्पकालीन सरासरी खर्चाचे वक्र आणि दीर्घकालीन सरासरी खर्चाचा वक्र यांच्या साहाय्याने दीर्घकालीन सीमान्त खर्चाचा वक्र काढलेला आहे. दीर्घकालीन सरासरी खर्चाच्या वक्रांना ज्या निरनिराळ्या ठिकाणी अल्पकालीन सरासरी खर्चाचे वक्र स्पर्श करतात, त्या उत्पादनमात्रेच्या संबंधात असलेले अल्पकालीन सीमान्त खर्च दाखविणारे बिंदू जोडून दीर्घकालीन सीमान्त खर्चवक्र काढलेला आहे. आकृतीत क$_१$ प आणि क$_२$ हे अशा प्रकारचे बिंदू आहेत की, या बिंदूंच्या संबंधातील बिंदू जोडून दीसीख हा दीर्घकालीन सीमान्त खर्चवक्र काढलेला आहे. दीर्घकालीन सीमान्त खर्चाचा वक्र U (यू) या आकाराचा आहे.

दीर्घकालीन सीमान्त खर्चवक्र आणि दीर्घकालीन सरासरी खर्चवक्रांचा संबंध

दोन्ही वक्र एकाच दिशेने बदलतात, मात्र सरासरी खर्चात होणारा बदल हा सीमान्त होणाऱ्या बदलापेक्षा कमी वेगाने होत असतो. सुरुवातीस दीर्घकालीन सीमान्त खर्चवक्र दीर्घकालीन सरासरी खर्चवक्राबरोबरच सुरू होतो, पण नंतर उत्पादनवाढीबरोबर तो

दीर्घकालीन सरासरी खर्चवक्रापेक्षा कमी होत जातो, मात्र एका विशिष्ट मर्यादेनंतर तो वाढू लागत असतो. दीर्घकालीन सीमान्त खर्च आणि दीर्घकालीन सरासरी खर्चाचा संबंध पुढे दिल्याप्रमाणे असतो.

१) दीर्घकालीन सरासरी खर्च कमी होत असताना सीमान्त खर्च त्याच्यापेक्षा कमी असतो.

२) दीर्घकालीन सरासरी खर्च कमीतकमी असताना दीर्घकालीन सीमान्त खर्च त्याच्याबरोबर असतो.

३) दीर्घकालीन सरासरी खर्च वाढत असताना सीमान्त खर्च त्यापेक्षा जास्त असतो.

या संबंधात महत्त्वाचा मुद्दा असा की, दीर्घकालीन सीमान्त खर्चवक्र हा दीर्घकालीन सरासरी खर्चवक्राच्या खालच्या बाजूने येऊन त्याच्या न्यूनतम बिंदूतून (प बिंदू) जात असतो.

३.६ एकूण प्राप्ती, सरासरी प्राप्ती आणि सीमान्त प्राप्तीच्या संकल्पना (Concepts of Total Revenue, Average Revenue and Marginal Revenue)

निरनिराळ्या खर्चवक्रांच्या विश्लेषणाबरोबरच उद्योगसंस्थेच्या प्राप्तीवक्रांचे विश्लेषण उत्पादकांच्या दृष्टीने महत्त्वाचे असते, कारण उत्पादक वस्तूंचे उत्पादन करीत असताना फक्त उत्पादनखर्चाकडे लक्ष देत असतो असे नाही, तर तो उत्पादनापासून मिळणाऱ्या नफ्याकडे लक्ष देत असतो. उत्पादनातून मिळणारा नफा हा उत्पादन विक्रीपासून किती मुद्रा राशी मिळते यावर अवलंबून असतो. उत्पादनापासून मिळणारी मुद्रा राशी ही निरनिराळ्या प्राप्तीवक्रांद्वारे स्पष्ट केली जात असते. निरनिराळे प्राप्तीवक्र हे उत्पादित वस्तूसाठी असलेल्या मागणीवक्रावर अवलंबून असतात. मागणी ज्याप्रमाणे असेल त्याप्रमाणे प्राप्तीवक्राचे स्वरूप ठरत असते. प्राप्तीवक्राचा विचार करताना एकूण प्राप्ती, सरासरी प्राप्ती आणि सीमान्त प्राप्ती असा तिहेरी विचार करावा लागतो.

एकूण प्राप्ती (Total Revenue) - ग्राहकाने वस्तू खरेदी केल्यानंतर उत्पादकास दिलेली किंमत म्हणजे विक्रेत्यास होणारी प्राप्ती असते. ग्राहकाने दिलेली एकूण किंमत ही एकूण प्राप्ती दर्शवीत असते. एकूण प्राप्तीचा अर्थ असा की, वस्तूंच्या विशिष्ट परिमाणासाठी ग्राहकाने दिलेली एकूण मुद्रा रक्कम होय. ही एकूण मुद्रा रक्कम ग्राहकाने वस्तूच्या पूर्ण राशीसाठी दिलेली मुद्रा राशी असते.

एकूण प्राप्ती = वस्तूची किंमत × वस्तूच्या नगांची संख्या -

एकूण प्राप्ती ही वस्तूंच्या नगांची संख्या जशी वाढत जाईल त्याप्रमाणे वाढत असते व नंतर ती कमी होऊ लागते, कारण अशी एक मर्यादा येते की, ज्या मर्यादेपर्यंत वस्तूंचे

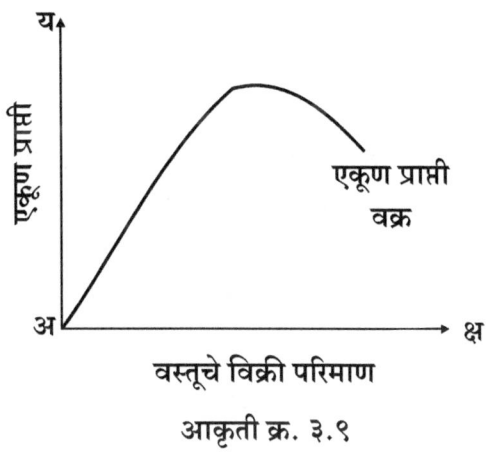

एकूण प्राप्ती
एकूण प्राप्ती
वक्र
वस्तूचे विक्री परिमाण

आकृती क्र. ३.९

नग कमी असता जास्तीतजास्त एकूण प्राप्ती मिळते, परंतु या मर्यादेनंतर एकूण प्राप्तीही कमी होऊ लागते.

आकृतीत एकूण प्राप्तीचा वक्र हा डावीकडून उजवीकडे वाढत असलेला दर्शविलेला आहे. म्हणजेच एकूण प्राप्तीच्या वक्रास सुरुवातीस धनात्मक उतार असतो. एका ठराविक मर्यादेनंतर मात्र एकूण प्राप्ती कमी होऊ लागते. परिणामत: एकूण प्राप्तीच्या वक्रास ऋणात्मक उतार प्राप्त होतो.

सरासरी प्राप्ती (Average Revenue)

सरासरी प्राप्ती म्हणजे वस्तूची किंमत होय. वस्तूच्या किमतीचे सरासरी प्राप्ती हे दुसरे नाव आहे. वस्तूच्या किमतीस सरासरी प्राप्ती असे म्हणण्याचे कारण असे की, वस्तूची किंमत ही वस्तूच्या प्रत्येक नगासाठी द्याव्या लागणाऱ्या मुद्रेची राशी स्वतंत्रपणे दर्शविते, तसेच सरासरी प्राप्ती सुद्धा वस्तूच्या प्रत्येक नगास द्याव्या लागणाऱ्या मुद्रेची राशी दर्शवीत असते. सरासरी प्राप्ती ही एकूण प्राप्ती वस्तूच्या नगाच्या संख्येने भागली असता येणाऱ्या भागाकाराबरोबर असते.

$$\text{सरासरी प्राप्ती} = \frac{\text{एकूण प्राप्ती}}{\text{वस्तूंच्या नगांची संख्या}}$$

सरासरी प्राप्ती हीच वस्तूंची किंमत असल्यामुळे सरासरी प्राप्ती मागणी नियमानुसार बदलत असते, म्हणजेच वस्तूचा मागणीवक्र हाच सरासरी प्राप्तीचा वक्र असतो. मागणी नियमानुसार असे सांगता येईल की, विक्री परिमाणात जसजशी वाढ होईल, तसतशी सरासरी प्राप्तीमध्ये घट होत असते. सरासरी प्राप्ती ही उत्पादकास वस्तूची किती किंमत निरनिराळ्या परिमाणात आकारता येईल याची कल्पना देत असतो.

सीमान्त प्राप्ती - (Marginal Revenue) : सीमान्त प्राप्ती म्हणजेच वस्तूच्या विक्री परिमाणात एका नगाने वाढ केली असता एकूण प्राप्तीत होणारी वाढ होय. वस्तूंच्या एकंदर प्राप्तीत होणाऱ्या वाढीस जर वस्तूंच्या विक्रीने होणाऱ्या वाढीने भागले तर त्या

स्थितीत सीमान्त प्राप्ती मिळते.

$$सीमान्त\ प्राप्ती = \frac{वस्तूच्या\ एकूण\ प्राप्तीत\ होणारा\ बदल}{वस्तूच्या\ विक्री\ परिमाणात\ होणार\ बदल}$$

सीमान्त प्राप्ती ही वस्तूचे विक्री परिमाण जसजसे वाढत जाते, त्याबरोबरच कमी होत असते. सुरुवातीला सीमान्त प्राप्ती ही सरासरी प्राप्तीच्या बरोबर असते, मात्र सरासरी प्राप्तीमध्ये जशी घट होईल त्यापेक्षा अधिक वेगाने घट सीमान्त प्राप्तीत होत असते, त्यामुळे सीमान्त प्राप्तीचा वक्र हा सरासरी प्राप्तीवक्राच्या खालच्या बाजूस असतो.

सीमान्त प्राप्ती व सरासरी प्राप्ती यांचे वक्र

सीमान्त प्राप्ती आणि सरासरी प्राप्ती आलेखावर दाखविताना बाजारपेठेचा प्रकार विचारात घेणे आवश्यक आहे. बाजारपेठांचे स्पर्धेनुसार असलेले वर्गीकरण सीमान्त प्राप्ती आणि सरासरी प्राप्ती यांची वर्तणूक व त्यांच्या वक्रांचा आकार ठरवीत असते. स्पर्धेनुसार बाजारपेठांचे निरनिराळे तीन प्रकार पडतात - १) पूर्ण स्पर्धा २) मक्तेदारी ३) अपूर्ण स्पर्धा - या तीन प्रकारांमध्ये सरासरी आणि सीमान्त प्राप्तीचे वक्र हे पुढीलप्रमाणे असतात.

१) **पूर्ण स्पर्धा** - पूर्ण स्पर्धेच्या परिस्थितीत एका उत्पादकाचे किंवा विक्रेत्याचे बाजारपेठेतील असलेले महत्त्व जास्त नसते. म्हणजेच पूर्ण स्पर्धेत बाजारपेठेत विकल्या जाणाऱ्या एकूण उत्पादनापैकी एका विक्रेत्याद्वारे विकला जाणारा हिस्सा हा अगदी अल्प असतो; आणि त्यामुळे वस्तूच्या एका विशिष्ट किमतीस एखादा विक्रेता कितीही नग विकू शकतो. त्याने

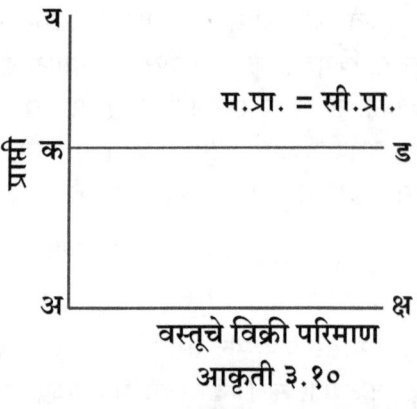

वस्तूचे विक्री परिमाण
आकृती ३.१०

कितीही नग विकले, तरीही वस्तूची किंमत ही कायम राहते, म्हणजेच सरासरी प्राप्ती ही वस्तूच्या सर्व नगांना समान असते. याचा परिणाम सीमान्त प्राप्तीवर होतो. सरासरी प्राप्ती स्थिर असल्यामुळे प्रत्येक अतिरिक्त नगांच्या विक्रीपासून मिळणारी सीमान्त प्राप्ती ही सुद्धा सारखीच राहात असते. त्यामुळे पूर्ण स्पर्धेच्या परिस्थितीत सरासरी प्राप्ती आणि सीमान्त प्राप्ती यांचे वक्र क्ष अक्षाला समांतर अशा एकाच आडव्या रेषेने दर्शविले जातात. खाली आकृतीमध्ये **कड** हा सरासरी प्राप्ती आणि सीमान्त प्राप्ती दर्शविणारा वक्र आहे.

हा वक्र वस्तूंच्या निरनिराळ्या परिमाणांना **अक** एवढीच सरासरी तसेच सीमान्त प्राप्ती दर्शवितो. पूर्णस्पर्धेत विक्रेता वस्तूंचे कितीही नग विशिष्ट किमतीस विकू शकत असल्यामुळे सरासरी प्राप्ती आणि सीमान्त प्राप्तीही एकाच रेषेने दर्शविली जाऊ शकते.

२) मक्तेदारी बाजारपेठ - मक्तेदारीत विक्रेता एकच असतो, त्यामुळे वस्तूची किंमत किती आकारावी हे सर्वस्वी त्याच्या इच्छेवर अवलंबून असते. तो वस्तूची किंमत वाढवू शकतो अथवा कमी करू शकतो, मात्र मक्तेदाराला वस्तूची कितीही किंमत आकारता येत नाही, कारण त्याने वस्तूची किंमत अतिशय जास्त आकारली, तर वस्तूचा एक नग सुद्धा विकला जाणार नाही, म्हणून वस्तूची किंमत आकारताना वस्तूची मागणी निरनिराळ्या किमतीस किती राहू शकते हे मक्तेदारी विक्रेत्यास विचारात घ्यावे लागते. वस्तूच्या निरनिराळ्या किमतीस असलेली मागणी मक्तेदारास मागणी नियमाच्या आधारे कळू शकते. मागणी नियमाच्या आधारे मक्तेदारास असे कळू शकते की, जर त्यास वस्तूचे जास्त नग विकावयाचे असतील तर किंमत कमी केली पाहिजे. याउलट, जर त्यास किंमत वाढवायची असेल तर तो वस्तूचा पुरवठा कमी करून किंमत वाढवू शकतो. मक्तेदाराच्या परिस्थितीत वस्तूचे विक्री परिमाण जसजसे वाढेल तसतशी सरासरी प्राप्ती कमी होत जाईल; म्हणजेच सरासरी प्राप्तीचा वक्र ऋणात्मक उताराचा असेल. सरासरी प्राप्तीत घट होत असल्यामुळे सीमान्त प्राप्तीत होणारी घट त्यापेक्षा वेगाने होते आणि सीमान्त प्राप्तीचा वक्र हा सरासरी प्राप्तीवक्राच्या खालच्या बाजूस असतो. खालील आकृतीमध्ये सप्रा हा सरासरी प्राप्तीचा वक्र आहे आणि सीप्रा हा सीमान्त प्राप्तीचा वक्र आहे. वस्तूचे विक्री परिमाण जसे वाढेल तशी सरासरी आणि सीमान्त प्राप्तीत घट होत जाते. हे दोन्ही वक्रांद्वारे खालील आकृतीत दर्शविले आहे.

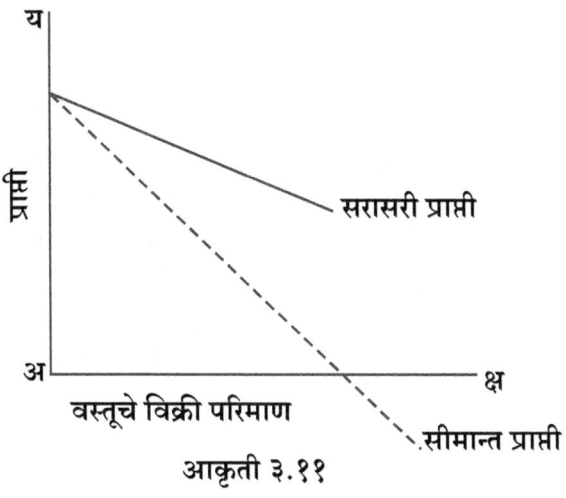

आकृती ३.११

३) अपूर्ण स्पर्धा - अपूर्ण स्पर्धेमध्ये पूर्ण स्पर्धा किंवा शुद्ध मक्तेदारी हे दोन्ही नसतात, तर त्यांचे कमी-जास्त प्रमाणात मिश्रण असते. अपूर्ण स्पर्धेत सरासरी आणि सीमान्त प्राप्तीची वर्तणूक ही साधारणपणे मक्तेदारीच्या स्थितीत दाखविलेल्यासारखीच असते, त्यामुळे सरासरी व सीमान्त प्राप्तीचे वक्र वरील आकृतीत दाखविलेल्याप्रमाणेच असतात.

एकूण सरासरी आणि सीमान्त प्राप्ती यांचा परस्परसंबंध

एकूण प्राप्ती व इतर दोन प्राप्ती यांचा संबंध पुढील तक्त्याच्या साहाय्याने स्पष्ट करता येईल.

तक्ता क्र. ३.५

वस्तूचे विक्री परिमाण	मागणी किंमत	एकूण प्राप्ती	सरासरी प्राप्ती	सीमान्त प्राप्ती
१	१०	१०	१०	१०
२	९	१८	९	८
३	८	२४	८	६
४	७	२८	७	४
५	६	३०	६	२
६	५	३०	५	०
७	४	२८	४	-२

वरील तक्त्यात ३.५ मध्ये वस्तूची मागणी किंमत ही मागणीच्या नियमाच्या आधारावर गृहीत केली आहे. वस्तूची विक्री परिमाण वाढ केवळ घटत्या किमतीस शक्य आहे, म्हणून किंमत, विक्री परिमाण वाढीसोबत कमी होते. या गृहीतावर तक्ता पूर्ण केला आहे. या स्थितीत तक्त्यात दिसून येते की, वस्तूचे परिमाण वाढत असता एकूण प्राप्ती विशिष्ट मर्यादेपर्यंत वाढत जाते. मात्र, या मर्यादेनंतर एकूण प्राप्ती कमी कमी होत जाते. सरासरी प्राप्ती ही सुरुवातीपासून शेवटपर्यंत सारखी कमीच होते आहे. सीमान्त प्राप्तीही कमीच होत जाते, मात्र सीमान्त प्राप्तीत होणारी घट सरासरी प्राप्तीत होणाऱ्या घटीपेक्षा जास्त असते. एकूण प्राप्तीतील महत्तम वाढीत सीमान्त प्राप्ती शून्य होते. एकूण प्राप्ती जेव्हा कमी होऊ लागते, तेव्हा सीमान्त प्राप्ती ऋणात्मक असते.

३.७ उद्योगसंस्था आणि उद्योग यांचा अल्पकालीन व दीर्घकालीन पुरवठा वक्र तयार करणे (Derivation of supply Curve, Firm and Industry Short Run and Long Run)

उद्योगसंस्थेचा अल्पकालीन पुरवठा वक्र
(Short Run Supply Curve of the Firm)

अल्पकाळात उद्योगसंस्था उत्पादनाचा कमीत कमी बदलता खर्च भरून निघेल इतके उत्पादन सुरू ठेवू शकते. अशा प्रकारे ज्या उद्योगसंस्थेचा किमान बदलता खर्च भरून निघू शकत नाही ती उद्योगसंस्था आपले उत्पादन बंद करते. असे केल्याने त्या उद्योगसंस्थेस अल्पकाळात कमीतकमी तोटा होतो. ज्याठिकाणी उद्योगसंस्था केवळ बदलता खर्च भरून काढते, त्या बिंदूस उत्पादन बंद करण्याचा बिंदू (Shut Down Point) असे म्हणतात. उद्योगसंस्थेचा अल्पकालीन पुरवठावक्र तयार करण्यासाठी उत्पादन बंद करण्याचा बिंदू ही संकल्पना वापरली जाते. हे खालील आकृतीच्या साहाय्याने स्पष्ट केले आहे.

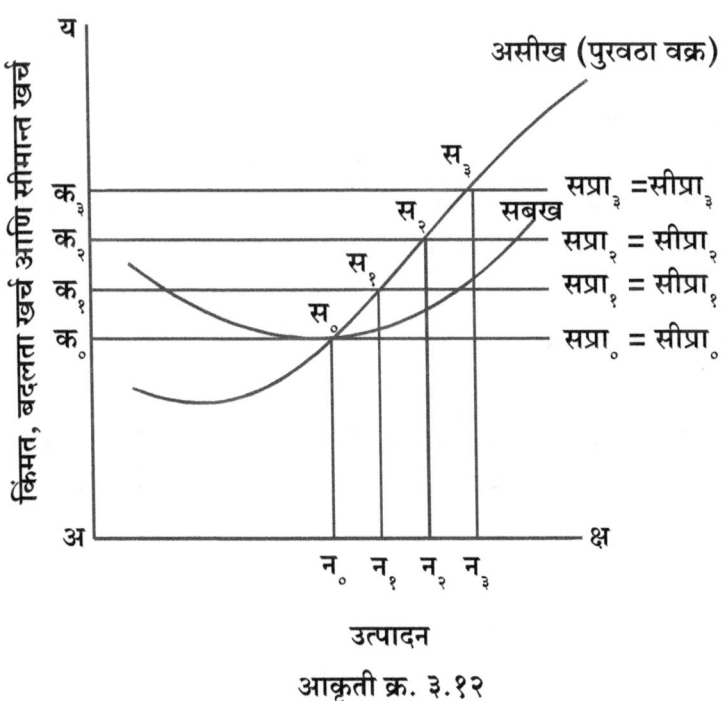

आकृती क्र. ३.१२

वरील आकृतीत दर्शविल्याप्रमाणे जर किंमत **अक**$_{०}$ इतकी असेल तर उद्योगसंस्था **अन**$_{०}$ इतका उत्पादनाचा पुरवठा करील आणि **स**$_{०}$ बिंदूत उद्यागेसंस्थेचा समतोल होईल जेथे **असीख = सीप्रा** आहे. त्याचप्रमाणे जेव्हा किंमत **अक**$_{१}$ पर्यंत वाढते तेव्हा उद्यागेसंस्थेचा **स**$_{१}$ बिंदूत समतोल होऊन **अन**$_{१}$ इतका उत्पादनाचा पुरवठा करील. त्यापुढे जेव्हा **अक**$_{२}$ किंमत वाढते तेव्हा उद्योगसंस्थेचा **स**$_{२}$ बिंदूत समतोल होऊन **अन**$_{२}$ इतका उत्पादनाचा पुरवठा करेल. याचप्रमाणे **अक**$_{३}$ किमतीस उद्योगसंस्थेचा **स**$_{३}$ बिंदूत समतोल होऊन **अन**$_{३}$ इतका उत्पादनाचा पुरवठा होईल.

उद्योगसंस्थेसाठी अल्पकाळात कमीतकमी स्वीकृत किंमत ही **अक**$_{०}$ इतकी आहे. त्यापेक्षा कमी किमतीस उद्योगसंस्था आपले उत्पादन बंद करील. **अक**$_{०}$ या किमतीस फक्त बदलता खर्च भरून निघत आहे. बाजार किमतीतील वाढीबरोबर उद्योगसंस्थेचा मागणीवक्र वरच्या दिशेने सरकतो. धनात्मक आकाराचा अल्पकालीन सीमान्त खर्चवक्र वरच्या बाजूकडील मागणीवक्रास **(सप्रा = सीप्रा)** मूळ छेदनबिंदूच्या वरच्या बाजूस छेदतो. याचा अर्थ, अल्पकाळात किंमत वाढली असता उद्योगसंस्थेचा सीमान्त खर्चवाढीबरोबर पुरवठा वाढत जातो. अशा प्रकारे उद्योगसंस्थेचा अल्पकालीन **सीख**वक्र हा वेगवेगळ्या किमतीस असलेले उद्योगसंस्थेचे उत्पादन म्हणजेच पुरवठा वक्र दर्शवितो.

उद्योगसंस्थेचा अल्पकालीन पुरवठावक्र हा अल्पकालीन सीमान्त खर्चवक्राच्या सरासरी बदलत्या खर्चाच्या वरील भाग दर्शवितो. सरासरी बदलत्या खर्चवक्राच्या वरच्या बाजूस असलेले सीमान्त खर्चवक्राचे वेगवेगळ्या बाजारकिमतीस वैयक्तिक मागणी वक्रास असलेले छेदनबिंदू एकत्र जोडले असता उद्योगसंस्थेचा अल्पकालीन पुरवठा वक्र मिळतो. उत्पादन बंद करण्याच्या बिंदूखाली वेगवेगळ्या किमतीस उद्योगसंस्थेकडून केला जाणारा पुरवठा शून्य असतो. वरील आकृतीत **स**$_{०}$ बिंदूच्या वरील भाग हा उद्योगसंस्थेचा अल्पकालीन पुरवठावक्र दर्शवितो.

उद्योगसंस्थेचा दीर्घकालीन पुरवठावक्र
(Long Run Supply Curve of a firm)

उद्योगसंस्थेचा दीर्घकालीन पुरवठावक्र तयार करण्याची पद्धती ही अल्पकालीन पुरवठावक्रासारखीच आहे. हा वक्र खालील आकृतीत दर्शविल्याप्रमाणे आहे.

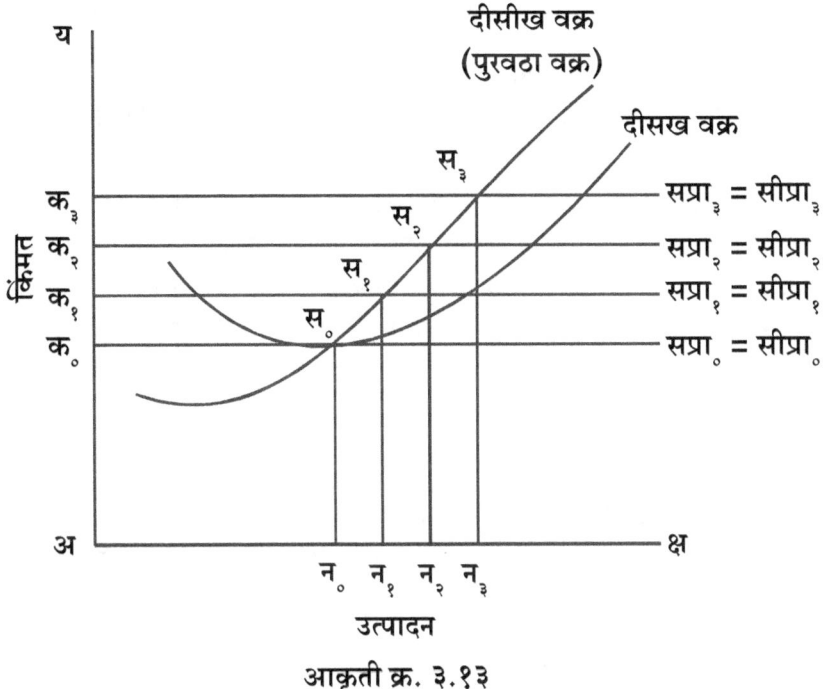

आकृती क्र. ३.१३

वरील आकृतीत **स**$_{०}$ - **स**$_{३}$ हा उद्योगसंस्थेचा दीर्घकालीन पुरवठावक्र दर्शवीत आहे.

उद्योगसंस्थेचे पर्याप्त उत्पादन हे वेगवेगळ्या किंमतपातळीने किंमत **(सप्रा = सीप्रा)** आणि दीर्घकालीन सीमान्त खर्चवक्राच्या समतोलाने निश्चित होते. दीर्घकालीन सरासरी खर्चापेक्षा कमी किंमतपातळीस शून्य उत्पादन असते. वरील आकृतीत **अक**$_{०}$ किंमत ही दीर्घकालीन कमीतकमी स्वीकृत किंमत आहे. या किमतीस उद्योगसंस्थेचा **स**$_{०}$ बिंदूत समतोल होऊन **अन**$_{०}$ इतके उत्पादन निश्चित होते. **क**$_{१}$ किमतीस **स**$_{१}$ बिंदूत समतोल होऊन **अन**$_{१}$ इतके उत्पादन निश्चित होते, तर **अक**$_{२}$ किमतीस **स**$_{२}$ बिंदूत समतोल होऊन **अन**$_{२}$ इतके उत्पादन निश्चित होते, आणि **अक**$_{१}$ या किमतीस **स**$_{३}$ बिंदूत समतोल होऊन **अन**$_{३}$ इतके उत्पादन निश्चित होते. सर्व समतोलबिंदू हे दीर्घकालीन सीमान्त खर्च वक्रावर आहेत. हे सर्व बिंदू एकत्र जोडले असता **स**$_{०}$ - **स**$_{३}$ हा उद्योगसंस्थेचा दीर्घकालीन पुरवठावक्र तयार होतो.

३.८ उत्पादकांचे संतोषाधिक्य (Concept of Producer's Surplus)

व्याख्या – 'उत्पादक ज्या किमतीस वस्तू विकण्यास तयार होतो आणि प्रत्यक्षात त्यास जी किंमत मिळते, त्या दोन किमतीतले अंतर हेच उत्पादकाचे अतिरिक्त समाधानाचे माप आहे. यालाच उत्पादकाचे संतोषाधिक्य असे म्हणतात.'

उत्पादकाच्या संतोषाधिक्याचे स्पष्टीकरण खालीलप्रमाणे करता येईल.

समजा, एखादा उत्पादक पहिला आंबा १ रु. स विकण्यास तयार आहे. दुसरा आंबा १रु. ७० पैशास, ३ रा आंबा २ रु. २० पैशाला आणि चौथा आंबा २ रु. ५० पैशास विकण्यास तयार आहे. समजा, आंब्याची प्रत्यक्ष किंमत प्रतिनग २ रु. ५० पैसे इतकी असेल तर अशा स्थितीत उत्पादकाला प्राप्त होणारे संतोषाधिक्य खालील तक्त्याने दाखविता येईल.

तक्ता क्र. ३.६

आंब्याचे विक्री नग	उत्पादक वस्तू विकण्यास तयार असलेली किंमत (रु.)	प्रत्यक्ष किंमत (रु.)	उत्पादकाचे संतोषाधिक्य (रु.)
१	१.००	२.५०	१.५०
२	१.७०	२.५०	०.८०
३	२.२०	२.५०	०.३०
४	२.५०	२.५०	०.००
एकूण	७.४०	१०.००	२.६०

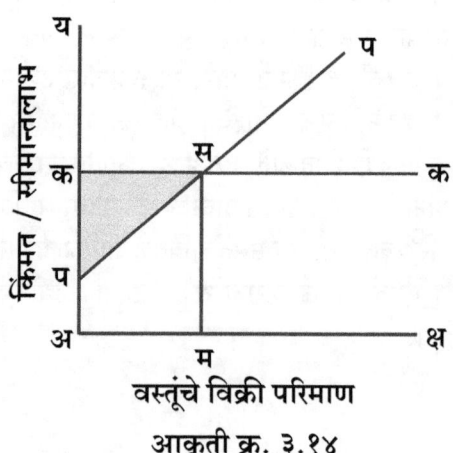

आकृती क्र. ३.१४

उत्पादकाच्या संतोषाधिक्याची संकल्पना आलेखाने पुढे दिल्याप्रमाणे स्पष्ट करता येईल.

वरील आकृतीत **प-प** हा पुरवठावक्र सीमान्त लाभाच्या आधारे काढलेला आहे. **क-क** ही वस्तूची बाजारातील किंमत दाखविणारा वक्र आहे. उत्पादक **अम** इतकी वस्तूची विक्री करण्यास तयार आहे. त्यासाठी चौकोन **अपसम** एवढी किंमत तो आकारण्यास तयार आहे, पण प्रत्यक्षात त्यास **अकसम** या चौकोनाएवढी किंमत मिळते व त्यामुळे त्रिकोण **पकस** एवढे संतोषाधिक्य त्यास प्राप्त होते.

अशा तऱ्हेने उत्पादकाच्या संतोषाधिक्याची संकल्पना स्पष्ट करता येईल.

सराव प्रश्न

प्र. १. खालील प्रश्नांची प्रत्येकी २५० शब्दांत उत्तरे लिहा.

१) बदलत्या प्रमाणाचा नियम स्पष्ट करा.

२) प्रमाणफलाचा नियम स्पष्ट करा.

३) कॉब डग्लस उत्पादन फलन स्पष्ट करा.

४) समउत्पादन वक्राच्या साहाय्याने उत्पादकाचे संतुलन स्पष्ट करा.

५) खर्चाची आर्थिक संकल्पना स्पष्ट करा.

६) एकूण खर्च, सरासरी खर्च आणि सीमान्त खर्च या संकल्पना स्पष्ट करा.

७) एकूण प्राप्ती, सरासरी प्राप्ती आणि सीमान्त प्राप्ती या संकल्पना स्पष्ट करा.

८) उत्पादकाचे संतोषाधिक्य म्हणजे काय ते स्पष्ट करा.

९) उद्योगसंस्था आणि उद्योग यांचा अल्पकालीन आणि दीर्घकालीन पुरवठा वक्र कसा तयार केला जातो ते स्पष्ट करा.

प्रकरण

४

समतोल
Equilibrium

४.१ प्रास्ताविक (Introduction)

संतुलन म्हणजे आर्थिक शक्तीच्या विश्रांतीची किंवा निष्क्रियतेची अवस्था होय. सामान्यतः संतुलन म्हणजे विश्रांतीची अवस्था असेच मानले जात असते. अर्थशास्त्रात संतुलनाच्या संकल्पनेस इतके महत्त्व आहे की, जॉर्ज स्टिगलर यांनी 'अर्थशास्त्रास संतुलनाचे विश्लेषणशास्त्रच मानले आहे.' संतुलन यास इंग्रजी पर्याय असणारा

'Equilibrium' या दोन लॅटिन शब्दांपासून तयार झाला आहे; हा शब्द Acquns (म्हणजे Equal) आणि Libra म्हणजे (Balance). अर्थशास्त्रात या संकल्पनेच्या अनेक व्याख्या केलेल्या आहेत. यापैकी महत्त्वाच्या व्याख्या पुढे दिल्याप्रमाणे आहेत.

जॉर्ज स्टिगलर - संतुलन म्हणजे अशी अवस्था आहे की त्यात परस्परविरुद्ध कार्य करणाऱ्या शक्ती किंवा प्रवृत्ती हतबल होऊन अशा रीतीने निष्प्रभ करीत असतात की, ज्या घटकांवर या प्रवृत्ती कार्य करीत असतील त्या घटकाच्या अवस्थेत कोणताही बदल होत नाही.

डॉ. मार्शल - संतुलन म्हणजे निरनिराळ्या शक्तींचे साधे संतुलन आहे. ज्याचा सहसंबंध लवचीक दोऱ्याने बांधलेल्या दगडाच्या किंवा एकमेकांशी आधार घेतलेल्या अनेक चेंडूंच्या यांत्रिक संतुलनाशी आहे.

या दोन व्याख्या विचारात घेतल्यास, संतुलन म्हणजे कोणत्याही प्रकारच्या हालचालीचा अभाव असाच अर्थ निघतो; परंतु अर्थशास्त्रात असे होणे अशक्यच आहे. सर्व हालचाली थांबल्यास संपूर्ण अर्थव्यवस्था कोलमडून पडल्याशिवाय राहणार नाही. म्हणजे अर्थशास्त्रात हालचाली या अपरिहार्य आहेत, त्यामुळे संतुलन याचा अर्थ हालचालींचा अभाव असा नसून हालचालीच्या दरातील स्थिरता असा होतो. या व्यापक दृष्टिकोनावर आधारित अशी प्रा. मेहता यांची व्याख्या पुढे दिल्याप्रमाणे आहे.

प्रा. मेहता - ''अर्थशास्त्रातील संतुलन हे हालचालींच्या दरातील बदलाचा अभाव दर्शविते, तर भौतिकशास्त्रात ते खुद्द हालचालींचीच अनुपस्थिती दर्शविते.''

संतुलनाची अर्थशास्त्रात अनेक उदाहरणे देता येऊ शकतील. जेव्हा उपभोक्ता आपल्या मर्यादित उत्पन्नात इतक्या वस्तू आणि सेवा प्राप्त करतो की, त्यापासून या उपभोक्त्यास प्राप्त परिस्थितीत महत्तम समाधान मिळत असेल आणि या परिस्थितीत बदल करण्याची त्यास मुळीच इच्छा नसेल तर या स्थितीस उपभोक्त्याचे संतुलन असे म्हणतात; किंवा उद्योगसंस्था जेव्हा मध्यम नफा मिळवीत असते तेव्हा संतुलनाचे स्थितीत असते, कारण या वेळी उद्योगसंस्था आपल्या स्थितीत बदल करू इच्छित नाही; किंवा बाजारात जेव्हा विशिष्ट किमतीस मागणी परिमाण आणि पुरवठा परिमाण समान झालेले असते, तेव्हा या स्थितीस 'संतुलन' असे म्हणतात. अशी संतुलनाची अनेक उदाहरणे देता येऊ शकतील.

४.२ संतुलनाचे प्रकार (Types of Equilibrium)

संतुलनाचे निरनिराळ्या आधारावर निरनिराळे प्रकार पडतात. या प्रकारांवर आर्थिक विश्लेषणात विशेष महत्त्व आहे. महत्त्वाचे प्रकार पुढे दिल्याप्रमाणे आहेत :

४.२.१ स्थायी, अस्थायी आणि तटस्थ संतुलन
(Stable, Unstable and Neutral Equilibrium)

एखादा आर्थिक एकक संतुलनात असताना या संतुलनात व्यत्यय आणला असूनही जर त्या एककात मूळ संतुलनात परत येण्याची प्रवृत्ती असेल, तर या संतुलनास स्थायी संतुलन (Stable Equilibrium) असे म्हणतात.

जेव्हा एखाद्या संतुलनात असलेल्या आर्थिक एककात व्यत्यय आणला असता त्याची मूळ संतुलनापासून दूरदूर जाण्याची प्रवृत्ती असते आणि मूळ संतुलनाकडे परत येण्याची त्याची मुळीच प्रवृत्ती नसते, अशा संतुलनास अस्थायी संतुलन (Unstable Equilibrium) असे म्हणतात.

जेव्हा संतुलनात असलेल्या एककात व्यत्यय आणला असताना तो एकक नवीन संतुलनाच्या स्थितीत जातो व तेथेच स्थिर राहतो, तेव्हा असलेल्या संतुलनास तटस्थ संतुलन (Neutral Equilibrium) असे म्हणतात.

४.२.२ एकाकी आणि बहुविध संतुलन (Unique and Multiple Equilibrium)

प्रा. स्टिगलर यांच्या व्याख्येनुसार, 'एकाकी संतुलनाची स्थिती तेव्हाच निर्माण होते की जेव्हा किमती आणि परिमाणांचा एकच संच हा संतुलनाच्या अटी पूर्ण करीत असेल. बहुविध संतुलनाची स्थिती तेव्हाच असते की, जेव्हा किमती आणि परिमाणांचे अनेक संच संतुलनाच्या अटी पूर्ण करीत असतील.'

डॉ. मार्शल यांचे अगोदर अर्थशास्त्रज्ञांचा असा भ्रम होता की, केवळ परिमाण आणि किमती यांचा असा एकच संच असतो की, जो संतुलनाच्या अटी पूर्ण करू शकतो. परंतु, प्रत्यक्षात असे नाही. डॉ. मार्शल यांचे मते अनेक परिमाणांचे व किमतींचे संच संतुलनाच्या अटी पूर्ण करू शकतात व त्यामुळे अनेक किमतींना एकापेक्षा जास्त संतुलने निर्माण होऊ शकतात. अशा अनेक संतुलनांच्या संचास 'बहुविध संतुलन' असे म्हणतात.

४.२.३ स्थैतिक आणि प्रवैगिक संतुलन (Static and Dynamic Equilibrium)

आर्थिक घटकात बदल होणे आणि न होणे यावर स्थैतिक आणि प्रवैगिक असे दोन संतुलन प्रकार मानले जातात.

स्थैतिक संतुलन स्थिती ही, ज्या घटनेचा परिणाम असेल त्या आर्थिक घटनेत बदलांचे अस्तित्व नसते अशा गृहीतावर आधारित असते. उदा. जर एखादी किंमत स्थिर अशा मागणी व पुरवठ्याच्या तत्त्वावर आधारित असेल तर ती किंमत स्थैतिक संतुलन दर्शवील.

प्रवैगिक संतुलनाची प्रा. बोल्डिंग यांनी केलेली व्याख्या पुढे दिल्याप्रमाणे आहे : 'कालावधीतून लेखाच्या प्रक्रियेला प्रवैगिक संतुलन तेव्हाच म्हणता येईल की, जेव्हा तिच्यातील अत्यावश्यक चलातील बदलाचा दर स्थिर असतो.' बदलत्या परिस्थितीत संतुलन कसे असते याची कल्पना याच व्याख्येवरून येऊ शकते.

४.२.४ अल्पकालीन आणि दीर्घकालीन संतुलन (Short-Term and Long - Term Equilibrium)

'अल्पकालीन संतुलन म्हणजे असे संतुलन असते की, जे कालावधीच्या केवळ एका बिंदूशी आपली स्थिती टिकवून ठेवू शकते आणि गृहीत काळ बिंदूचे बाहेर ते विस्कटले जाते.'

दीर्घकालीन संतुलन हे एका कालावधीच्या व्याप्तीमध्ये अस्तित्वात असते. ते केवळ एका अल्पकाळासाठीच आपली स्थिती टिकवून ठेवते, असे नाही तर अल्पकाळाच्या एका मालिकेतही टिकविते.

अल्पकालीन आणि दीर्घकालीन संतुलनांना विशेष करून मूल्यनिश्चितीत महत्त्व आहे. अल्पकालीन साधारण मूल्यनिश्चिती अल्पकालीन संतुलनाचे उत्तम उदाहरण आहे, तर दीर्घकालीन साधारण मूल्यनिश्चिती दीर्घकालीन संतुलनाचे उदाहरण आहे.

४.२.५ आंशिक संतुलन आणि सामान्य संतुलन (Partial Equilibrium and General Equilibrium)

आंशिक संतुलन – आंशिक संतुलन म्हणजे एकंदर अर्थव्यवस्थेच्या एका अंशाचे संतुलन असते. आंशिक संतुलन हे मुख्य सिद्धान्ताचा मुख्य गाभा आहे. आंशिक संतुलनाची व्याख्या प्रा. स्टिगलर यांनी पुढे दिलेल्याप्रमाणे केलेली आहे, 'आंशिक संतुलन असे असते की, ते काही मर्यादित आकडेवारीवर आधारित असते. याचे उत्तम उदाहरण कोणत्याही एखाद्या वस्तूची किंमत हे आहे. जेव्हा विश्लेषण काळात इतर सर्व वस्तूंच्या किमती जशाच्या तशाच स्थिर मानल्या जातात.'

थोडक्यात, आंशिक संतुलन आहे. अर्थव्यवस्थेतील एका व्यक्तिशी, एका पेढीशी, इतर घटक स्थिर मानत असते. म्हणजेच इतर परिस्थितीची समानता ही आंशिक विश्लेषणाची मूलभूत कोनशिला आहे असे मानावे लागेल.

आंशिक संतुलनाचा मूलभूत आधार स्थैतिक स्थिती आहे; कारण स्थैतिकता असल्याशिवाय एका घटकाचे विश्लेषण अशक्य आहे. आंशिक संतुलनाचे विवेचनातून अर्थव्यवस्थेच्या केवळ एकाच अंगाचे दर्शन घडते. संपूर्ण कार्यपद्धतीचे स्पष्टीकरण होत नाही. एकांगी विश्लेषण असले तरीही आंशिक संतुलनाचा उपयोग अशा अर्थिक समस्यांचे

अध्ययनात होऊ शकतो की, ज्यात अभ्यासार्थ घेतलेला बदल एकाच उपयोगापुरता किंवा पेढीपुरता मर्यादित असतो. याप्रमाणे आर्थिक बदलांचे प्राथमिक, द्वितीयक आणि तृतीयक असे परिणाम असतात. जेव्हा केवळ प्राथमिक परिणामांचाच अभ्यास करावयाचा असेल, तर या स्थितीत आंशिक विश्लेषण आर्थिक उपयुक्त ठरते.

सामान्य संतुलन (General Equilibrium)

सामान्य संतुलन म्हणजे अर्थव्यवस्थेच्या सर्व अंगांना अभ्यासात घेऊन मांडलेले संतुलनाचे विश्लेषण असते. सामान्य संतुलनाचे अध्ययन सर्वप्रथम प्रा.वॉल्स यांनी केले. सामान्य संतुलन अनेक परिवर्तनशील परिस्थितींना विचारात घेऊन अध्ययन करीत असते. सामान्य संतुलनाची प्रा. लेफ्टवीच यांनी केलेली व्याख्या पुढे दिल्याप्रमाणे आहे :

'संपूर्ण अर्थव्यवस्था अशावेळी सामान्य संतुलनाच्या स्थितीत असते की, जेव्हा अर्थव्यवस्थेतील सर्व एकक एकाच वेळी आपापले आंशिक संतुलन प्राप्त करीत असतात. सामान्य संतुलनाची कल्पना सर्व आर्थिक एकक तसेच अर्थव्यवस्थेच्या सर्व अंगांच्या परस्परांवरील अवलंबित्वावर भर देत असते.'

सामान्य संतुलनात सर्व घटक हे बदलते मानले आहेत आणि ते परस्परांशी संतुलन स्थापन करीत असतात. भौतिकशास्त्रातील यासंबंधीचे उत्तम उदाहरण मानवी शरीराचे आहे. मानवी शरीरातील निरनिराळे सर्व अवयव संतुलनात असल्याशिवाय पूर्ण शरीरास आरोग्यप्राप्ती होत नाही, त्याचप्रमाणे अर्थव्यवस्थेतील घटकांचा परस्परसंबंध मानला आहे. सामान्य संतुलनाने जर वस्तूची मागणी आणि पुरवठा यांचे संतुलनाद्वारे किमतीच्या परिस्थितीचा अभ्यास करावयाचा असताना मागणी आणि पुरवठ्यावर प्रभाव करणारे घटक आणि वस्तूच्या तसेच संबंधित वस्तूच्या किमतींचा मागणीवर होणारा परिणाम हे सर्व विचारात घेतले, तरच सामान्य संतुलनाचे अध्ययन योग्य प्रकारे होऊ शकते.

सामान्य संतुलनाची ही पद्धती जरी व्यापक असली, तरी अभ्यासाच्या दृष्टीने फारच अडचणीची आहे असे मानावे लागेल. सामान्य संतुलनात अनेक चल असताना सर्वांचे प्रभाव लक्षात घेणे आणि विश्लेषणासाठी योग्य समीकरणात त्यांना मांडणे फारच अडचणीचे होत असते, त्यामुळे सामान्य संतुलनाची स्थिती प्रत्यक्षात येणे फार कठीण आहे, म्हणून प्रा. स्टीगलर यांनी सामान्य संतुलनास एक मिथ्याभ्यास मानले आहे.

या सर्व अडचणी असल्या, तरीही सामान्य संतुलनाची पद्धती कुचकामी ठरत नाही, कारण सामान्य संतुलन हे दर्शविते की, अर्थव्यवस्थेत एका घटकासोबत अन्य घटकही संतुलनावस्थेत येऊ शकतात. तसेच केवळ सामान्य संतुलनच अर्थव्यवस्थेच्या सर्व अंगांचे व कार्यपद्धतीचे पूर्ण स्वरूप स्पष्ट करू शकते. याशिवाय सामान्य संतुलन विशेषण पद्धतीमुळे विशिष्ट समस्येशी निगडित असलेल्या सर्व घटकांचा कार्यकारणसंबंध

स्पष्ट होऊ शकतो.

याप्रमाणे संतुलनाच्या कल्पनेचा विस्तार स्पष्ट करता येईल. संतुलनाचे वेगवेगळे प्रकार हे स्वतंत्र नसून ते परस्पर पूरक आहेत, असेच म्हणावे लागेल.

४.३ एजवर्थ यांचे स्पर्धात्मक बाजारातील संतुलन (Edgeworth Box Depiction of Competitive Market Equilibrium involving only Exchange)

प्रा. एजवर्थ यांची मीमांसा -

प्रा.एजवर्थ यांनी संतुलन स्पष्ट करताना घेतलेले गृहीत प्रा.बर्ट्रण्ड यांचे विवेचनाप्रमाणेच आहे. प्रा. एजवर्थ यांनी स्पष्टीकरण करताना असे सांगितले आहे की, वस्तूच्या किमतीत सतत बदल होत राहतो. स्थिर संतुलन कधीही निर्माण होत नाही, कारण जेव्हा एखादी उद्योगसंस्था स्पर्धा करण्याच्या उद्देशाने उत्पादनाची किंमत कमी करते, तेव्हा दुसरी उद्योगसंस्थासुद्धा आपल्या वस्तूची किंमत कमी करते आणि ही घट दोन्ही उत्पादकांना पूर्ण स्पर्धेतील किमतीइतकी किंमत मिळेपर्यंत सुरू राहते, पण एकदा पूर्ण स्पर्धेइतकी किंमत स्थापन झाली म्हणजे एक उत्पादक नफा प्राप्त व्हावा म्हणून आपल्या वस्तूची किंमत वाढवितो. या किंमतवाढीचा परिणाम असा होतो की, दुसरा उत्पादकसुद्धा नफा वाढविण्याचे दृष्टीने किंमत वाढवू लागतो आणि या किंमतवाढीच्या चढाओढीत वस्तूची किंमत मक्तेदारीत असू शकणाऱ्या किमतीच्या पातळीइतकी वाढू लागते, पण एकदा किंमत ही मक्तेदारीतील किमतीच्या पातळीइतकी वाढली म्हणजे प्रत्येक उत्पादक आपले विक्रीपरिमाण वाढावे यासाठी किंमत कमी करू लागतो व शेवटी पुन्हा वस्तूची किंमत पूर्ण स्पर्धेतील किमतीच्या पातळीपर्यंत उतरू लागते. अशा प्रकारे किंमत वाढण्याची व किंमत कमी होण्याची क्रिया सतत सुरू असते. कुठल्याही एका पातळीवर वस्तूची किंमत स्थिर राहू शकत नाही; म्हणजेच द्विविक्रेताधिकारात वस्तूची किंमत अस्थिर राहते असे प्रा.एजवर्थ यांनी म्हटले आहे.

४.४ सामाजिक कल्याणाची संकल्पना (Concept of Social Welfare)

अर्थशास्त्राच्या विवेचनाच्या दृष्टीने व्यक्तीच्या कल्याणापेक्षा सामाजिक कल्याण अधिक महत्त्वाचे असते, पण सामाजिक कल्याणाच्या व्याख्या करण्यात येणाऱ्या अडचणी पुढीलप्रमाणे आहेत :

१) ज्याप्रमाणे व्यक्ती ही एक संपूर्ण अंग असते, तसे समाजास मानता येत नाही. कारण समाज हा भिन्न मनोवृत्तीच्या निरनिराळ्या व्यक्तींचा मिळून बनलेला आहे.

२) व्यक्तीस ज्याप्रमाणे कल्याण अनुभव करणारे मन आहे तसे समाजास काही सामाजिक मन नसते. त्यामुळे असे म्हणता येत नाही की, व्यक्तीचे कल्याण हे व्यक्तीच्या मनात निवास करते, तसे समाजाचे कल्याण सामाजिक मनात निवास करते! म्हणजेच सामाजिक कल्याणाच्या विवेचनास वस्तुगत विवेचनाचे स्वरूप देणे अडचणीचे आहे.

३) व्यक्तीचे कल्याण व्यक्तीच्या निवडीद्वारे व्यक्त केले जाऊ शकते. असे डॉ. ग्रॉफ यांचे मत आहे, पण सामाजिक कल्याणाचे अशा सामाजिक निवडीद्वारे निरनिराळ्या स्थितीत स्पष्टीकरण करता येत नाही, कारण सामाजिक निवड ही बहुधा 'सर्वमान्य' नसते, कारण सामाजिक निवडीत भिन्न व्यक्तींची निवड भिन्न असते.

या अडचणी असल्या तरीही सामाजिक कल्याणाच्या काही व्याख्या करण्यात आलेल्या आहेत, त्या पुढीलप्रमाणे :

१) प्रा. पिगू - सामाजिक कल्याण - समाजातील सर्व व्यक्तींच्या उपयोगितांची किंवा समाधानाची किंवा कल्याणाची बेरीज आहे.

पण या व्याख्येत महत्त्वाचे काही दोष आहेत. पहिला दोष म्हणजे उपयोगितांचे मापन करणे अशक्य आहे आणि दुसरा दोष म्हणजे एका व्यक्तीच्या उपयोगितेची तुलना करणे अशक्य आहे. दोन्हीही दोष निर्माण होण्याचे कारण एकच आहे व ते म्हणजे उपयोगिता ही एक मनोनिष्ठ अशी कल्पना आहे.

२) डॉ. जे. डी. व्ही. ग्रॉफ - डॉ. ग्रॉफ यांनी सामाजिक कल्याणाच्या तीन संकल्पना दिलेल्या आहेत. या कल्पना पुढीलप्रमाणे आहेत :-

अ) पैतृक धारणा - या विचारानुसार समाजातील एक पैतृक सत्ता किंवा अधिनायक सामाजिक कल्याणाच्या स्वतःच्या कल्पनांनुसार महत्तम सामाजिक कल्याणाची एक स्थिती ठरवितो. त्या कल्पनेनुसार कल्याण अधिकतम करण्याचा प्रयत्न करतो. या कल्याण महत्तम करण्याच्या पद्धतीत समाजातील इतर व्यक्तींच्या कल्पनांना फारसा वाव दिला जात नाही, तर या हुकूमशहाच्या हुकमाप्रमाणेच अर्थव्यवस्थेत कार्य चालते. हुकूमशाही पद्धतीचा वापर या कल्याणाच्या कल्पनेत असल्यामुळे ही कल्पना लोकशाही असणाऱ्या देशांना लागू पडत नाही.

ब) पॅरेटोची कल्पना - पॅरेटो यांनी आपली कल्याणाची कल्पना उपयोगितेच्या वृत्तवाचक मापनाच्या आधारावर मांडली आहे. त्यांच्या कल्याणाच्या कल्पनेत एका व्यक्तीच्या कल्याणाची दुसऱ्या व्यक्तीच्या कल्याणाशी तुलना करणे शक्य नसते असे मानले आहे. परंतु, सामाजिक कल्याण हे व्यक्तीच्या कल्याणाचे एक असमाधानी एकमत आहे, असे म्हणता येईल. या गृहीतांच्या आधारावर पॅरेटो यांची सामाजिक कल्याणाची कल्पना पुढीलप्रमाणे स्पष्ट करता येईल :-

सामाजिक कल्याणात वाढ किंवा घट झाली आहे असे तेव्हाच म्हणता येईल, जेव्हा इतरांच्या परिस्थितीत कोणताही बदल न करता एका व्यक्तीचे स्थितीत सुधारणा किंवा बिघाड केला जातो. म्हणजेच एखाद्या सामाजिक बदलामुळे जर काही व्यक्तींच्या स्थितीत सुधारणा होत असेल आणि काही व्यक्तींच्या स्थितीत बिघाड होत असेल तर सामाजिक कल्याणात काय बदल होतो या दृष्टीने निर्णय पॅरेटोच्या सामाजिक कल्याणाच्या कल्पनेच्या आधारावर सांगणे अशक्य आहे, पण प्रत्यक्ष व्यवहारात अशाच घटना घडत असतात, परिणामत: व्यावहारिक दृष्ट्या पॅरेटोची कल्पना फारशी उपयुक्त ठरत नाही.

क) प्रा. हिक्स, काल्डोर आणि सायरोवोस्की यांची कल्पना - प्रा. हिक्स आणि काल्डोर यांनी मांडलेली सामाजिक कल्याणाची कल्पना अशी आहे की, 'एखादा सामाजिक बदल तेव्हाच समाजकल्याणात वाढ करू शकतो की, जेव्हा त्या सामाजिक बदलाचा लाभ प्राप्त करणाऱ्यावर कर आकारून मिळविलेल्या निधीतून सामाजिक बदलामुळे ज्यांची हानी झालेली आहे त्यांची क्षतिपूर्ती करूनही लाभ घेणाऱ्यांना आधिक्य राहात असेल तर या स्थितीत केलेल्या सामाजिक बदलामुळे कल्याणात वाढ झाली आहे असे आपणास म्हणता येईल.' म्हणजेच कोणताही सामाजिक बदल जर या बदलामुळे होणारे नुकसान भरून काढल्यावर शुद्ध लाभ निर्माण करीत असेल तर त्यास आर्थिक सुधारणा किंवा कल्याणामुळे वाढणारा बदल आहे असे प्रा.हिक्स व काल्डोर यांच्या सामाजिक कल्याणाच्या कल्पनेनुसार म्हणता येईल.

प्रा. सायरोवोस्की यांनी सामाजिक कल्याणाचे स्पष्टीकरण करताना प्रा.हिक्स, काल्डोर यांच्या कल्पनेच्या आधारावर आपली कल्पना मांडली आहे. प्रा. सायरोवोस्की यांच्या मताप्रमाणे, एखादे सामाजिक परिवर्तन कल्याणात तेव्हाच वाढ करते, जेव्हा ते पुढील दोन अटी पूर्ण करीत असते - १) लाभ प्राप्तकर्ता हानी पीडितांना झालेल्या हानीची भरपाई करण्याच्या स्थितीत असावेत आणि २) हानीपीडित लाभ प्राप्तकर्त्यांवर असा दबाव आणण्याच्या स्थितीत नसावे की, यांनी प्रमुख सुधारणेस (किंवा सामाजिक बदलास) स्वीकार करू नये. या दोन अटींमुळे प्रा.हिक्स व काल्डोर यांची कल्पना अधिक परिशुद्ध करण्यात मदत झाली.

३) प्रा. बर्गमन - पॅरेटो, प्रा. हिक्स, प्रा. काल्डोर, सायरोवोस्की यांनी मांडलेल्या कल्याणाच्या कल्पनेस नैतिक निर्णयांचा आधार नाही आणि त्यामुळे ही कल्पना योग्य नाही, कारण सामाजिक कल्याणाचा नैतिक मूल्यांशी घनिष्ट संबंध आहे असे प्रा. सॅम्युलसन लिटील, प्रा. ॲरो आणि बर्गमन यांचे मत आहे. बर्गमन यांनी कल्याणाचे स्पष्टीकरण करण्यासाठी सामाजिक कल्याण फलनाची कल्पना मांडली आहे. बर्गमन यांनी आपल्या सामाजिक कल्याण फलनाची व्याख्या पुढीलप्रमाणे केली आहे -'सामाजिक कल्याण

फलनात नैतिक निर्णयाच्या अशा समूहाचा समावेश होतो की, ज्यांच्या आधारावर वैयक्तिक कल्याण फलनाचे एकत्रिकरण करून सामाजिक कल्याण फलन प्राप्त केले जाते.'

बर्गमन यांची कल्पना फार विस्तृत अशी आहे, कारण ही कल्पना डॉ. ग्रॉफ यांनी प्रतिपादन केलेल्या कल्याणाच्या पैतृक कल्पना व पॅरेटो यांची कल्पना यांना सामावून घेते. प्रा.बर्गमन यांच्या मताप्रमाणे कल्याणांचे मापन करण्यासाठी निर्णय आवश्यक आहेत. लोकशाही राष्ट्रांमध्ये असे नैतिक निर्णय पार्लमेंटसारख्या सत्रांद्वारे निश्चित करणे आवश्यक आहे. नैतिक निर्णयाच्या आधारावर सामाजिक कल्याण महत्तम करण्याऐवजी अर्थव्यवस्थेत बदल करणे आवश्यक आहे.

सराव प्रश्न

प्र. १. खालील प्रश्नांची प्रत्येकी २५० शब्दांत उत्तरे लिहा.

१) संतुलन म्हणजे काय ते सांगून संतुलनाचे प्रकार स्पष्ट करा.

२) आंशिक संतुलन आणि सामान्य संतुलन यातील फरक स्पष्ट करा.

३) सामाजिक कल्याण फलनाची संकल्पना स्पष्ट करा.

विभाग २

प्रकरण
५

बाजारांचे वर्गीकरण
Classification of Markets

५.१ प्रास्ताविक (Introduction)

अर्थशास्त्रात बाजारपेठेचा अर्थ स्पष्ट करताना बाजाराच्या जागेबरोबर इतर घटकसुद्धा महत्त्वाचे असतात. अर्थशास्त्रात 'बाजार' हा शब्द व्यापक अर्थाने वापरला जातो.

बाजार म्हणजे एका विशिष्ट ठिकाणी होणारा खरेदी-विक्रीचा व्यवहार. ज्यामध्ये ग्राहकविक्रेत्यांमध्ये निकटचे संबंध असतात; तसेच एखाद्या वस्तूची देवघेव करणारे माध्यम म्हणजे 'बाजार' किंवा 'बाजारपेठ' होय. बाजार म्हणजे खरेदी-विक्रीचे व्यवहार करणारे कोणतेही माध्यम किंवा मंच होय. खरेदी-विक्रीचे व्यवहार, खरेदी-विक्रीचा पत्रव्यवहार, फोन, इ-मेल या संपर्क साधनांनी साध्य होऊ शकतो.

बाजारात विविध प्रकारच्या वस्तूंचे घाऊक व किरकोळ प्रमाणावर खरेदी-विक्रीचे व्यवहार होत असतात. उदा. सोने, चांदी, तांबे, लोखंड, पोलाद, ॲल्युमिनियम, पेट्रोल, डिझेल, नैसर्गिक वायू तसेच कापूस, रेशीम, नायलॉन इ. आणि भांडवलबाजार, शेअरबाजार, नाणेबाजार, वायदेबाजार इ. ह्या बाजरांची व्याप्ती एखादे शहर किंवा गाव, तसेच एखादे राज्य, प्रांत, देश आणि एकूण विश्व अशी संकुचित किंवा अमर्याद असू शकते. खरेदी करणारा आणि विक्री करणारा हे दोन्ही घटक माहिती व संपर्क साधनांनी एकत्र आणून त्यांच्यात विनिमयाचे व्यवहार व्हावे अशी सुविधा देणारी संस्था म्हणजे 'बाजार' होय.

५.२ बाजार (Market)

बाजार अथवा बाजारपेठ ही वस्तू खरेदी-विक्रीच्या क्रियेशी आणि ग्राहक आणि विक्रेते यांचे संबंध जोडणाऱ्या जागेशी आहे. जेव्हांस (Javons) यांच्या मते, बाजारपेठ म्हणजे अशी सार्वजनिक जागा की, 'जेथे वस्तू आणि सेवा विक्रीसाठी खुल्या असतात.' तर कुर्नो यांच्या मते, 'ज्या ठिकाणी वस्तूंची खरेदी-विक्री केली जाते अशी एखादी विशिष्ट जागा म्हणजे बाजारपेठ नसून हा एक असा भूप्रदेश आहे की, ज्यात खरेदीदार आणि विक्रेते यांचा स्वतंत्र व्यवहार अशा प्रकारे चालतो की, ज्यामुळे त्या वस्तूची किंमत सहज आणि जलदपणे समान होते.' या व्याख्येवरून बाजारपेठेची पुढील वैशिष्ट्ये दिसून येतात :

अ) बाजारपेठ हा भूप्रदेश एखाद्या विभागाएवढा, प्रांताएवढा, देशाएवढा किंवा जगाएवढा असू शकतो.

ब) त्या भूप्रदेशात विक्रीयोग्य वस्तू असणे आवश्यक आहे.

क) यामध्ये खरेदीदार व विक्रेता यांचा परस्परांशी मुक्त व जवळचा संबंध असतो.

ड) विक्रेते आणि खरेदीदार बाजारपेठेत असतात.

इ) या बाजारक्षेत्रात वस्तूची किंमत सहज समान होण्याची प्रवृत्ती दिसून येते. अशा प्रकारे बाजारपेठेचा अर्थ स्पष्ट होतो.

५.३ बाजाराचे वर्गीकरण (Classification of Markets)

बाजाराचे अथवा बाजारपेठेचे वर्गीकरण हे वेगवेगळ्या गोष्टींच्या आधारावर करण्यात येते. मुख्यत: बाजारपेठांचे वर्गीकरण स्थानानुसार, कालानुसार व कार्यानुसार, वस्तुनुसार, आणि स्पर्धेनुसार करण्यात येते. या वर्गीकरणामध्ये स्पर्धेनुसार असलेले वर्गीकरण महत्त्वाचे आहे, मात्र तरीही इतर वर्गीकरणांचा परिचय करून घेणे आवश्यक आहे.

१) स्थानदृष्ट्या वर्गीकरण

या बाजारपेठांचे स्थानिक, राष्ट्रीय आणि आंतरराष्ट्रीय बाजारपेठ असे वर्गीकरण केले जाते.

अ) स्थानिक बाजारपेठ : गाव अथवा एखाद्या भागाची बाजारपेठ म्हणजे स्थानिक बाजारपेठ होय. नाशवंत वस्तू जास्त अंतरावर नेऊन विकणे शक्य नसते, त्यामुळे नाशवंत मालाची बाजारपेठ स्थानिक असते. उदा. भाजीपाला, दूध इत्यादी.

ब) प्रादेशिक बाजारपेठ : यामध्ये वस्तूंचा बाजार प्रदेशापुरताच मर्यादित असतो. आकाराने मोठ्या व जास्त वजन असलेल्या वस्तूंचा त्यामध्ये समावेश होतो. उदा. विटा, दगड, माती इत्यादी या वस्तूंच्या किमती वेगवेगळ्या प्रदेशांत भिन्न राहतात.

क) राष्ट्रीय बाजारपेठ : वस्तूंची खरेदी-विक्री संपूर्ण देशात होते, तो राष्ट्रीय बाजार होय. टिकाऊ वस्तूंची देशात समान किंमत होण्याची प्रवृत्ती असते. उदा. गहू, साखर, तांदूळ, कापड, खाद्यतेले इ.

ड) जागतिक बाजारपेठ : यामध्ये वस्तूंची खरेदी-विक्री अनेक देशांत होते. त्यांची बाजारपेठ जागतिक असते. उदा. सोने, चांदी, पेट्रोल, कोळसा, लोखंड इत्यादी वस्तूंची बाजारपेठ.

२) कालदृष्ट्या वर्गीकरण

डॉ. मार्शल यांनी कालावधीचा किंमतनिश्चितीवर होणारा परिणाम मान्य केला. त्यांनी कालावधीचे वर्गीकरण करताना तास, दिवस, महिने किंवा वर्षे यांच्या आधारावर वर्गीकरण केले नसून मागणीप्रमाणे पुरवठ्यात बदल करण्यासाठी लागणारा काळ हाच या वर्गीकरणाचा आधार आहे असे मानले. डॉ. मार्शल यांनी कालावधीचे पुढीलप्रमाणे चार प्रकार मानले.

अ) अति अल्पकाळ : अति अल्पकाळ म्हणजेच बाजार काळ होय. यामध्ये वस्तूच्या खरेदी-विक्रीचे व्यवहार काही तास ते एक दिवसापर्यंत चालतात. या कालावधीत उद्योगधंद्यातील उत्पादनसंस्थांची संख्या, उत्पादनसंस्थेचे आकारमान, उत्पादनाचा वेग

या घटकांत बदल करता येत नाही. अत्यल्प काळात पुरवठा वाढवता येत नाही. उदा. बाजारात आलेला भाजीपाला, दूध, फळे, अंडी, मासे इत्यादी नाशवंत वस्तूंचा बाजार असतो. पुरवठा वक्र 'अय' अक्षाला समांतर असतो. या काळात वस्तूची किंमत फक्त वस्तूच्या मागणीमुळेच ठरते. बदलती मागणी आणि स्थिर पुरवठा यांच्या संतुलनातूनच किंमत ठरते; जर वस्तूची मागणी वाढली, तर वस्तूची किंमत वाढते. उलट, वस्तूची मागणी कमी असेल तर त्या प्रमाणात किंमत कमी होते.

ब) अल्पकाळ : अल्पकाळ हा काही महिन्यांचा असतो. या काळात उत्पादनक्षेत्रात असलेली यंत्रे, आणि साधने यांचा अधिक उपयोग करून वस्तूच्या पुरवठ्यात वाढ करता येते, मात्र यंत्रात व साधनात बदल करता येत नाही. अल्पकाळात कच्चा माल, श्रम यासारख्या घटकांत वाढ करून पुरवठा वाढवता येतो, त्यामुळे किमतीवर पुरवठ्याचा थोडाफार प्रभाव असतो. अल्पकाळात उत्पादकांना यंत्रे आणि इतर स्थिर साधनांत बदल करता येत नाही. उदा. मागणी वाढली तर शिफ्ट वाढवून, ओव्हरटाईम करून उत्पादन वाढविण्याचा प्रयत्न केला जातो. अल्पकाळातील वस्तूची किंमत, मागणी पुरवठ्यामुळे निश्चित होत असली तरी तिच्यावर मागणीचाच अधिक प्रभाव असतो. अल्पकाळात निश्चित होणाऱ्या किमतीला 'सामान्य किंमत' असे म्हणतात.

क) दीर्घकाळ : दीर्घकाळात यंत्रसामुग्री, साधने, भांडवल व तंत्र इत्यादींमध्ये बदल करता येतो, त्यामुळे मागणीनुसार पुरवठ्यात बदल करता येतो. या बाजारातील किमतींना दीर्घकालीन सर्वसाधारण किंमत असे म्हणतात. दीर्घकाळ काही वर्षांचा असू शकतो, त्यामुळे वस्तूंच्या पुरवठ्यात वाढ करता येते. उदा. टी. व्ही., फ्रिज इत्यादी.

ड) अतिदीर्घकाळ : मागणीनुसार पुरवठ्यात वाढ करण्यासाठी उत्पादकाच्या सर्व साधनांत बदल करणे शक्य असते. अशा काळाला अतिदीर्घकाळ म्हणतात. हा कालखंड दहा वर्षांपेक्षाही मोठा असू शकतो. अतिदीर्घकाळात पुरवठा हा पूर्णपणे लवचीक असतो. दीर्घकाळात वस्तूला सर्वत्र एकच किंमत प्रस्थापित होते, त्यामुळे दीर्घकालीन किंमत आदर्श किंमत मानली जाते. या कालखंडात लोकसंख्येतील बदल, लोकांचे उत्पन्न, लोकांच्या आवडीनिवडी, फॅशन्स, उत्पादनतंत्रात आमूलाग्र सुधारणा इत्यादींत बदल घडून येतो.

३) वस्तुदृष्ट्या वर्गीकरण

अ) वस्तू बाजार : ज्या बाजारामध्ये वस्तूची खरेदी-विक्री चालते, त्याला 'वस्तू बाजार' म्हणतात. बाजारात विकल्या जाणाऱ्या वस्तूवरून विक्रीचे वर्गीकरण करण्याची पद्धत व्यवहारात दिसून येते. उदा. कांदा-बटाटा बाजार, भाजी बाजार, धान्य बाजार, कापडबाजार इत्यादी.

ब) घटक बाजार : जेथे भांडवल, श्रम इत्यादींसारख्या उत्पादनघटकांची देवाण-घेवाण होते, त्याला 'घटक बाजार' म्हणतात. (श्रम बाजार, भांडवल बाजार)काही वस्तूंना व्यापक बाजार प्राप्त होतो. उदा. सोने, हिरे इ. त्यामध्ये टिकाऊपणा, सुटसुटीतपणा इ. गुण आहेत, तर नाशवंत वस्तूंना बाजार मर्यादित असतो. उदा. भाजीपाला, फळे, फुले इ. तसेच जड वस्तू उदा. लोखंड, पोलाद, विटा इत्यादींचा बाजार.

४) कार्यानुसार वर्गीकरण :

कोणत्या वस्तूची विक्री केली जाते, त्यानुसार वर्गीकरण केले जाते. जेथे सर्व वस्तूंची खरेदी-विक्री होते, त्याला 'सामान्य बाजार' म्हणतात, तर विशिष्ट वस्तूंची विक्री होणाऱ्या बाजाराला 'विशेष बाजारपेठ' म्हणतात.

५) स्पर्धेच्या प्रकारानुसार बाजारपेठांचे प्रकार

विक्रेत्यांच्या आपसातील संबंधावरून बाजारपेठेचे जे वर्गीकरण केले जाते, त्यास 'स्पर्धेनुसार वर्गीकरण' म्हणतात.

अ) पूर्ण स्पर्धा : पूर्ण स्पर्धेच्या बाजारपेठेत असंख्य उत्पादक आणि असंख्य ग्राहक असतात. तेथे पूर्ण पर्यायी ठरणाऱ्या एकजिनसी वस्तूंची खरेदी-विक्री होते. या बाजारात कोणताही खरेदीदार अथवा विक्रेता वस्तूंच्या किमतीवर प्रभाव पाडू शकत नाही.

ब) पूर्ण मक्तेदारी : या बाजारपेठेत विक्रेता किंवा उत्पादक एकच असतो. त्याच्या उत्पादनाच्या बाजारपेठेत जवळचा पर्याय नसतो. अशा बाजारपेठेत ग्राहक मात्र असंख्य असतात. या बाजारपेठेस 'एकाधिकारी बाजारपेठ' असेही म्हटले जाते. प्रत्यक्ष व्यवहारात पूर्ण मक्तेदारी म्हणजे 'वस्तूचा फार मोठा हिस्सा उत्पादन करणारा उत्पादक' असा घेतला जातो. पूर्ण मक्तेदारी जरी व्यवहारात नसली, तरी सैद्धांतिकदृष्ट्या पूर्ण मक्तेदारीचे विश्लेषण हे आधारभूत मानले जाते.

क) अपूर्ण स्पर्धा : अपूर्ण स्पर्धा असलेल्या बाजारपेठांचे मक्तेदारीयुक्त स्पर्धा असलेली बाजारपेठ, अल्पविक्रेताधिकार, विक्रेताधिकार इ. प्रकार पडतात. अपूर्ण स्पर्धेत पूर्ण स्पर्धा नसते व पूर्ण मक्तेदारीमुक्त नसते. हा या दोन्हीमधील प्रकार आहे.

स्पर्धेचे विश्लेषण करताना प्रत्येक कालखंडातील समतोल कसा प्रस्थापित होतो हे पाहिले पाहिजे.

५.४ पूर्ण स्पर्धा (Perfect Competition)

बाजाराचे वर्गीकरण स्पर्धेवरून केले असता 'पूर्ण स्पर्धेची बाजारपेठ' हा एक महत्त्वाचा प्रकार ठरतो. ज्या बाजारात ग्राहक आणि विक्रेते यांच्यात वस्तूच्या खरेदी-

विक्रीसाठी पूर्णपणे निरोगी व खुली स्पर्धा असते, त्या बाजाराला पूर्ण स्पर्धा असे स्थूल मानाने म्हणता येते.

अ) व्याख्या

१) मिसेस जोन रॉबिन्सन यांच्या मते, 'जेव्हा प्रत्येक उत्पादकाच्या उत्पादनासाठी असलेली मागणी पूर्णत: लवचीक असते तेव्हा पूर्ण स्पर्धा अस्तित्वात येते.'

याचा दुसरा अर्थ असा की, विक्रेत्याचे उत्पादन हे एकूण उत्पादनाचा विचार करता नगण्य असते. तसेच ग्राहक विक्रेत्यांची निवड करताना समान दृष्टिकोन ठेवतात, त्यामुळे बाजाराला पूर्णत्व येते.

२) 'ज्या बाजारपेठेत कोणताही ग्राहक वा खरेदीदार किंवा विक्रेता वस्तूंच्या किमतीवर प्रभाव पाडू शकत नाही, तसेच असंख्य ग्राहक आणि विक्रेते असतात, त्या बाजारपेठेला पूर्ण स्पर्धेची बाजारपेठ म्हणतात.'

३) बिलास यांच्या मते, 'अनेक उद्योगसंस्थांचे अस्तित्व त्यांच्याकडून एकसारख्याच वस्तूंची विक्री व विक्रेता (किंमत घेणारा) ही वैशिष्ट्ये असणारा बाजार म्हणजे पूर्ण स्पर्धा होय.'

४) 'ज्या बाजारात एकजिनसी वस्तूंची खरेदी-विक्री करणारे असंख्य ग्राहक आणि असंख्य विक्रेते असतात व त्या वस्तूंच्या किमतीवर ते कोणत्याही प्रकारचे नियंत्रण ठेवू शकत नाहीत; अशा बाजारपेठेत पूर्ण स्पर्धा आहे असे म्हणतात.'

५.४.१ पूर्ण स्पर्धेची वैशिष्ट्ये (Features of Perfect Competition)

स्थूलमानाने ज्या बाजारपेठेत पुढील प्रकारची सर्व वैशिष्ट्ये, लक्षणे आढळून येतात त्या बाजारपेठेस 'पूर्ण स्पर्धेची बाजारपेठ' असे म्हणतात.

१) असंख्य ग्राहक : पूर्ण स्पर्धेच्या बाजारात ग्राहकांची व विक्रेत्यांची संख्या फार मोठी असते. बाजारातील वस्तूच्या एकूण पुरवठ्यापैकी प्रत्येक ग्राहक अत्यल्प भाग खरेदी करत असल्यामुळे, स्वतःच्या खरेदीत वाढ वा घट करून त्या वस्तूंच्या किमतीत बदल घडवून आणणे त्यास शक्य नसते. कोणाही एका ग्राहकाला आपली मागणी कमी अगर जास्त करून किमतीवर प्रभाव पाडता येत नाही, कारण त्याची मागणी म्हणजे बाजारातील एकूण मागणीचा अल्प भाग असतो. एखादा ग्राहक म्हणजे समुद्राच्या पाण्यातील एका थेंबासमान असतो. समुद्राच्या पाण्यातून एक बादली पाणी काढून घेतले अथवा टाकले तरी पाण्याची पातळी बदलत नाही. त्याप्रमाणे ग्राहकाने आपली मागणी कमी अगर जास्त केली तरी बाजारातील किमतीच्या पातळीत बदल होत नाही. असंख्य

ग्राहक आणि असंख्य विक्रेते असल्यामुळे एखादा ग्राहक अथवा एखादा विक्रेता किमतीवर काहीच प्रभाव पाडू शकत नाही.

२) एकजिनसी वस्तू : पूर्ण स्पर्धेच्या बाजारात वस्तू एकजिनसी असतात. ग्राहकांच्या दृष्टीने सर्व विक्रेत्यांकडून विकली जाणारी वस्तू रंग, रूप, आकार, चव, वेष्टन, दर्जा, रचना, गुणधर्म, सुबकता, टिकाऊपणा इ. सर्व बाबतीत सारख्या असतात. ग्राहकाच्या दृष्टिकोनातून वस्तू पूर्णत: एकजिनसी असतात. उत्पादकांना ग्राहकांच्या मनात काल्पनिक किंवा खरा वस्तुभेद करता येत नाही. कोणत्याही विक्रेत्याला आपल्या वस्तूची किंमत बाजारातील प्रचलित किमतीपेक्षा अधिक ठेवता येत नाही; जर त्याने किंमत वाढविली तर त्याच्या वस्तू विकल्या जाणार नाहीत, त्यामुळे एका वस्तूची सर्वत्र एकच किंमत प्रस्थापित होते.

३) बाजाराची पूर्ण माहिती : पूर्ण स्पर्धेत ग्राहकांना व विक्रेत्यांना बाजारपेठेबाबत पूर्ण ज्ञान असते. विक्रेता कोणत्या किमतीला किती नग पुरवितो याची माहिती ग्राहकांना असते. तसेच कोणत्या किमतीला ग्राहक किती नगांची मागणी करील याचेही ज्ञान विक्रेत्याला असते, त्यामुळे एखादा विक्रेता वस्तूची जास्त किंमत आकारू शकत नाही. तसेच ग्राहकदेखील जास्त किंमत देत नाही, त्यामुळे बाजारात एकच किंमत प्रस्थापित होते.

४) मागणी आणि पुरवठ्याचे स्वातंत्र्य : कोणत्या उद्योगसंस्थेने वा विक्रेत्याने वस्तूचा किती पुरवठा करावा, कोणत्या ग्राहकांना तो विकावा, कोणत्या किमतीला विकावा, किती प्रमाणात विकावा यावर बंधने असत नाहीत, त्याचप्रमाणे ग्राहकांनीही कोणाकडून किती माल कोणत्या किमतीला घ्यावा, यावरही बंधने असत नाहीत. थोडक्यात, वस्तूची मागणी आणि पुरवठा यांना पूर्णपणे स्वातंत्र्य असते.

५) पूर्वग्रहविरहित दृष्टिकोन : बाजारात वस्तूच्या खरेदीसाठी गेलेला ग्राहक हा शुद्ध मनाने, पूर्वग्रहविरहित दृष्टिकोनातून जात असतो. कोणत्याही विक्रेत्याबद्दल, त्याच्या मनात पूर्वग्रह नसतो. ग्राहकांच्या दृष्टीने सर्वच विक्रेते सारखे असतात. त्यामुळे मागणीवर ग्राहकांच्या मनाचा, आवडी-निवडीचा व भावभावनांचा कोणताही परिणाम घडून येत नाही.

६) आगमन-निर्गमन स्वातंत्र्य : पूर्ण स्पर्धेत उद्योगसंस्थांना बाजारात येण्यास व बाहेर जाण्यास कोणत्याही प्रकारची बंधने नसतात. याचाच अर्थ एखादी उद्योगसंस्था बाजारात केव्हाही प्रवेश करू शकते व बाजाराबाहेरही जाऊ शकते; जर एखाद्या उद्योगसंस्थेला तोटा होत असेल, तर ती उद्योगसंस्था आपले उत्पादन बंद करून बाजारातून बाहेर पडू शकते. तसेच एखाद्या उद्योगात नफा मिळत असेल, तर इतर उद्योगसंस्था

बाजारात येऊन अशा वस्तूंचे उत्पादन करू शकतात, त्यामुळे सर्व उत्पादनसंस्थांना सामान्य नफा मिळतो.

७) उत्पादनघटकांची गतिशीलता : उत्पादनाचे सर्व घटक पूर्ण गतिक्षम असतात. पूणे स्पर्धेच्या बाजारात भूमी, श्रम, भांडवल व संयोजक हे उत्पादनाचे घटक संपूर्णत: गतिशील असतात, त्यामुळे प्रत्येक उद्योगसंस्थेला उत्पादनाची साधने सहज उपलब्ध होतात. त्यांना उत्पादनाच्या रचनेत बदल करण्यात अडचणी येत नाहीत. उत्पादनाचे सर्व घटक एका उद्योगातून दुसऱ्या उद्योगात मुक्तपणे जाऊ शकतात, म्हणजेच ज्या उद्योगात उत्पादनाच्या घटकांना जास्त मोबदला मिळत असेल त्या उद्योगात ते जाऊ शकतात. उत्पादनसाधने, घटक संपूर्णपणे गतिशील असल्यामुळे सर्व उद्योगसंस्थांना येणारा खर्च समान असतो.

८) एकच किंमत : पूर्ण स्पर्धेत वस्तूची किंमत एकच असते. पूर्ण स्पर्धेत मागणी पुरवठ्याच्या समतोल उद्योगात वस्तूंची सर्वत्र एकच किंमत प्रस्थापित झालेली असते. त्यामध्ये वाढ वा घट होणे शक्य नसते. किमतीवर कोणाचेही नियंत्रण नसते. पूर्ण स्पर्धेत असंख्य ग्राहक व असंख्य विक्रेते असल्यामुळे कोणताही एक ग्राहक वा विक्रेता किमतीवर प्रभाव पाडू शकत नाही, कारण कोणत्याही एका विक्रेत्याजवळ असलेला वस्तूंचा साठा हा एकूण साठ्याचा अल्प भाग असतो, त्यामुळे तो वस्तूच्या पुरवठ्यात बदल करून जास्त किंमत आकारू शकत नाही, तसेच ग्राहकांची संख्या ही जास्त असल्यामुळे एका ग्राहकाची मागणी ही एकूण मागणीच्या मानाने अल्प असते, त्यामुळे मागणीत बदल करून तो किमतीत फरक करू शकत नाही.

९) लवचीक मागणी : संपूर्ण लवचीक मागणी हे पूर्ण स्पर्धेचे महत्त्वाचे वैशिष्ट्य आहे. पूर्ण स्पर्धेत वस्तूंची मागणी संपूर्ण लवचीक असते. याचा अर्थ असा की, एखाद्या विक्रेत्याने वस्तूची किंमत कमी केली तर त्याचा माल क्षणार्धात संपून जाईल. अगर किमतीत अल्पशी वाढ केली तर संपूर्ण माल तसाच पडून राहील, म्हणून पूर्ण स्पर्धेतील मागणीवक्र हा क्षितिजसमांतर असतो.

१०) वाहतूक व जाहिरातखर्चाचा अभाव : बाजारपेठेत एकच किंमत असावी अशी अपेक्षा असेल तर वाहतुकीचा खर्च नको. वाहतुकीसाठी काहीही खर्च येत नाही असे गृहीत धरल्यामुळे विक्रीखर्च सारखाच आहे असा अर्थ होतो, म्हणजेच पूर्ण स्पर्धेत विक्रीखर्च नसतो; जर वाहतूकखर्च धरला तर एकच किंमत प्रस्थापित होणे शक्य नाही. तसेच पूर्ण स्पर्धेच्या बाजारातील वस्तू या एकजिनसी असल्याने आणि ग्राहकांना संपूर्ण बाजारपेठेचे ज्ञान असल्याने उद्योगसंस्थांना जाहिरातखर्चसुद्धा करावा लागत नाही.

११) सरकारी नियंत्रणे, निर्बंध व हस्तक्षेप मुक्त बाजारात नसतो.

वरील सर्व वैशिष्ट्ये ज्या बाजारात आढळून येतात, त्या बाजारास 'पूर्ण स्पर्धेची बाजारपेठ' असे म्हणतात.

५.४.२ अति अल्पकालीन समतोल (Very Short Run Equilibrium)

हा काळ अत्यंत अल्प मानला जातो. या काळात मागणीप्रमाणे पुरवठा बदलता येत नाही. या काळात वस्तूची किंमत फक्त वस्तूच्या मागणीमुळेच ठरते. ज्या प्रमाणात वस्तूची मागणी वाढते, त्या प्रमाणात वस्तूची किंमत वाढते, तर ज्या प्रमाणात वस्तूची मागणी कमी होते, त्या प्रमाणात वस्तूची किंमत कमी होते. अति अल्पकाळात किमतीवर म्हणूनच मागणीचा प्रभाव असतो.

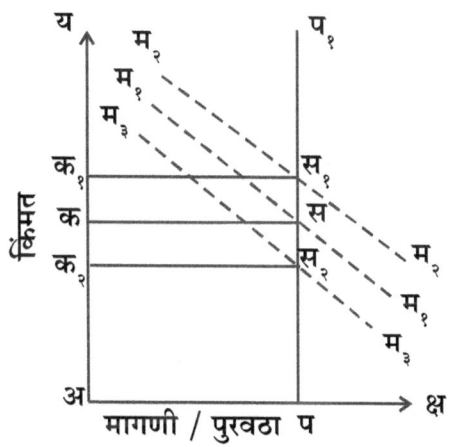

आकृती ५.१ : अतिअल्पकालीन समतोल

आकृती ५.१ मध्ये अतिअल्पकालीन समतोल दाखविला आहे. **म$_{१}$म$_{१}$**, हा मागणी वक्र व **प प$_{१}$** हा पुरवठावक्र आहे. **म$_{१}$ म$_{१}$** हा मागणीवक्र **पप$_{१}$** या पुरवठावक्राला **'स'** बिंदूत छेदतो. अत्यल्पकाळात बाजार किंमत **अक** आहे. **अप** एवढी मागणी व पुरवठा केला जातो. मागणीत वाढ झाली तर **क** किमतीत सुद्धा वाढ होते. **अप$_{१}$** हा पुरवठा स्थिर आहे. **म$_{१}$म$_{१}$** हा मागणीवक्र मागणीतील वाढ दाखवितो. त्याचे संतुलन **स$_{१}$** याठिकाणी होते. त्यामुळे किंमत **अक** वरून **अक$_{१}$** पर्यंत वाढ होते. याउलट, मागणीत घट झाल्यास किंमत कमी होते. **अप** हा पुरवठावक्र आहे. **म$_{३}$म$_{३}$** हा मागणीवक्र मागणीतील घट दर्शवितो. त्याचा छेदनबिंदू **स$_{२}$** आहे. त्यावरून **अक$_{२}$** ही किंमत निश्चित झाली. ती अक या किमतीपेक्षा कमी आहे. अशा रीतीने अत्यल्पकालीन समतोल ठरतो.

५.४.३ अल्पकालीन समतोल (Short Run Equilibrium)

अल्पकाळ हा काही महिन्यांचा असतो. याकाळात उत्पादनक्षेत्रात असलेली यंत्रे आणि साधने यांचा अधिक उपयोग करून वस्तूच्या पुरवठ्यात वाढ करता येते, परंतु या यंत्रांत व साधनांत बदल करता येत नाही. अल्पकाळातील वस्तूची किंमत मागणी पुरवठ्यामुळे निश्चित होत असली, तरी तिच्यावर मागणीचाच अधिक प्रभाव असतो. मागणीप्रमाणे पुरवठ्यात फेरफार केला जातो व अल्पकालीन सामान्य किंमत स्थिर होते, परंतु ती मूळ किमतीपेक्षा थोडी जास्त असेल, कारण यंत्रसामग्रीचा जास्त उपयोग करून उत्पादन वाढविले जाते.

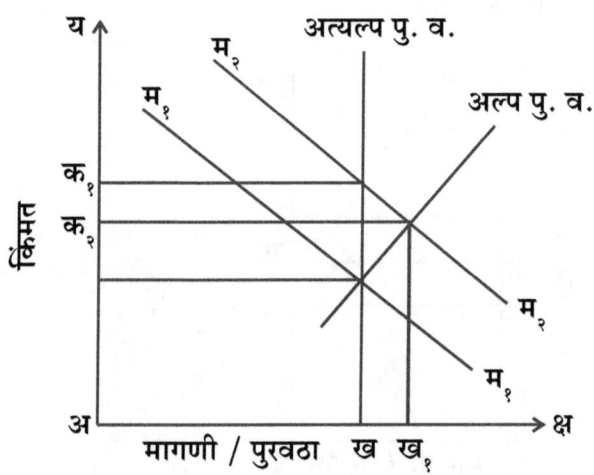

आकृती ५.२ : अल्पकालीन समतोल

आकृती ५.२ मध्ये मागणी **$म_1म_1$** पासून **$म_2 म_2$** पर्यंत वाढताच किंमत **$अक_1$** पर्यंत वाढते, कारण अल्पकाळात **अख** एवढा पुरवठा निश्चित झालेला असतो, परंतु व्यवसाय संस्था आहे त्याच क्षमतेचा अधिकाधिक उपयोग करून आपला पुरवठा काहीसा वाढविते, त्यामुळे नवीन मागणीवक्र व अल्पकालीन पुरवठावक्र यांचा समतोल **$अख_1$** या पुरवठ्याला होतो आणि **$अक_2$** ही किंमत सर्वसाधारण किंमत ठरते. पुरवठा **अख** पासून **$अख_1$** पर्यंत वाढल्यामुळे किंमत **$अक_1$** पासून **$अक_2$** पर्यंत खाली येते, परंतु, ती मूळ किमतीपेक्षा थोडी जास्त असते.

५.४.४ दीर्घकालीन समतोल (Long Run Equilibrium)

दीर्घकाळात वस्तूंच्या मागणीत वाढ झाल्यास उत्पादनाच्या साधनांमध्ये वाढ करून पुरवठा वाढविता येतो. दीर्घकाळात उत्पादनसंस्थांची संख्या, आकारमान, यंत्र, तंत्र हे सर्वच घटक बदलता येतात व त्यांच्या साहाय्याने वस्तूंच्या पुरवठ्यात वाढ केली जाते. दीर्घकाळात वस्तूच्या किमतीवर मागणीचा फारसा प्रभाव पडत नसतो. या काळात पुरवठा अधिक लवचीक असतो. दीर्घकाळ हा अनेक वर्षांचा असू शकतो. दीर्घकाळात सामान्य किंमत अल्पकालीन सामान्य किमतीपेक्षा कमी प्रमाणात वाढत जाते.

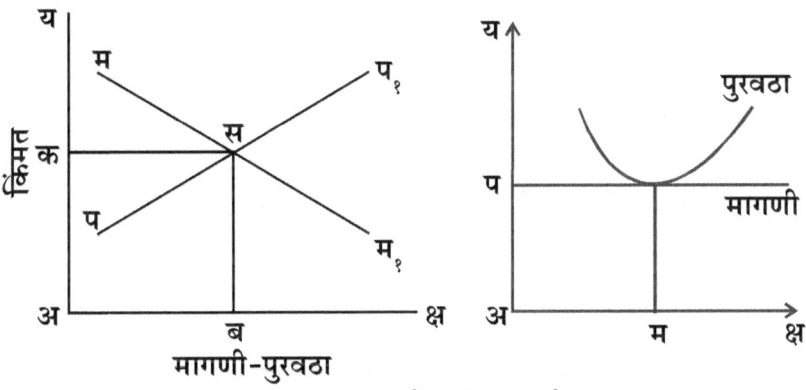

म
प
मागणी-पुरवठा
पुरवठा
प
मागणी
म

आकृती ५.३ : दीर्घकालीन समतोल

आकृतीत मम१ हा दीर्घकालीन मागणीवक्र असून **पप१** हा दीर्घकालीन पुरवठावक्र आहे. 'स' हा छेदनबिंदू दीर्घकालीन संतुलन दर्शवितो. अक ही दीर्घकालीन सामान्य किंमत निश्चित झाली आहे.

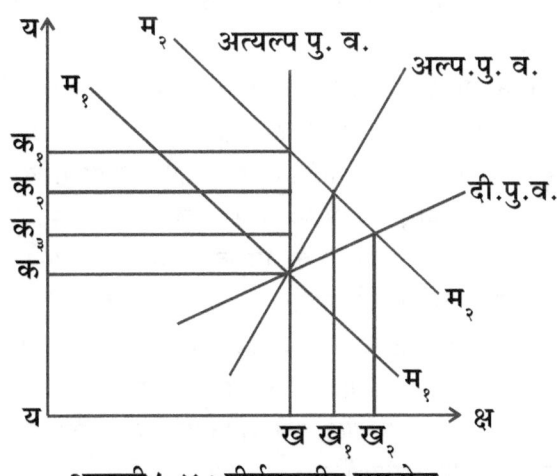

आकृती ५.४ : दीर्घकालीन समतोल

आकृती ५.४ मध्ये वाढत्या खर्चातील परिस्थितीत दीर्घकालीन समतोल दर्शविला आहे. **अख** ही मूळ मागणी / पुरवठा असून **अक** ही मूळ किंमत आहे. जेव्हा मागणी वाढते, तेव्हा किंमत **अक**$_१$ पर्यंत वाढते, पण दीर्घकाळात किंमत **अक**$_३$ पर्यंत खाली येते कारण दीर्घकाळात पुरवठा वाढविता येतो. वाढत्या खर्चामुळे **अक** या किमतीपेक्षा **अक**$_३$ ही किंमत जास्त आहे. परंतु, ती **अक**$_२$ या अल्पकालीन किमतीपेक्षा कमी आहे.

५.५ उद्योगसंस्था आणि उद्योग यांचा समतोल (Equilibrium of the Firm and Industry)

पूर्ण स्पर्धेत किंमत ही सार्वभौम असते. मागणी-पुरवठ्याच्या संघर्षातून, संतुलनातून जी किंमत प्रस्थापित होईल, तीच किंमत उत्पादक, विक्रेत्याला स्वीकारावी लागते, त्यामुळे पूर्ण स्पर्धेत उद्योगसंस्था आणि उद्योग यांचा अल्पकाळात आणि दीर्घकाळात समतोल कसा वापरला जातो हे अभ्यासणे आवश्यक आहे.

समतोल म्हणजे दोन परस्पर विरुद्ध शक्तींमधील तोल होय. विविध प्रभावांच्या क्रिया-प्रक्रियांमधून जेव्हा एक स्थिर अवस्था प्राप्त होते, तेव्हा तिला 'समतोल' म्हणतात. खर्चापासून जास्तीतजास्त मोबदला मिळावा हा ग्राहक, विक्रेता, उत्पादक यांचा हेतू असतो. त्यादृष्टीने मिळतेजुळते झाले की समतोलावस्था येते.

५.५.१ उद्योगसंस्थेचा अल्पकालीन समतोल (Short Run Equilibrium of the Firm)

अल्पकाळात उद्योगसंस्थेला बदलते घटक बदलता येत असल्याने पुरवठा थोडा वाढविता येतो. उदा. श्रम, कच्चा माल इ. परंतु स्थिर उत्पादनघटकांत बदल करणे शक्य नसते. उदा. यंत्रे, संयंत्रे इत्यादी.

पूर्ण स्पर्धेत उद्योगसंस्थेचा अल्पकालीन समतोल साधला जाणे म्हणजे उद्योगसंस्थेला जास्तीतजास्त नफा मिळणे होय. प्रत्येक उद्योगसंस्था नफ्याच्या अपेक्षेने उत्पादन करीत असते, त्यामुळे ज्या उत्पादनाच्या मात्रेस सीमान्त प्राप्ती व सीमान्त खर्च समान होतील तेवढे उत्पादन केले असता, उद्योगसंस्थेचा नफा हा जास्तीतजास्त होईल, म्हणजेच जेव्हा उद्योगसंस्थेला जास्तीतजास्त नफा मिळतो, तेव्हा उद्योगसंस्थेचा अल्पकालीन समतोल साधला गेला असे म्हटले जाते.

पूर्ण स्पर्धेत अल्पकाळात उद्योगसंस्थेची सीमान्त प्राप्ती (MR) आणि सीमान्त खर्च (MC) या दोन गोष्टी जेवढे उत्पादन केले असता समान होतात, त्या उत्पादनाला उद्योगसंस्थेचा समतोल साधला जातो. पूर्ण स्पर्धेत उत्पादनसंस्थेचा अगर उद्योगसंस्थेचा समतोल होण्यासाठी दोन अटी पूर्ण व्हाव्या लागतात.

उद्योगसंस्थेच्या समतोलाच्या अटी : १) सीमान्त खर्च आणि सीमान्त प्राप्ती यांच्यातील समानता २) सीमान्त खर्चाच्या वक्राने सीमान्त प्राप्तीच्या वक्राला खालून वरच्या दिशेने छेदून जाणे.

पुढील आकृतीत पूर्ण स्पर्धेत अल्पकाळात उद्योगसंस्थेचा समतोल कसा साधला जातो हे स्पष्ट केले आहे.

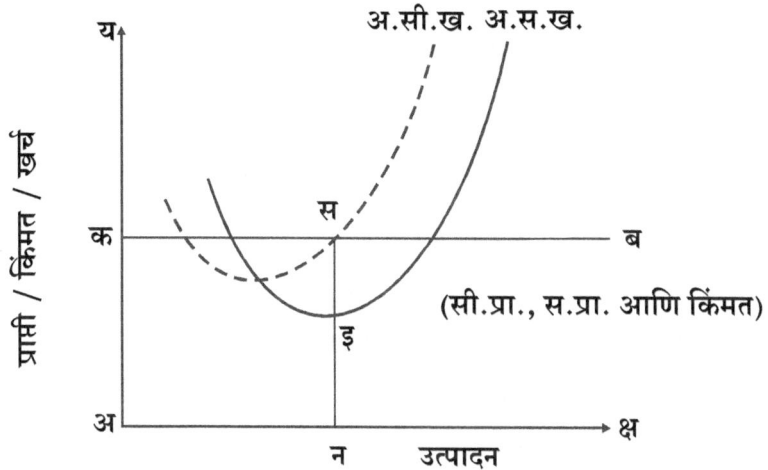

आकृती ५.५ : पूर्ण स्पर्धेत उद्योगसंस्थेचा अल्पकालीन समतोल

आकृती ५.५ मध्ये **'अक्ष'** अक्षावर उत्पादन आणि **'अय'** अक्षावर प्राप्तीखर्च आणि किंमत दर्शविली आहे. **'असीख'** हा अल्पकालीन सीमान्त खर्चाचा वक्र आहे. तर **'असख'** हा अल्पकालीन सरासरी खर्चाचा वक्र आहे. **'कब'** हा सीमान्त प्राप्ती, सरासरी प्राप्ती आणि किमतीचा वक्र आहे.

पूर्ण स्पर्धेत वस्तूची किंमत बदलणे कोणत्याही उद्योगसंस्थेला शक्य नसते, कारण ती सार्वभौम असते. बाजारात प्रस्थापित झालेली किंमत स्वीकारूनच त्या किमतीला आपले उत्पादन जुळते ठेवावे लागते. पूर्ण स्पर्धेत उत्पादन वाढवून पुरवठा वाढविला तरी पूर्वीइतकीच किंमत मिळत राहते. सीमान्त प्राप्ती म्हणजे वस्तूच्या शेवटच्या नग संख्येमुळे प्राप्तीत होणारी निव्वळ वाढ होय. अशी निव्वळ वाढ, किंमत बदलत नसल्यामुळे किमतीइतकीच असते; म्हणजेच सीमान्त प्राप्ती ही किमतीबरोबरच असते, परंतु किंमत म्हणजे सरासरी प्राप्ती होय, त्यामुळे पूर्ण स्पर्धेत किंमत = सीमान्त प्राप्ती = सरासरी प्राप्ती अशी परिस्थिती असते, म्हणून पूर्ण स्पर्धेत सीमान्त प्राप्ती, सरासरी प्राप्ती आणि किंमत या तिन्हींचा मिळून एकच वक्र दाखविला जातो. हा वक्र नेहमीच 'अक्ष' अक्षाला समांतर

असतो. तो आकृती ५.५ मध्ये **'कब'** हा वक्र आहे.

आकृती ५.५ मध्ये दर्शविल्याप्रमाणे अल्पकालीन सीमान्त प्राप्तीवक्र व अल्पकालीन सीमान्त खर्च वक्र (**असीख** व **कब**) **'स'** या बिंदूत छेदत आहेत, त्यामुळे **'स'** या बिंदूत उद्योगसंस्थेच्या सीमान्त प्राप्ती आणि सीमान्त खर्च या दोन्ही गोष्टी समान होत आहेत, म्हणून **'स'** या बिंदूत पूर्ण स्पर्धेत अल्पकालीन उद्योगसंस्थेचा समतोल साधला गेला आहे असे म्हणतात. अशा समतोल अवस्थेत उद्योगसंस्था **'अन'** इतके उत्पादन करते, म्हणजेच उद्योगसंस्थेने **'अन'** इतके उत्पादन केले, तर उद्योगसंस्थेला जास्तीतजास्त नफा मिळेल व उद्योगसंस्थेचा समतोल साधला जाईल. या समतोल अवस्थेत **'अन'** उत्पादनात **'सन'** इतकी किंमत असेल. अल्पकालीन सरासरी खर्चाचा वक्र 'असख' आहे. उद्योगसंस्था **'अन'** इतके उत्पादन करीत असल्यामुळे उद्योगसंस्थेच्या वस्तू उत्पादनाच्या प्रत्येक नगाचा सरासरी खर्च **'नइ'** इतका आहे, परंतु उद्योगसंस्थेला आपल्या प्रत्येक वस्तूचा नग विकून **'नस'** इतके उत्पन्न मिळते, त्यामुळे उत्पादनसंस्थेला प्रत्येक नगामागे **'सइ'** इतका जादा नफा मिळतो, म्हणजेच पूर्ण स्पर्धेत अल्पकाळात उद्योगसंस्थेला वस्तूच्या सरासरी उत्पादन-खर्चापेक्षा वस्तूची किंमत अधिक मिळते, त्यामुळे उद्योगसंस्थेला जास्तीतजास्त नफा मिळतो.

५.५.२ उद्योगाचा अल्पकालीन समतोल
(Short Run Equilibrium of the Industry)

पूर्ण स्पर्धेत ज्या किमतीला एकूण मागणी व एकूण पुरवठा समान होतात, त्या किमतीला उद्योगाचा किंवा उद्योगधंद्याचा समतोल प्रस्थापित होतो. सर्व उद्योगांनी विशिष्ट किमतीला केलेल्या पुरवठ्याची बेरीज म्हणजे एकूण पुरवठा होय. पुरवठावक्राच्या संदर्भात सांगावयाचे झाल्यास उद्योगांना पुरवठावक्र म्हणजे सर्व उद्योगसंस्थांच्या सीमान्त खर्चाच्या वक्रांची एकूण बेरीज होय.

उदाहरणाच्या साहाय्याने पूर्ण स्पर्धेत अल्पकाळात उद्योगाचा व उद्योगधंद्याचा समतोल कसा साधला जातो, ते अधिक स्पष्ट होण्यास मदत होईल.

तक्ता ५.१ : पूर्ण स्पर्धेत उद्योगांचा अल्पकालीन समतोल

किंमत रु.	एकूण पुरवठा (नग)	एकूण मागणी (नग)
६०	९००	५००
५०	८००	६००
४०	७००	७००
३०	६००	८००
२०	५००	९००

वरील तक्त्यावरून असे दिसून येते की, ७०० नगांची मागणी व पुरवठाही ७०० नगांचा असल्याने रु. ४० ही किंमत स्थिर होते. समजा, किंमत वाढून ती ५० रु. झाली तर मागणी ६०० नगांची राहील, पण पुरवठा मात्र ८०० नगांचा होईल. त्यामुळे वस्तू न विकल्या गेल्याने उत्पादकास तोटा होईल. तो उत्पादन कमी करील. समजा, वस्तूची किंमत कमी म्हणजे ३० रु. झाली, तर पुरवठा ६०० नगांचा होईल, तर मागणी ८०० नगांची असेल. अशा परिस्थितीत पुरवठा वाढविण्याचा प्रयत्न केला जाईल. म्हणजे अल्पकाळात पूर्ण स्पर्धेत वस्तूच्या किमतीची प्रकृती स्थिरतेकडे झुकणारी असते, तेव्हा ज्या किमतीस मागणी व पुरवठा समान होतात, त्यांचे संतुलन होते, तेथे पूर्ण स्पर्धेत अल्पकाळात उद्योग वा उद्योगधंदा समतोल अवस्थेत असतो असे म्हटले जाते. पुढील आकृतीमध्ये पूर्ण स्पर्धेत उद्योगाचा अल्पकालीन समतोल दर्शविला आहे.

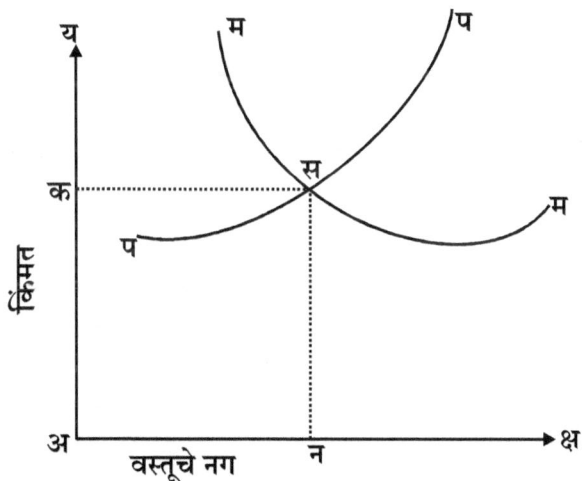

आकृती ५.६ पूर्ण स्पर्धेत उद्योगाचा अल्पकालीन समतोल

वरील आकृती ५.६ मध्ये **'अक्ष'** अक्षावर वस्तूंचे नग तर **'अय'** अक्षावर किंमत दर्शविली आहे. **'मम'** हा उद्योगाचा अल्पकालीन मागणीवक्र आहे, तर **'पप'** हा पुरवठावक्र आहे. **'मम'** व **'पप'** हे दोन्ही वक्र एकमेकांस **'स'** या बिंदूत छेदतात. आकृतीत दर्शविल्याप्रमाणे **'अन'** इतक्या वस्तूंच्या मागणी पुरवठ्यात संतुलन होऊन 'अक' इतकी किंमत निश्चित होते.

पूर्ण स्पर्धेत उद्योगाच्या अल्पकालीन समतोलाच्या संदर्भात - १) समतोल किमतीला एकूण मागणी व एकूण पुरवठा समान असतो. २) उद्योगाचा समतोल साधला जात असताना त्या उद्योगात समाविष्ट असणाऱ्या सर्व उद्योगसंस्थांचा समतोल साधला जातो

आणि ३) पूर्ण स्पर्धेत बाजारातील किंमत ग्राह्य मानून उद्योगसंस्थेला आपला पुरवठा किमतीशी जुळता ठेवावा लागतो. ४) उद्योग स्वत:च्या कृतीने किंमत बदलू शकत नाही. मात्र, एकूण उद्योगसंस्थांच्या समूहाने प्रस्थापित होणारा उद्योग आपला पुरवठा बदलून किंमत बदलू शकतो. हे मुद्दे महत्त्वाचे आहेत.

५.५.३ उद्योगसंस्थेचा / उत्पादनसंस्थेचा दीर्घकालीन समतोल
(Long Run Equilibrium of the Firm)

दीर्घकाळात प्रत्येक उद्योगसंस्थेला उत्पादनघटकात आवश्यक ते सर्व बदल करून जेवढी मागणी असेल तेवढा पुरवठा अगदी सहजपणे वाढविता येतो. दीर्घकाळात नफ्याच्या उद्देशाने नवीन उद्योगसंस्थांचाही प्रवेश होतो, तसेच काही उद्योगसंस्था बाहेर पडतात, कारण पूर्ण स्पर्धेत प्रवेश व बाहेर पडण्याचे त्यांना स्वातंत्र्य असते, त्यामुळे अतिरिक्त नफा नाहीसा होऊन प्रत्येक उद्योगसंस्थेला केवळ सर्वसाधारण नफा मिळतो, तसेच उद्योगसंस्थांची सरासरी प्राप्ती ही सरासरी खर्चापेक्षा कमी असल्यास उद्योगसंस्थेला तोटा सहन करावा लागेल, त्यामुळे अशा उद्योगसंस्था त्या उद्योगातून बाहेर पडून अन्य किफायतशीर उद्योगाकडे वळतील, त्यामुळे वस्तूचे उत्पादन कमी होऊन पुरवठा घटेल आणि किमतीची पातळी वाढेल. किंमत = सरासरी प्राप्ती = सरासरी खर्च अशी स्थिती प्रस्थापित होईल. अशा परिस्थितीत प्रत्येक उद्योगसंस्थेला सर्वसाधारण नफा मिळेल. म्हणजेच पूर्ण स्पर्धेत उद्योगसंस्थेचा दीर्घकालीन समतोल झाला म्हणजे किंमत वा सरासरी प्राप्ती = सामान्य प्राप्ती = सरासरी प्राप्ती = सीमान्त खर्च अशी स्थिती असते.

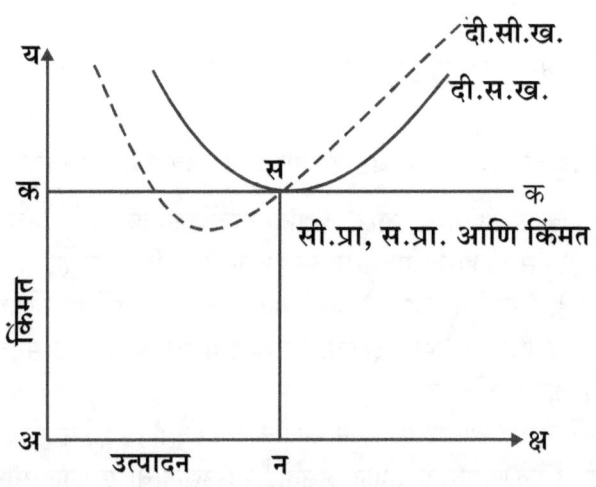

आकृती ५.७ : पूर्ण स्पर्धेत उद्योगसंस्थेचा दीर्घकालीन समतोल

आकृती ५.७ मध्ये पूर्ण स्पर्धेत उद्योगसंस्थेचा दीर्घकालीन समतोल कसा प्रस्थापित होतो ते दर्शविले आहे.

आकृती ५.७ मध्ये **'अक्ष'** अक्षावर उत्पादन, तर **'अय'** अक्षावर किंमत दर्शविली आहे. **'दीसीख'** व **'दीसख'** हे अनुक्रमे सीमान्त खर्च आणि दीर्घकालीन सरासरी खर्चाचे वक्र आहेत, तर 'क' हा सीमान्त प्राप्ती, सरासरी प्राप्ती आणि किमतीचा वक्र आहे.

सीमान्त खर्च आणि सीमान्त प्राप्ती समसमान झाले म्हणजे उद्योगसंस्थेचा समतोल प्रस्थापित होतो, हे अल्पकालीन तत्त्व दीर्घकाळातही लागू पडते. याशिवाय दीर्घकाळात सीमान्त खर्च, सीमान्त प्राप्ती, सरासरी खर्च, सरासरी प्राप्ती व किंमत (MC = AC = AR = Price) या सर्व गोष्टी समसमान झाल्या पाहिजेत. पूर्ण स्पर्धेत दीर्घकाळात सरासरी खर्चापेक्षा किंमत जास्त असल्यास उद्योगसंस्थेला अवाजवी नफा मिळेल. हे पाहून नवे उद्योजक व्यवसायात येतील व त्यामुळे पुरवठा वाढून किंमत व अवाजवी नफा कमी होईल. शेवटी सर्वच उद्योगसंस्था फक्त वाजवी नफाच मिळवू शकतील, याउलट सरासरी खर्चापेक्षा किंमत कमी असल्यास उद्योगसंस्थेला तोटा सहन करावा लागेल, त्यामुळे काही उद्योगसंस्था उद्योगाबाहेर पडतील. म्हणून दीर्घकाळात उद्योगसंस्थेने वस्तूचा सरासरी उत्पादनखर्च व वस्तूचा सीमान्त उत्पादनखर्च हे दोन्ही वस्तूच्या किमतीइतके होतील तेवढे उत्पादन केले की, उद्योगसंस्थेचा समतोल साधला जातो.

आकृती ५.७ मध्ये दर्शविल्याप्रमाणे सीमान्त खर्च, सरासरी खर्च, सरासरी प्राप्ती व सीमान्त प्राप्ती आणि किंमत हे सर्व घटक **'स'** या बिंदूत संतुलित होतात, समसमान होतात. त्यामुळे **'अक'** या किमतीला **'अन'** इतके उत्पादन असताना उद्योगसंस्था महत्तम नफा मिळविते किंवा समतोलात असते. दीर्घकाळात वस्तूला एकच किंमत असल्याने सीमान्त प्राप्ती, सरासरी प्राप्ती व किंमत या तीनही गोष्टीसुद्धा समसमान असतात. यावरून पूर्ण स्पर्धेतील उद्योगसंस्थेच्या दीर्घकालीन समतोलाची पुढील वैशिष्ट्ये स्पष्ट होतात.

१) दीर्घकालीन समतोल हा किंमत = सीमान्त प्राप्ती = सीमान्त खर्च = सरासरी खर्च अशा परिस्थितीत होतो. तेव्हा सरासरी खर्च हा कमीतकमी असतो. २) समतोल अवस्थेतील प्रत्येक उद्योगसंस्थेला सर्वसाधारणपणे नफा मिळतो. ३) प्रत्येक उद्योगसंस्थेला कमीतकमी सरासरी खर्चाच्या आधारे उत्पादन करावे लागत असल्याने दीर्घकाळात सर्वच उद्योगसंस्था पर्याप्त आकाराच्या असल्याचे आढळून येते.

५.५.४ उद्योगाचा दीर्घकालीन समतोल
(Long Run Equilibrium of the Industry)

एका उद्योगात गुंतलेल्या सर्वच्या सर्व उद्योगसंस्था जेव्हा समतोलात असतील, तेव्हा तो उद्योग समतोलावस्थेत येतो, म्हणजेच त्या उद्योगातील वस्तूचा एकूण पुरवठा व

वस्तूची एकूण मागणी यांचा समतोल साधला गेला पाहिजे. एखाद्या वेळी पुरवठ्यापेक्षा मागणी वाढल्यास उत्पादन वाढविले जाईल किंवा कमी झाल्यास उत्पादन कमी केले जाईल, परंतु समतोल अवस्थेत उद्योगातील उत्पादनात असे फेरफार होता कामा नये. मागणी व पुरवठा यांचा अचूक मेळ बसून उत्पादन स्थिर झाले पाहिजे, असे झाले म्हणजे वस्तूची किंमत ठरेल. ही किंमत उद्योगातील एकूण मागणी व एकूण पुरवठा यांच्या समतोलावरून ठरते. कोणत्याही एका उद्योगसंस्थेच्या कृतीवरून ती ठरत नाही, हे लक्षात घेतले पाहिजे.

उद्योगाच्या समतोलात उत्पादन हे ठरावीक ठिकाणी स्थिर झाले पाहिजे. त्यात वाढ वा घट होता कामा नये. हे उत्पादन सर्व उद्योगसंस्था करत असून त्या सर्व समतोलात असल्याने नवीन उद्योगसंस्थांना उद्योगात पदार्पण करण्याची संधी नसते किंवा विद्यमान उद्योगधंद्यांना उद्योगाबाहेर पडण्याचे कारण नसते, त्यामुळे प्रत्येक उद्योगसंस्थेचे उत्पादन स्थिर होऊन तिचा सीमान्त खर्च व सीमान्त प्राप्ती समसमान होईल, त्यामुळे उद्योगसंस्थेस फक्त साधारण नफा मिळेल. पूर्ण स्पर्धेत दीर्घकाळात उद्योगाच्या समतोलात सर्वच उद्योगसंस्था साधारण नफा मिळवीत असतात. त्यांनी अवाजवी नफा मिळविल्यास नवीन उद्योगसंस्थांचे आगमन होऊन समतोल ढळेल किंवा तोटा झाल्यास काही उद्योगसंस्था उद्योगातून बाहेर पडतील, त्यामुळे समतोल ढळेल, म्हणून उद्योगाच्या समतोलात प्रत्येक उद्योगसंस्था फक्त साधारण नफाच मिळवू शकेल हे स्पष्ट होते व अशा अवस्थेत उद्योगाचा समतोल साधला जातो.

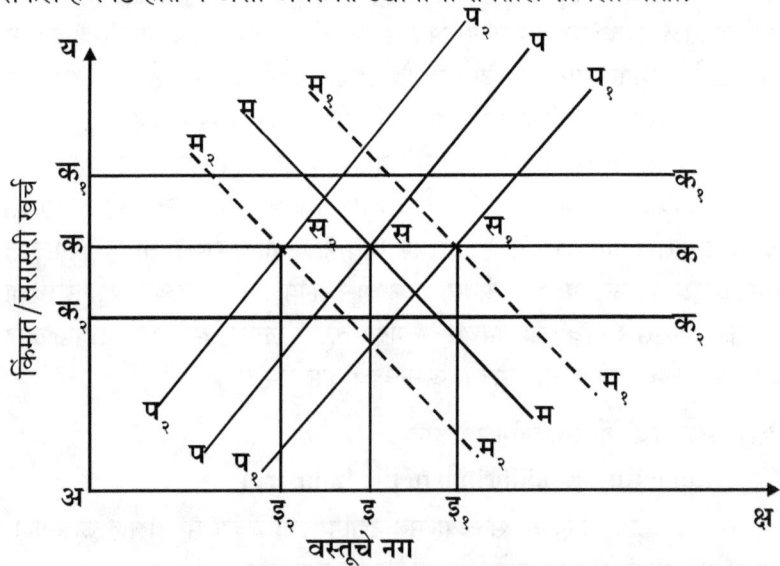

आकृती ५.८ पूर्ण स्पर्धेत उद्योगाचा दीर्घकालीन समतोल

आकृती ५.८ मध्ये **'अक्ष'** अक्षावर वस्तूचे नग आणि **'अय'** अक्षावर किंमत व सरासरी खर्च दर्शविला आहे. पूर्ण स्पर्धेत दीर्घकालीन किंमत ही सरासरी खर्चाबरोबर असते; म्हणजे किंमत ही किमान सरासरी खर्चाइतकी असते.

मम व **पप** हे अनुक्रमे सर्व उद्योगसंस्थांचे मिळून मागणी व पुरवठा वक्र आहेत. **कक** रेषा ही प्रत्येक उद्योगसंस्थेच्या किमान सरासरी खर्चाची पातळी दर्शविते. या स्थितीत उद्योगाचा समतोल **'स'** या ठिकाणी प्रस्थापित झालेला आहे. या समतोल अवस्थेत **'अइ'** इतके उत्पादन होत आहे, कारण **'पप'** हा पुरवठावक्र व **'मम'** हा मागणीवक्र किमान सरासरी खर्चाच्या रेषेला **'स'** बिंदूत संतुलित होतात.

दीर्घकालीन वस्तूची मागणी वाढली, तर नवीन मागणीवक्र **म$_{१}$ म$_{१}$** वर सरकेल. त्यामुळे किंमत **क$_{१}$** पर्यंत वाढेल. ही वाढलेली **क$_{१}$** किंमत **क** या सरासरी खर्चापेक्षा अधिक आहे, त्यामुळे प्रत्येक उद्योगसंस्थेला अतिरिक्त नफा मिळेल. त्यामुळे उद्योगात नवीन उद्योगसंस्था आकर्षित होतील. नवीन उद्योगसंस्थांची संख्या वाढल्याने वस्तूंचा पुरवठा वाढून मिळेल. त्यामुळे उद्योगात नवीन उद्योगसंस्था आकर्षित होतील. नवीन उद्योगसंस्थांची संख्या वाढल्याने वस्तूंचा पुरवठा वाढून किंमत **क$_{१}$** पेक्षा कमी होऊ लागेल. किंमत **'क'** या स्थिर पातळीला येईपर्यंत नवीन उद्योगसंस्थांचा प्रवेश चालू राहील व शेवटी किमतीच्या स्थिर प्रवृत्तीमुळे किंमत किमान सरासरी खर्चाइतकी स्थिर होईल. त्यामुळे **प$_{१}$ प$_{१}$** हा नवीन पुरवठा वक्र **म$_{१}$ म$_{१}$** या नवीन मागणीवक्रास **स$_{१}$** या बिंदूत छेदून तेथे नवीन समतोल प्रस्थापित होईल. यावेळी वस्तूचा पुरवठा **'अइ'** वरून **'अइ$_{१}$'** पर्यंत वाढेल. मात्र, किंमतही सरासरी खर्चाइतकीच असल्याने अतिरिक्त नफा मिळणार नाही. समजा, मागणी कमी झाली तर **म$_{२}$ म$_{२}$** मागणीवक्र डावीकडे सरकेल. त्यामुळे किंमत **क$_{२}$** पर्यंत कमी होईल. ही **क$_{२}$** किंमत सरासरी खर्चापेक्षा कमी असल्याने उद्योगसंस्थांना तोटा सहन करावा लागेल, त्यामुळे काही उद्योगसंस्था उद्योगाबाहेर पडतील, त्यामुळे पुरवठा कमी होईल व किंमत वाढण्यास सुरुवात होईल. त्यामुळे **म$_{२}$ म$_{२}$** हा मागणीवक्र **प$_{२}$ प$_{२}$** या पुरवठावक्रास मुळच्या किंमत रेषेस **स$_{२}$** येथे छेदून नवीन समतोल प्रस्थापित होईल. त्यावेळी **अइ$_{२}$** एवढे उत्पादन केले जाईल. त्यामुळे किंमत **'क'** इतकीच राहिल्यामुळे कोणत्याही उद्योगाला तोटा येणार नाही, कारण ही किंमत सर्व उद्योगाच्या किमान सरासरी खर्चाइतकी आहे. अशा प्रकारे पूर्ण स्पर्धेत दीर्घकाळात उद्योगाचा समतोल प्रस्थापित होत असताना सर्वच उद्योगसंस्था समतोल अवस्थेत असतात. तेव्हा उद्योगाचाही समतोल प्रस्थापित होतो. दीर्घकाळात उद्योगाच्या समतोलात उत्पादन स्थिर झालेले असते. उद्योगात नवीन उद्योगसंस्थांच्या प्रवेशाची व निर्गमनाची शक्यता नसते, कारण प्रत्येक उद्योगसंस्थेला सर्वसाधारण नफा मिळत असतो.

सराव प्रश्न

प्र. १. खालील प्रश्नांची प्रत्येकी २५० शब्दांत उत्तरे लिहा.

१) बाजारांचे वर्गीकरण स्पष्ट करा.

२) पूर्ण स्पर्धा म्हणजे काय ते सांगून पूर्ण स्पर्धेची वैशिष्ट्ये स्पष्ट करा.

३) पूर्ण स्पर्धेतील व्यवसायसंस्थेचा अल्पकालीन समतोल स्पष्ट करा.

४) पूर्ण स्पर्धेतील व्यवसायसंस्थेचा दीर्घकालीन समतोल स्पष्ट करा.

५) पूर्ण स्पर्धेतील उद्योगाचा अल्पकालीन आणि दीर्घकालीन समतोल स्पष्ट करा.

६) पूर्ण स्पर्धेतील व्यवसाय संस्थेचा अल्पकालीन आणि दीर्घकालीन समतोल स्पष्ट करा.

प्रकरण ६

मक्तेदारी
Monopoly

६.१ प्रास्ताविक (Introduction)

काही वेळा बाजारात एखादी वस्तू विकणारा एकच विक्रेता असतो, परंतु ती वस्तू घेणारे ग्राहक अनेक असतात, तेव्हा त्या बाजारास मक्तेदारी आहे असे म्हटले जाते. मक्तेदारीत उत्पादक म्हणजेच विक्रेता आणि विक्रेता म्हणजेच उत्पादक असे गृहीत धरले जाते.

मक्तेदारीतील वस्तू एकरूप असतात, तसेच त्यांना जवळचे कोणतेही पर्याय नसतात.

मक्तेदारीत विकल्या जाणाऱ्या वस्तूच्या मागणीची लवचिकता शून्य असते. मक्तेदारीचे महत्त्वाचे लक्षण म्हणजे एकच उत्पादनसंस्था वस्तूची विक्री करते किंवा एकापेक्षा जास्त संस्था असल्यास त्यांची एकच संघटना असते. सदरील प्रकरणात मक्तेदारीतील उत्पादनसंस्थेचा समतोल, अल्पकालीन आणि दीर्घकालीन समतोल, मूल्यभेद, मूल्यभेदांचे प्रकार, पूर्ण स्पर्धा आणि मक्तेदारीतील फरक, मक्तेदारी शक्तीचे नियमन इत्यादींचा अभ्यास केला आहे.

६.२ मक्तेदारीचा अर्थ व व्याख्या
(Meaning and Definition of Monopoly)

बाजाराचा हा एक महत्त्वाचा प्रकार आहे. पूर्ण स्पर्धा आणि मक्तेदारी हे दोन बाजूंचे दोन टोकांचे प्रकार आहेत. इंग्रजीत Mono म्हणजे 'एक' आणि poly म्हणजे 'विक्रेता' होय, म्हणून मक्तेदारी म्हणजे एकच विक्रेता असलेली बाजारपेठ होय. मक्तेदारीत उत्पादक म्हणजे विक्रेता असे मानले जाते, म्हणून मक्तेदारी म्हणजे एकच उत्पादक अथवा विक्रेता आणि अनेक ग्राहक अशी स्थिती असते.

व्याख्या (Definition)

१) प्रा. चेंबरलीन यांच्या मते, 'एक उत्पादक ज्याचे पुरवठ्यावर पूर्ण नियंत्रण असून बाजारात वस्तूला जवळचे पर्याय उपलब्ध नसतात.'

२) प्रा. मेहता यांच्या मते, 'मक्तेदार त्यालाच म्हटले जाते की, त्याचे किमतीवर पूर्ण नियंत्रण असते.'

३) मक्तेदारी चौकशी आयोग यांच्या मते, 'थोड्या उद्योगांनी स्पर्धकांच्या तुलनेत बाजारपेठ नियंत्रित करण्यासाठी वापरलेल्या शक्तीला मक्तेदारी असे म्हणतात.'

वरील व्याख्यांवरून असे स्पष्ट होते की, वस्तूला जवळचा पर्याय नाही अशा वस्तूंचे उत्पादन किंवा विक्री एकाच विक्रेत्याच्या हाती एकवटलेली असते, त्यास मक्तेदारी असे म्हटले जाते. मक्तेदारीत एकच विक्रेता असतो, त्यामुळे वस्तूच्या किमतीवर त्याचे नियंत्रण असते. बाजारात स्पर्धक नसल्यामुळे तो मनमानी पद्धतीने वस्तूला किंमत आकारू शकतो, तसेच त्याचे वस्तूच्या पुरवठ्यावरही नियंत्रण असते, त्यामुळे मक्तेदाराने पुरवठा कमी केल्यास वस्तूची किंमत वाढते आणि पुरवठा वाढवला तर तो वस्तू कमी किमतीला विकतो, त्यामुळे मक्तेदाराचा वस्तूच्या पुरवठ्यावर ताबा असल्याने तो वस्तूचा पुरवठा कमी-जास्त करून वस्तूच्या किमतीत बदल घडवून आणू शकतो. मक्तेदारीच्या वैशिष्ट्यांमधून मक्तेदारीचे स्वरूप कळते. उदा. पेट्रोल, डिझेल, युरेनियम, सोने इ.

६.२.१ मक्तेदारीची वैशिष्ट्ये (Features of Monopoly)

मक्तेदारीची वैशिष्ट्ये पुढीलप्रमाणे

१) एकच उत्पादनसंस्था : बाजारात एकच उत्पादक अथवा विक्रेता असतो. त्या वस्तूच्या उत्पादनाची त्या उत्पादकाची मक्तेदारी असते. इतर उत्पादक त्या वस्तूचे उत्पादन करू शकत नाहीत, त्यामुळे उद्योग आणि उत्पादनसंस्था यातील फरक मक्तेदारी बाजारात नष्ट होतो. वस्तूच्या पुरवठ्यावर उत्पादकाचे संपूर्ण नियंत्रण असते. एकच उत्पादनसंस्था असलेला उद्योग मक्तेदारी बाजारात अस्तित्वात येतो. उदा. एखाद्या गावात एक किराणा दुकान, एक बँक एकाधिकार गाजवू शकते.

२) वस्तूला पर्याय नाही : उत्पादक ज्या वस्तूचे उत्पादन करतो, त्या वस्तूला नजीकचा, जवळचा पर्याय नसतो. मक्तेदारही अशा प्रकारच्या इतर पर्याय नसलेल्या वैशिष्ट्यपूर्ण वस्तूचे उत्पादन करतो, त्यामुळे ग्राहकाला ती वस्तू घ्यावीच लागते. उदा. पुणे, नाशिक, मुंबई, नागपूर यांसारख्या शहरांत पाणीपुरवठ्याची मक्तेदारी त्या शहरातील महापालिकेला लाभली आहे.

३) स्पर्धकांच्या प्रवेशावर बंधने : मक्तेदारीत एकच उद्योगसंस्था विशिष्ट वस्तूचे उत्पादन करते; याचा अर्थ इतर उत्पादकांना त्या उत्पादनक्षेत्रात प्रवेश करता येत नाही. मक्तेदारीत स्पर्धकांच्या प्रवेशावर निर्बंध असतात. इतर उद्योगसंस्थांना त्या उत्पादनक्षेत्रात प्रवेश मिळविण्यास अनेकविध अडथळे निर्माण केलेले असतात. आर्थिक कारणाने, कायद्यांच्या बंधनाने अथवा कारवाईमुळे असे हेतुपुरस्सर अडथळे निर्माण केले जातात.

४) किमतीवर नियंत्रण : मक्तेदारीत वस्तूची किंमत उत्पादक ठरवतो. किमतीवर मक्तेदाराचे पूर्ण नियंत्रण असते. मक्तेदारीत वस्तूच्या उत्पादनक्षेत्रात स्पर्धक नसल्यामुळे वस्तूच्या पुरवठ्यावर पूर्ण नियंत्रण असल्याने तो वस्तूचा पुरवठा कमी-जास्त करून वस्तूच्या किमतीत बदल करू शकतो, त्यामुळे मक्तेदाराला किंमतकर्ता असे म्हणतात.

५) महत्तम नफा : मार्शल यांच्या मते, ज्या किमतीस वस्तू बाजारात विकली जाते त्या किमतीत उत्पादनखर्च भरून निघेल असा मक्तेदाराचा हेतू नसतो, तर जास्तीतजास्त प्राप्ती व्हावी अशा पद्धतीने मागणी आणि पुरवठ्यात मेळ घालण्याचा हेतू असतो, त्यामुळे दीर्घकाळातसुद्धा नफा मिळू शकतो.

६) डावीकडून उजवीकडे खाली उतरणारा वक्र : वस्तूची किंमत ठरविण्याचा अधिकार मक्तेदाराला असतो. तसेच वस्तूचे नग किती खरेदी करावयाचे याचा अधिकार ग्राहकाला असतो. वस्तूची विक्री वाढविण्यासाठी वस्तूची किंमत मक्तेदार कमी करतो, त्यामुळे मक्तेदारीतील मागणीवक्र, सरासरी प्राप्तीवक्र आणि सीमान्त प्राप्तीवक्र डावीकडून उजवीकडे खाली उतरणारा असतो.

७) सरासरी प्राप्तीपेक्षा सीमान्त प्राप्तीत घट : सरासरी प्राप्तिवक्रापेक्षा सीमान्त प्राप्तिवक्र अधिक वेगाने खाली येतो, कारण वस्तूची किंमत कमी केली जाते, त्यामुळे सीमान्त प्राप्तीसुद्धा कमी होत जाते. बाजारातील किमतीपेक्षा सीमान्त प्राप्ती कमी असते, म्हणून सीमान्त प्राप्तिवक्र हा नेहमी सरासरी प्राप्तिवक्रापेक्षा खालच्या पातळीवर असतो.

८) उद्योगसंस्था आणि उद्योग एकच : मक्तेदारीत एकच उत्पादनसंस्था उत्पादनाचे कार्य करीत असल्याने उद्योगसंस्था आणि उद्योग हा फरक राहात नाही. मक्तेदारीत उद्योगसंस्था हीच उद्योग असते.

९) मूल्यभेद : एकाच वस्तूसाठी आणि सेवेसाठी मक्तेदार वेगवेगळ्या ग्राहकांना वेगवेगळी किंमत आकारून जास्तीतजास्त नफा मिळविण्याचा प्रयत्न करतो.

वरील वैशिष्ट्यांतून असे दिसून येते की, मक्तेदारीत पुरवठ्यावर मक्तेदाराचे पूर्ण नियंत्रण असते, मात्र प्रत्यक्षात ही वास्तवता येणे कठीण आहे. प्रत्यक्ष बाजारात ही सर्व वैशिष्ट्ये सहसा आढळत नाहीत. सैद्धान्तिकदृष्ट्या बाजाराच्या 'मक्तेदारी' या प्रकारचा अभ्यास केला जातो.

मक्तेदारीचे प्रकार :

मक्तेदारीचे विविध प्रकार पुढीलप्रमाणे

१) नैसर्गिक मक्तेदारी : निसर्गाच्या कृपेमुळे काही प्रांतांना, देशांना भौगोलिकरीत्या आर्थिक उत्पादनाचे फायदे मिळतात. भारतात आसाममध्ये चहाचे, तर बंगालमध्ये ज्यूटचे उत्पादन मोठ्या प्रमाणावर होते, त्यामुळे भारतात आसाम व बंगालकडे अनुक्रमे चहा व ज्यूटची मक्तेदारी आहे, तसेच एखाद्या उद्योगसंस्थेला नैसर्गिकरीत्या मिळणाऱ्या कच्च्या मालाच्या साठ्यावर नियंत्रण मिळविता आले, तर त्या मालाच्या पुरवठ्यावर त्या उद्योगसंस्थेचे नियंत्रण प्रस्थापित होते व अशा प्रकारे नैसर्गिक अनुकूलतेमुळे जी मक्तेदारी निर्माण होते तिला 'नैसर्गिक मक्तेदारी' असे म्हणतात.

२) सामाजिक मक्तेदारी : सरकार समाजाच्या हितासाठी सामाजिक मक्तेदारी निर्माण करते व अशा मक्तेदारीची सत्ता आपल्या हाती ठेवते. उदा. टेलिफोन, पाणीपुरवठा, बस वाहतूक, रेल्वे वाहतूक, वीज, टपालखाते, हवाईमार्ग, दारूगोळा व शस्त्रांचे उत्पादन सरकारतर्फे मक्तेदारी पद्धतीने केले जाते. या सर्वांची सरकारकडे मक्तेदारी असते.

३) कायदेशीर मक्तेदारी : समाजाला उपयुक्त असलेल्या वस्तू व सेवा पुरविण्याचा मक्ता कायद्याने काही व्यक्तींना व संस्थांना दिलेला असतो, तसेच उत्पादनाचे नवीन तंत्र शोधून काढणाऱ्याला त्याचा फायदा मिळावा म्हणून त्याचे स्वामित्व (पेटंट) त्याला दिले जाते. एखाद्या लेखकाला त्याच्या स्वतःच्या लेखनकृतीचा फायदा मिळावा म्हणून

'कॉपीराइट' स्वरूपाचा हक्क कायद्याने दिलेला असतो. थोडक्यात, स्वामित्व (पेटंट), बोधचिन्ह (ट्रेडमार्क), कॉपीराइट इ. मुळे निर्माण झालेल्या मक्तेदारीला 'कायदेशीर मक्तेदारी' असे म्हणतात.

४) ऐच्छिक मक्तेदारी : बाजारातील नफा कमी होत असल्यास विविध उद्योग आपले स्वतंत्र अस्तित्व नाहीसे करून ते एकच मक्तेदारी संघटना स्थापन करतात. त्याला न्यास (ट्रस्ट) म्हणतात. काही वेळेस उत्पादक विक्रेते आपले स्वतंत्र अस्तित्व टिकवून ठेवून एकमेकांच्या सहकार्याने सामाजिक उपक्रम (पूल) व्यापार संघ स्थापन करतात. थोडक्यात, स्पर्धा टाळून नफा वाढविण्याच्या हेतूने उत्पादक विक्रेत्यांनी स्वखुशीने निर्माण केलेली मक्तेदारी म्हणजे 'ऐच्छिक मक्तेदारी' होय.

५) वित्तीय मक्तेदारी : सरकार जेव्हा काही वस्तूंवर ताबा मिळवून वस्तूंची निर्मिती स्वत:कडे घेते, तेव्हा अशा मक्तेदारीस 'वित्तीय मक्तेदारी' असे म्हणतात. उदा. लोखंड-पोलाद उत्पादन.

६) नावलौकिक मक्तेदारी : एखाद्या उद्योगसंस्थेचा नावलौकिक मोठ्या प्रमाणात वाढल्यामुळे त्या उद्योगाला मोठ्या प्रमाणावरील उत्पादनाचे सर्व फायदे मिळतात. त्यामुळे नवीन उद्योगसंस्थेला त्या उद्योगात प्रवेश करता येत नाही. मोठ्या प्रमाणावरील उत्पादनाचे फायदे, उत्पादनाची गुणवत्ता, मोठ्या प्रमाणावरील विक्री प्रयत्न, परिणामकारक जाहिरात इ. मुळे एखाद्या उद्योगसंस्थेला आपल्या उत्पादनाच्या बाबतीत मक्तेदारी प्रस्थापित करता येते. अशा मक्तेदारीस 'नावलौकिक मक्तेदारी' असे म्हणतात.

७) पुरवठ्यानुसार मक्तेदारीचे प्रकार : बाजारातील वस्तूंच्या पुरवठ्यावर किती उत्पादकांचे नियंत्रण आहे, यावरून मक्तेदारीचे पुढील प्रकार आढळतात.

अ) पूर्ण मक्तेदारी : जेव्हा बाजारात एकाच उत्पादकाचे किंवा उद्योगसंस्थेचे पुरवठ्यावर पूर्ण नियंत्रण असते, तेव्हा त्यास 'पूर्ण मक्तेदारी' असे म्हणतात.

ब) द्वयाधिकार मक्तेदारी : द्वयाधिकार म्हणजे दोघांची मक्तेदारी होय. बाजारातील एखाद्या वस्तू वा सेवेच्या पुरवठ्याचा पूर्ण ताबा वा अधिकार दोन व्यक्तींनी किंवा संस्थांनी मिळविलेला असेल, तर त्यास 'दोघांची मक्तेदारी' व 'द्वयाधिकार मक्तेदारी' असे म्हणतात.

क) अल्पाधिकार मक्तेदारी : बाजारात जेव्हा दोन पेक्षा जास्त परंतु फार मोठी संख्या नाही, इतक्या थोड्या व्यक्तींच्या अथवा संस्थांच्या हातात वस्तू वा सेवांचा पुरवठा करण्याची सत्ता एकवटलेली असते तेव्हा अशा मक्तेदारीस 'अल्पाधिकार मक्तेदारी' असे म्हणतात.

६.३ मक्तेदारीत उद्योगसंस्थेचा समतोल
(Equilibrium of a Firm Under Monopoly)

मक्तेदारीत उद्योगसंस्था एकच असल्यामुळे उद्योगसंस्था आणि उद्योग यामध्ये फरक केला जात नाही. उद्योगाचा मागणीवक्र हाच उद्योगसंस्थेचा मागणीवक्र असतो, उद्योगाचा मागणीवक्र मागणीच्या नियमाप्रमाणे डावीकडून उजवीकडे उतरणारा असतो. जास्तीत जास्त नफा मिळविणे हा मक्तेदाराचा मुख्य हेतू असतो. बाजारात तो एकटाच उत्पादक-विक्रेता असतो, त्यामुळे त्याचे पुरवठ्यावर पूर्ण नियंत्रण असते. मागणीची लवचिकता विचारात घेऊन कृत्रिमरीत्या वस्तूच्या पुरवठ्यात बदल करून तो वस्तूची किंमत कमी-जास्त करून नफ्याचे उद्दिष्ट साध्य करतो.

मक्तेदारीत किंमत व उत्पादननिश्चिती म्हणजेच समतोल प्रस्थापित होण्यासाठी :

अ) सीमान्त खर्च आणि सीमान्त प्राप्ती समान असावी लागते.

ब) सीमान्त खर्चवक्र सीमान्त प्राप्तिवक्राला खालच्या बाजूने छेदून गेला पाहिजे.

क) सीमान्त खर्चवक्राने सीमान्त प्राप्तिवक्राला खालच्या बाजूने छेदून जात असताना सीमान्त खर्चवक्र वाढता असावा.

जास्तीतजास्त नफा मिळविण्याचा मक्तेदाराचा हेतू साधला जाण्यासाठी वस्तूचा सीमान्तखर्च आणि सीमान्त प्राप्ती हे दोन्ही समान झाले पाहिजेत. जेव्हा सीमान्तखर्च आणि सीमान्तप्राप्ती हे दोन्ही समान होतात, त्या वेळी मक्तेदाराला जास्तीतजास्त नफा

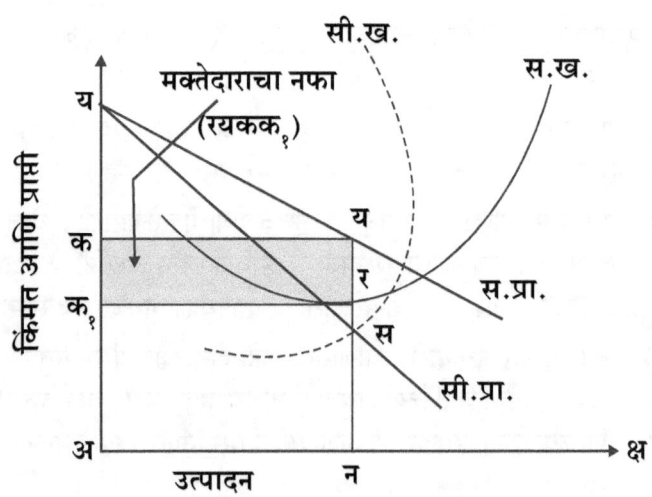

आकृती ६.१ मक्तेदारीतील उद्योगांचा समतोल

मिळतो, म्हणून ज्या उत्पादनाला सीमान्त खर्च आणि सीमान्तप्राप्ती हे समान होतात, तेवढे उत्पादन मक्तेदाराच्या हिताचे असते आणि अशा उत्पादनाला जी किंमत प्रस्थापित होते, तीच मक्तेदारी किंमत होय.

आकृती ६.१ मध्ये 'अय' अक्षावर किंमत आणि प्राप्ती तर 'अक्ष' अक्षावर नग संख्येचे उत्पादन दर्शविले आहे. **सप्रा** हा सरासरी प्राप्तिवक्र असून तो वरून खाली व डावीकडून उजवीकडे खाली येणारा आहे, कारण मक्तेदारीत जेव्हा वस्तूचा पुरवठा वाढतो तेव्हा वस्तूची किंमत कमी होते. **सीप्रा** हा सीमान्त प्राप्तिवक्र आहे. हा वक्र नेहमी **सप्रा** या वक्राच्या खालच्या बाजूला असतो, कारण मक्तेदारीत सीमान्त प्राप्ती ही नेहमीच सरासरी प्राप्ती वा किमतीपेक्षा कमी असते. '**सीख**' हा सीमान्त खर्च वक्र आहे. '**सख**' हा सरासरी खर्चाचा वक्र आहे. या आकृतीवरून असे दिसून येते की, **सीप्रा** आणि **सीख** हे दोन वक्र एकमेकांना '**स**' बिंदूत छेदत आहेत. म्हणजेच '**स**' बिंदूत सीमान्त प्राप्ती आणि सीमान्त खर्च हे दोन्ही समान होतात. या अवस्थेत मक्तेदार '**अन**' इतके उत्पादन करीत आहे व प्रत्येक नगाची '**अक**' इतकी किंमत आकारीत आहे. **अन** इतके उत्पादन विकले असता मक्तेदाराला '**अनयक**' या चौरसाइतके उत्पन्न मिळेल. परंतु '**अन**' इतक्या उत्पादनास प्रत्येक वस्तूचा सरासरी खर्च '**नर**' इतका आहे, त्यामुळे '**अन**' इतक्या उत्पादनाचा एकूण खर्च '**अनरक₁**' इतका होईल. आता मक्तेदाराला '**अन**' उत्पादन विकून '**अनयक**' इतके विक्रीचे उत्पन्न झाले. परंतु '**अन**' उत्पादनाचा एकूण उत्पादन खर्च '**अनरक₁**' इतकाच आहे, त्यामुळे '**अनयक**' या चौरसातून '**अनरक₁**' हा चौरस वजा केला असता जो '**रयकक₁**' चौरस राहतो, तो मक्तेदाराचा नफा होय. या स्थितीत मक्तेदार '**अक**' इतकी किंमत आकारून '**रयकक₁**' इतका जादा नफा मिळवील.

थोडक्यात, आकृतीवरून असे दिसून येते की, '**अन**' इतके उत्पादन असताना '**कय**' इतकी सरासरी प्राप्ती - किंमत असून, '**क₁र**' हा सरासरी खर्च आहे, त्यामुळे '**रय**' इतका नफा प्रत्येक नगामागे मक्तेदाराला मिळेल. मक्तेदारास एकूण मिळणारा नफा म्हणजे '**रयकक₁**' इतका होय. '**अन**' पेक्षा अधिक उत्पादन केल्यास सीमान्त खर्च सीमान्तप्राप्तीपेक्षा अधिक राहील. म्हणजेच प्राप्तीच्या मानाने खर्च अधिक वाढेल व त्यामुळे मक्तेदाराला तोटा सहन करावा लागेल. '**अन**' इतके समतोल उत्पादन केले जात असताना सीमान्त प्राप्ती आणि सीमान्त खर्च '**नस**' इतका असल्याचे दिसते, पण हा सीमान्त खर्च आणि सीमान्त प्राप्ती किमतीपेक्षा किंवा सरासरी प्राप्तीपेक्षा म्हणजे '**य**' पेक्षा कमी आहे, म्हणूनच मक्तेदारीतील किंमत सीमान्त खर्चापेक्षा अधिक असते. आकृतीवरून असे दिसून येते की, मक्तेदारी उद्योगसंस्थेचे संतुलन, किंमतनिश्चिती आणि उत्पादन निश्चिती या गोष्टी एकाचवेळी स्पष्ट होतात.

६.३.१ मक्तेदारीतील अल्पकालीन समतोल
(Short Period Equilibrium Under Monopoly)

उत्पादनसंस्था एकच असल्यामुळे मक्तेदारीत उद्योगसंस्था आणि उद्योग यांत फरक केला जात नाही, त्यामुळे उद्योगाचा मागणीवक्र हाच उद्योगसंस्थेचा मागणीवक्र असतो. उद्योगाचा मागणीवक्र हा डावीकडून उजवीकडे उतरणारा असतो. जास्तीतजास्त नफा मिळविणे हा मक्तेदाराचा हेतू असतो. मागणीची लवचिकता विचारात घेऊन, कृत्रिमरीत्या वस्तूच्या पुरवठ्यात बदल करून, वस्तूची किंमत कमी-जास्त करून तो नफ्याचे उद्दिष्ट साध्य करतो.

मक्तेदारीतील अल्पकालीन समतोल :

अल्प कालावधी म्हणजे असा कालावधी की, ज्या कालावधीत फक्त बदलणाऱ्या घटकांत बदल करता येतो, स्थिर उत्पादन घटकात यंत्रे, सयंत्रे इ.त बदल करता येत नाही. अल्पकालीन समतोल होण्यासाठी सीमान्त खर्च आणि सीमान्त प्राप्ती समान होणे आवश्यक असते, परंतु अल्पकाळात पुरवठ्यामध्ये फेरफार करण्यावर पडणाऱ्या मर्यादेमुळे अल्पकाळात सरासरी प्राप्ती सरासरी खर्चाहून जास्त, सरासरी खर्चाएवढी अथवा सरासरी खर्चाहून कमी असणे शक्य असते, त्यामुळे अल्पकाळात असाधारण नफा, सर्वसाधारण नफा अगर तोटा होणे शक्य असते.

आकृती ६.२ (अ) मध्ये **'अत'** या उत्पादनाला समतोल निर्माण होतो, म्हणजेच **'य'** बिंदूत मक्तेदारीचा अल्पकालीन समतोल होतो; कारण येथे **सीख** व **सीप्रा**, समान आहेत. येथे **अक** ही किंमत ठरेल. **अख** हा सरासरी खर्चवक्र किमतीपेक्षा अथवा सरासरी प्राप्तीपेक्षा कमी आहे. **क र न ख** हा असाधारण नफा मिळतो.

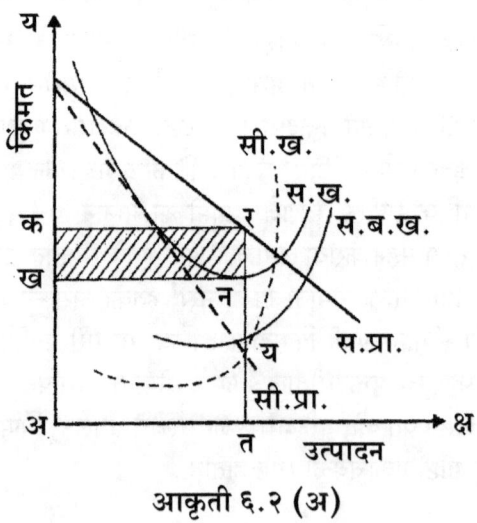

आकृती ६.२ (अ)

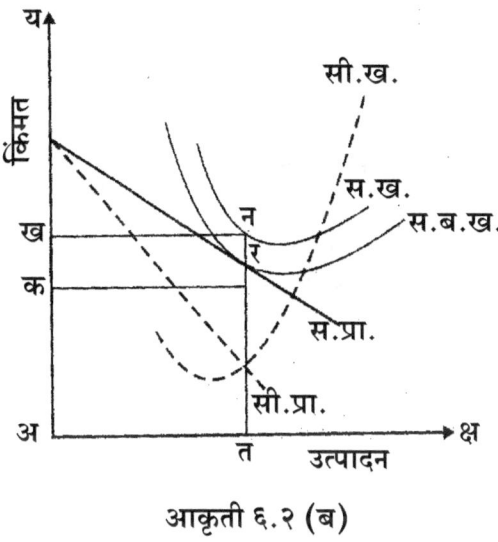

आकृती ६.२ (ब)

आकृती **ब** मध्ये सरासरी खर्चवक्र सरासरी प्राप्तिवक्राच्या वर आहे. '**र**' बिंदूत सरासरी बदलत्या खर्चाचा वक्र सरासरी प्राप्तिवक्राला स्पर्श करतो; म्हणजे येथे सरासरी बदलता खर्च भरून निघतो. येथे **अक** ही किंमत '**अख**' या सरासरी खर्चाहून कमी असल्याने **क र न ख** एवढा तोटा होतो. येथे **सी. प्रा. = सी. ख.** असल्याने **क र न ख** हा किमान तोटा आहे. ज्या वेळेस नफा होत नाही त्या वेळेस कमी तोटा करण्याचा प्रयत्न केला जातो आणि सीमान्त प्राप्ती व सीमान्त खर्च समान असतात तेव्हा तोटा किमान असतो.

६.३.२ मक्तेदारीतील दीर्घकालीन समतोल

(Long Period Equilibrium Under Monopoly)

पूर्ण स्पर्धेत उद्योगसंस्थेला दीर्घकालावधीत केवळ सामान्य नफा मिळतो; परंतु मक्तेदारी उद्योगसंस्थेला दीर्घकालावधीत नेहमीच असाधारण नफा (Super Normal Profit) मिळतो. मक्तेदारीचा दीर्घकालीन समतोल होण्यासाठी सीमान्त खर्च आणि सीमान्त प्राप्ती यांतील समानता ही अट पूर्ण व्हावी लागते, त्यासाठी दीर्घकालीन सीमान्त खर्चाच्या वक्राने सीमान्तप्राप्तीच्या वक्राला छेदून जाणे आवश्यक असते. दीर्घकाळात मागणी अधिक लवचीक असल्याने प्राप्तीचे वक्रसुद्धा अधिक उथळ असतात. दीर्घकाळात मक्तेदाराला सर्वसाधारण नफा मिळण्याची शक्यता असली तरी, साधारण नफा मिळविण्यात मक्तेदाराला स्वारस्य नसते, त्यामुळे मक्तेदार दीर्घकालावधीत असाधारण नफा मिळविण्याचा प्रयत्न करतो, म्हणजेच तो सरासरी खर्चापेक्षा अधिक किंमत आकारतो.

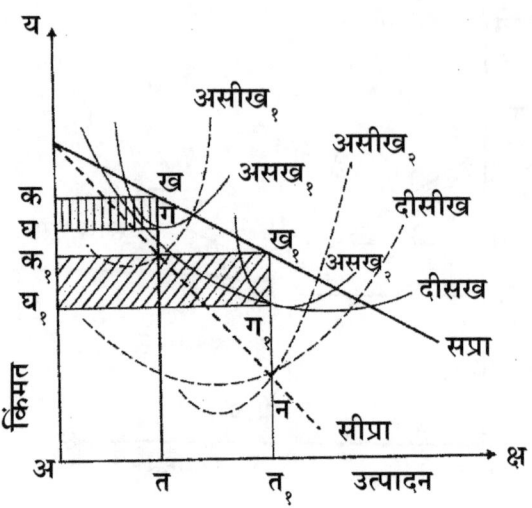

आकृती ६.३ दीर्घकालीन समतोल

आकृती ६.३ मध्ये दीर्घकालीन समतोल स्पष्ट होतो. अल्पकालीन व दीर्घकालीन समतोल यांच्यामधील फरक दिसून येतो. **'दी स ख'** हा दीर्घकालीन सरासरी खर्च वक्र व **'दी सी ख'** हा दीर्घकालीन सीमान्त खर्चवक्र आहे. **त** बिंदूत दीर्घकालीन सीमान्त खर्च सीमान्त प्राप्तीएवढा होतो, म्हणून **अ $त_१$** एवढे उत्पादन करताना दीर्घकालीन समतोल निर्माण होईल व **अक** ही किंमत ठरेल. अल्प व दीर्घकालीन मागणीचे स्वरूप कायम मानल्यास अल्पकालीन व दीर्घकालीन समतोल बदलतो. मक्तेदारीत अल्पकालीन समतेचा विचार करता **अ सी $ख_१$** हे अनुक्रमे सीमान्त व सरासरी खर्चवक्र काढले आहेत. **सी. प्रा. = अ सी $ख_१$** समान होतात तेथे म्हणजेच, **अ त** उत्पादनात समतोल होतो व **अ क** ही किंमत ठरते. दीर्घकाळात **सी स ख** या दीर्घकालीन वक्रावर येणे मक्तेदाराला शक्य असते, म्हणून उत्पादन वाढवून तो खर्च कमी करतो. अल्पकालीन किमतीपेक्षा दीर्घकालीन किंमत **अ क** पेक्षा **अ $क_१$** कमी आहे, तसेच पुरवठा **अ त** पेक्षा **अ $त_१$** जास्त आहे. किमती कमी होऊनही अल्पकालीन नफ्यापेक्षा **क ख ग घ** पेक्षा दीर्घकालीन **$क_१$ $ख_१$ $ग_१$ $घ_१$** जास्त आहे, कारण उत्पादनवाढ आणि सरासरी खर्चातील घट होय.

६.४ मक्तेदारीतील मूल्यभेद

(Price Discrimination Under Monopoly)

मूल्यभेद याचा अर्थ एकाच वस्तूची निरनिराळ्या ग्राहकांकडून निरनिराळी किंमत आकारणे असा होतो. बाजारपेठेतील मक्तेदारी अवस्थेचे वैशिष्ट्य म्हणजे मूल्यभेद व किंमत विभेदीकरण होय. मूल्यभेदाची श्रीमती जोन रॉबिन्सन यांनी केलेली व्याख्या पुढीलप्रमाणे : 'एकाच नियंत्रणाखाली निर्माण झालेली एक वस्तू, निरनिराळ्या ग्राहकांना वेगवेगळ्या किमतीला विकण्याच्या क्रियेस 'मूल्यभेद' असे म्हणतात.' (The act of selling the same article, produced under single control, at different prices to different buyers is price discrimination.) थोडक्यात, एक विक्रेता निरनिराळ्या ग्राहकांना एकाच वस्तूची निरनिराळी किंमत आकारतो, त्याला 'मूल्यभेद' असे म्हणतात. फक्त मक्तेदारी बाजारातच मूल्यभेद करणे शक्य असते, कारण मक्तेदारीत एकच विक्रेता असल्याने आणि त्याच्या वस्तूला बाजारात जवळचा पर्याय नसल्याने तो मूल्यभेद करू शकतो व अधिकाधिक नफा मिळवतो. उदा. निष्णात डॉक्टर श्रीमंताला जास्त फी आकारतो, गरिबाकडून कमी फी घेतो.

मूल्यभेद शक्य असण्याचे कारण म्हणजे मक्तेदार हा एकच विक्रेता असल्यामुळे तो बाजारात हवी ती किंमत आकारू शकतो. मक्तेदाराने जरी वेगवेगळ्या किमती आकारल्या, तरी ग्राहकांना त्या द्याव्याच लागतील, कारण बाजारात दुसरा विक्रेता नसल्यामुळे ग्राहकांना या वस्तू ज्या किमतीला मिळतील त्या किमतीला घ्याव्याच लागतील.

६.४.१ मूल्यभेदाचे प्रकार (Types of Price Discrimination)

मक्तेदारीत करीत असलेले मूल्यभेद निरनिराळ्या घटकांवर आधारलेले असल्याने मूल्यभेदाचे चार प्रकार पडतात. ते पुढीलप्रमाणे :

१) व्यक्तिगत मूल्यभेद (Personal Price Discrimination) : व्यक्तीची वेगवेगळी आर्थिक स्थिती पाहून त्यानुसार वेगवेगळी किंमत आकारणे म्हणजे व्यक्तिगत मूल्यभेद होय. मक्तेदार विक्रेता आपल्या ग्राहकांच्या आर्थिक स्थितीनुसार किंमत आकारत असतो म्हणजे ज्या ग्राहकांची वस्तू व सेवा खरेदी करण्याची कुवत व इच्छा तीव्र असते, अशांना मक्तेदार जास्त किंमत आकारतो आणि ज्यांची कुवत व इच्छा तीव्र नसते, त्यांना कमी किंमत आकारतो.

उदा. वकील, डॉक्टर इत्यादी आपल्या सेवेची ग्राहकांच्या स्थितीनुसार फी / किंमत आकारत असतात. म्हणजे एखादा वकील खून खटल्याची फी श्रीमंत व्यक्तीकडून २५००० रुपये, तर गरीब व्यक्तीकडून १०,००० रुपये घेईल, तर शिक्षक गरीब

विद्यार्थ्यांकडून शिकवणी फी कमी घेईल, तर श्रीमंत विद्यार्थ्यांकडून ती जास्त वसूल करील... अशी ही व्यक्तिगत मूल्यभेदाची उदाहरणे आहेत; म्हणजेच वस्तू अथवा सेवा एकाच प्रकारच्या असल्या तरी ग्राहकांची आर्थिक स्थिती पाहून त्या वेगवेगळ्या किमतींना दिल्या जातात.

२) भौगोलिक अथवा स्थानीय मूल्यभेद (Geographical Price Discrimination) : या मूल्यभेदाच्या प्रकारात मक्तेदार निरनिराळ्या भागांत अथवा प्रदेशांत वस्तूची किंमत निरनिराळी आकारतो. सर्वसाधारणपणे श्रीमंत लोक ज्या भागात अथवा बाजारपेठेत वस्तू व सेवा खरेदी करीत असतील, तेथे जास्त किंमत आकारून वस्तूची विक्री केली जाते, तर गरीब लोकवस्ती असलेल्या भागात तशाच प्रकारची वस्तू कमी किमतीने विकली जाते. तसेच काही वेळा एखादी वस्तू स्वदेशात उत्पादनखर्चापेक्षा जास्त किमतीला विकली जाते आणि तीच वस्तू परदेशात उत्पादनखर्चापेक्षा कमी किमतीला विकली जाते. यालाच अवपुंजन वा डंपिंग असे म्हणतात. उदा. चहाची किंमत उ. भारतात जास्त, द. भारतात कमी.

३) वस्तूच्या उपयोगानुसार मूल्यभेद (Use Price Discrimination) : या प्रकारात वस्तूची किंमत आकारताना मक्तेदार वस्तूच्या निरनिराळ्या उपयोगांसाठी निरनिराळी किंमत आकारतो. दुसऱ्या शब्दांत, मक्तेदार ज्या वेळी एखाद्या वस्तूचे वा सेवेचे वेगवेगळ्या उपयोगांनुसार वेगवेगळे दर आकारतो, तेव्हा त्यास उपयोगानुसार अथवा व्यवसायानुसार 'मूल्यभेद' असे म्हणतात. उदा. वीज - घरगुती वापरासाठी, औद्योगिक वापरासाठी आणि शेतीसाठी वापरली जाते. या तिन्ही वापरांसाठी विजेचे दर भिन्न भिन्न असतात.

४) सेवेच्या वेळेनुसार मूल्यभेद (Time of Service Price Discrimination) : मक्तेदार सेवेच्या वेळेनुसार वेगवेगळी किंमत आकारतो. उदा. टेलिफोन विभागाद्वारे आकारल्या जाणाऱ्या सेवेचे दिवसा आणि रात्री वेगवेगळे दर असतात. तसेच राज्य परिवहन महामंडळ हे रात्रीच्या वेळी गाडीने प्रवास करणाऱ्यांना आणि दिवसा प्रवास करणाऱ्यांना वेगळे दर आकारते.

६.४.२ मूल्यभेदाच्या श्रेणी (Degrees of Price Discrimination)

प्रा. पिगू यांनी मूल्यभेदाच्या निरनिराळ्या श्रेणी आपल्या 'Economics of Welfare' या ग्रंथात दिलेल्या आहेत. मूल्यभेदाच्या श्रेणी मक्तेदाराकडे ग्राहकाच्या संतोषाधिक्याच्या अपहाराच्या मर्यादेवरून ठरविल्या आहेत. त्या पुढीलप्रमाणे :

१) प्रथम श्रेणी मूल्यभेद (Discrimination of First Degree) : विक्रेता ग्राहकास तो त्या वस्तूस जी किंमत देण्यास तयार आहे तेवढी किंमत देण्यास त्याला भाग

पाडतो; म्हणजेच उपभोक्त्याचे लाभाधिक्य तो काढून घेतो. या प्रकारात मक्तेदारास ग्राहक जास्तीतजास्त किती किंमत वस्तूच्या विशिष्ट नगासाठी देऊ शकतो, हे माहीत असते व त्या माहितीच्या आधारे तो ग्राहकास प्रत्येक नगासाठी ग्राहक देऊ शकत असलेली महत्तम किंमत आकारतो. प्रा.पिगू यांच्या मते, मक्तेदार वस्तूच्या सर्व निरनिराळ्या एककांसाठी अशा प्रकारे निरनिराळी किंमत वसूल करतो की, प्रत्येक एककासाठी ठरविलेली किंमत त्याच्या मागणी किमतीबरोबर असते आणि खरेदीदाराचे उपभोक्ताधिक्य मुळीच शिल्लक राहात नाही. उदाहरणाच्या साहाय्याने हा मूल्यभेद पुढीलप्रमाणे स्पष्ट करता येतो. उदा. ग्राहक वस्तूच्या पहिल्या नगास १० रु., दुसऱ्या नगास ७ रु. व तिसऱ्या नगास ५ रु. याप्रमाणे किंमत देण्यास तयार आहे. अशा स्थितीत पहिल्या श्रेणीचा मूल्यभेद करावयाचा असेल, तर किंमत दहा रुपये प्रति नग आकारेल, दोन नग खरेदी करावयाचे असतील तर आठ रुपये पन्नास पैसे (प्रथम नगाची देऊ शकत असलेली किंमत दहा रुपये आणि दुसऱ्या नगाची सात रुपये यांची सरासरी) किंमत आकारेल आणि तीन नग खरेदी होत असल्यास किंमत सात रुपये तेहतीस पैसे आकारली जाईल. अशा प्रकारे प्रथम श्रेणीचा मूल्यभेद केला जाईल.

२) दुसऱ्या श्रेणीचा मूल्यभेद (Discrimination of Second Degree) : प्रा. पिगू यांच्या मते, द्वितीय श्रेणीचा मूल्यभेद तेव्हाच होईल की, जेव्हा मक्तेदार वेगवेगळ्या x किमती अशा प्रकारे आकारतो की, x पेक्षा अधिक मागणी किंमत असणारे एकक x किमतीला विकले जातील आणि x पेक्षा कमी मागणी किंमत असणारे आणि y पेक्षा जास्त मागणी किंमत असणारे एकक y किमतीला विकले जातील आणि अशाप्रकारे पुढील किंमत राहील. या प्रकारचा मूल्यभेद वीज महामंडळाद्वारे केला जातो. सुरुवातीच्या काही युनिट्ससाठी जास्त दर असतो आणि नंतर निरनिराळ्या युनिट संख्येनंतर तो कमी कमी केलेला असतो.

३) तिसऱ्या प्रकारचा मूल्यभेद (Discrimination of Third Degree) : या प्रकारात विक्रेता एकूण मागणीचे विविध गट तयार करतो व त्यातील प्रत्येक गटास वेगवेगळी किंमत आकारतो. या प्रकारात मूल्यभेदामुळे उपभोक्त्याला जे लाभाधिक्य मिळते ते स्वत:ला मिळते. उदा. देशी व विदेशी अशा ग्राहकांचे गट पाडून त्यांना वस्तूची किंमत वेगवेगळी आकारली जाते अथवा सेवेचे गट वेगवेगळे पाडून - उदा. रेल्वेमध्ये प्रथम व दुसऱ्या वर्गासाठी डबे यासाठी वेगवेगळे दर आकारले जातात. अथवा सिनेमागृहात प्रेक्षकांचे निरनिराळे गट पाडून त्यांना निरनिराळे तिकीटदर आकारले जातात.

मूल्यभेद केव्हा शक्य असतो ?

मूल्यभेद करावयाचा असेल तर त्यासाठी काही अटी पूर्ण होणे आवश्यक आहे. म्हणजेच मक्तेदाराला पुढील प्रकारच्या परिस्थितीतच मूल्यभेद करता येतो.

१) बाजारपेठेची अपूर्णता : मूल्यभेदात उपभोक्त्यांना बाजारपेठेचे परिपूर्ण ज्ञान असल्यास मूल्यभेद टिकून राहणार नाही, कारण ग्राहकांना जर माहीत झाले की बाजारपेठेच्या दुसऱ्या भागात वस्तूची किंमत कमी आहे, तर ते दुसऱ्या बाजारपेठेतून खरेदी करतील परंतु त्यांना जर दुसऱ्या बाजारपेठेची माहिती नसेल, तर मक्तेदारास मूल्यभेद शक्य होईल. ग्राहकांच्या अज्ञानामुळे मक्तेदारास मूल्यभेद करता येतो.

२) मागणीच्या लवचिकतेत अंतर असावे : जॉन रॉबिन्सन यांच्या मते, 'मागणीच्या लवचिकतेत अंतर नसेल तर मक्तेदाराद्वारे केला जाणारा मूल्यभेद हा फायदेशीर ठरत नाही.' मूल्यभेद करण्यासाठी मक्तेदाराला त्याची वस्तू खरेदी करणाऱ्या ग्राहकांचे त्यांच्या मागणीची लवचिकता लक्षात घेऊन गट पाडता आले पाहिजेत. ग्राहकांच्या मागणीची लवचिकता वेगवेगळी असेल, तिच्या अंतरात भिन्नत्व असेल, तरच किंमत कमी-जास्त करून मक्तेदारास मूल्यभेद करता येतो.

३) मागणीचे स्थलांतर नसावे : मक्तेदाराने निरनिराळ्या बाजारात वस्तूची किंमत वेगवेगळी आकारली असल्यास एका बाजारातील मागणीचे स्थलांतर दुसऱ्या बाजारात घेऊ नये; जर असे मागणीचे स्थलांतर झाले - तर मूल्यभेद करणे शक्य होणार नाही. उदा. मक्तेदाराने एका बाजारात वस्तूची किंमत जास्त आकारली आणि दुसऱ्या बाजारात त्याच वस्तूची किंमत कमी आकारली, तर पहिल्या बाजारातील ग्राहक दुसऱ्या बाजारात जाऊन वस्तूची खरेदी करू शकेल, त्यामुळे मक्तेदारास मूल्यभेद करता येणार नाही, त्यामुळे बाजारात मागणीचे स्थलांतर होता कामा नये.

४) वस्तूचा दुहेरी विनिमय होऊ नये : मक्तेदाराने एकदा वस्तू विकल्यानंतर त्या वस्तूच्या खरेदीदाराने पुन्हा त्या वस्तूची विक्री करू नये, जर असे झाले तर मूल्यभेद यशस्वी होणार नाही. उदा. मक्तेदाराने काही ग्राहकांना जास्त किमतीने वस्तू विकल्या आणि काहींना कमी किमतीला विकल्या, परंतु कमी किंमत आकारली आहे, त्यांनी ती वस्तू खरेदी करून ज्या ग्राहकांना जास्त किंमत आकारण्यात आली आहे, तेथे जाऊन आपल्या वस्तूची विक्री करू नये.

५) दोन बाजारांतील भौगोलिक अंतर अधिक असावे : मूल्यभेद यशस्वी होण्यासाठी दोन बाजारांतील अंतर फार मोठे असले पाहिजे; तसेच त्या दोन बाजारपेठा फार मोठ्या जकातदरांमुळे वेगळ्या नसल्या पाहिजेत, कारण स्वस्त बाजारपेठेतून वस्तू विकत घेऊन महाग बाजारपेठेत मोठ्या किमतीला वस्तू विकणे जकातदार, वाहतूक खर्च, सरकारी व इतर खर्च यामुळे अशक्य होते.

६) वस्तू व सेवेचे स्वरूप : मक्तेदाराने ग्राहकाला पुरविली जाणारी सेवा वैयक्तिक स्वरूपाची असून त्या सेवेची पुनर्विक्री ग्राहकाला करता येत नाही. अशा सेवेच्या बाबतीत मूल्यभेद करता येतो. उदा. एखादा वकील गरीब व श्रीमंत अशा दोन अशिलांच्या खटल्याबद्दल कमी-अधिक फी आकारू शकतो. वकिलांच्या बाबतीत त्यांची सेवा ते स्वत:च विकत असल्यामुळे ही सेवा ग्राहकांद्वारे हस्तांतरित होऊ शकत नाही, त्यामुळे मूल्यभेद करणे शक्य होते.

७) कायद्याची मान्यता : प्रत्यक्ष व्यवहारात कायद्याच्या आधारेच बऱ्याचदा मूल्यभेद केला जातो. उदा. औद्योगिक, घरगुती व शेती वापरासाठी विजेचे वेगवेगळे दर, रेल्वेचे प्रथम व द्वितीय श्रेणी प्रवासाचे भाडे, सार्वजनिक वितरण व्यवस्थेत मिळणाऱ्या, गहू, तांदूळ, साखर या वस्तू स्वस्त, तर खुल्या बाजारातील याच वस्तू महाग म्हणजे एखादी सेवा अथवा वस्तू पुरविण्याची मक्तेदारी कायद्याने दिलेली असते; म्हणजेच मूल्यभेद करण्यास कायदेशीर मान्यता असते.

मूल्यभेद केव्हा फायदेशीर ठरतो?

मूल्यभेद केल्यानंतर ते फायदेशीर ठरणे आवश्यक आहे. मूल्यभेद करीत असताना जर बाजारपेठेतील मागणीची लवचिकता असमान असेल, तरच मूल्यभेद फायदेशीर होतो अन्यथा मागणीची लवचिकता जर समान असेल, तर मूल्यभेद विशेष फायदेशीर ठरत नसतो. मूल्यभेद विशिष्ट परिस्थितीत शक्य असला, तरी तो फायदेशीर व लाभप्रद ठरेलच असे सांगता येत नाही, म्हणून मक्तेदार स्वत:ला फायदेशीर ठरणार असेल तेव्हाच तो मूल्यभेद करतो. सर्वसाधारणपणे पुढील स्थितीत मक्तेदाराला मूल्यभेद फायदेशीर ठरतो.

अ) मक्तेदार विकत असलेल्या वस्तू अथवा सेवेच्या निरनिराळ्या बाजारपेठांतील मागणीच्या लवचिकतेत फरक असला पाहिजे.

ब) कमी किंमत असलेल्या बाजारातून वस्तू अथवा सेवा विकत घेऊन त्या वस्तू अथवा सेवा जास्त किंमत असलेल्या बाजारात विकता येणे शक्य असले पाहिजे.

क) उत्पादक विक्रेत्याची बाजारात वस्तू अथवा सेवेची परिपूर्ण मक्तेदारी असली पाहिजे.

ड) दोन बाजारपेठांत इतके उत्पादन विकले पाहिजे की, त्यामुळे दोन्ही बाजारांत मिळणारे सीमान्त उत्पन्न हे सीमान्त उत्पादन खर्चाबरोबर असेल व मक्तेदार हा दोन्ही बाजारपेठांत मक्तेदार असेल.

इ) दोन्ही बाजारपेठांत असंख्य ग्राहक आहेत, परंतु त्याचा आपापसात खरेदीविषयी काहीही संपर्क - संबंध नाही. अशी स्थिती असेल तेव्हा मक्तेदाराला मूल्यभेद करणे फायदेशीर ठरते.

६.५ मक्तेदारी आणि पूर्ण बाजार निष्पत्तीची तुलना

(Comparison of Monopoly and Perfectly Competitive Market Outcomes)

जेथे सीमान्त खर्च आणि सीमान्त प्राप्ती समान होते, त्या उत्पादनपातळीला मक्तेदारी आणि पूर्ण स्पर्धेतील व्यवसायसंस्थेचा समतोल होतो, तसेच महत्तम नफा मिळविणे हे मक्तेदारी आणि पूर्ण स्पर्धेतील व्यवसायसंस्थेचे उद्दिष्ट असते. अशा काही समान बाबी असल्या तरी या दोन्हींमध्ये समतोलात फरक आहे. तो पुढीलप्रमाणे सांगता येईल :

मक्तेदारीतील किंमत ही सीमान्त खर्चापेक्षा जास्त, परंतु पूर्ण स्पर्धेतील किंमत ही सीमान्त खर्चाबरोबर असते. पूर्ण स्पर्धेतील समतोलात सीमान्त खर्चवक्र वर चढत जातो, तर मक्तेदारीतील समतोलात सीमान्त खर्च वक्र वर चढत जाणारा, खाली उतरत जाणारा अथवा स्थिर असतो. पूर्ण स्पर्धा आणि मक्तेदारीतील फरक पुढीलप्रमाणे स्पष्ट करता येतो.

पूर्ण स्पर्धा		मक्तेदारी	
१)	पूर्ण स्पर्धेत असंख्य ग्राहक आणि असंख्य विक्रेते असतात.	१)	मक्तेदारीत असंख्य ग्राहक आणि एकच विक्रेता असतो.
२)	पुरवठ्यावर किंवा किमतीवर कोणाचेही नियंत्रण नसते.	२)	मक्तेदारीत सर्व नगांचा पुरवठा एका विक्रेत्याच्या नियंत्रणाखाली असतो, त्यामुळे पुरवठ्यावर व किमतीवर विक्रेत्याचे नियंत्रण असते.
३)	उत्पादक किंमत स्वीकारणारा असतो.	३)	उत्पादक किंमतकर्ता असतो.
४)	पूर्ण स्पर्धेत बाजारात नवीन उत्पादन संस्थांना मुक्त प्रवेश असतो.	४)	मक्तेदारी बाजारात नवीन उत्पादनसंस्थांना प्रवेश नसतो.
५)	सर्वत्र एकच किंमत असल्याने मूल्यभेदाचा अभाव असतो.	५)	मक्तेदारीत वेगवेगळ्या ग्राहकांसाठी वेगवेगळी किंमत आकारून मूल्यभेद करता येतो.

	पूर्ण स्पर्धा		मक्तेदारी
६)	स्पर्धेतील संतुलनबिंदूत सीमान्त खर्च हा वाढत जाणाऱ्या स्थितीत असतो.	६)	मक्तेदारीतील संतुलनबिंदूत सीमान्त खर्च वाढत्या, स्थिर अथवा घटत्या यापैकी कोणत्याही स्थितीत असू शकतो.
७)	स्पर्धेतील किंमत सी. ख. बरोबर असते.	७)	एकाधिकारातील मूल्य सी. ख. पेक्षा अधिक असते.
८)	पूर्ण स्पर्धेत दीर्घकाळात प्रत्येक व्यवसायसंस्थेत सर्वसाधारण नफा होतो.	८)	मक्तेदारीत मात्र दीर्घकाळात अतिरिक्त नफा होऊ शकतो.
९)	पूर्ण स्पर्धेत उत्पादन परिणाम जास्त असतो.	९)	मक्तेदारीत स्पर्धेच्या तुलनेत उत्पादनाचा परिणाम कमी असतो.
१०)	पूर्ण स्पर्धेत मूल्यभेद केला जात नाही; म्हणजे स्पर्धेत एकच किंमत प्रस्थापित होते.	१०)	मक्तेदारीत एकच उत्पादक असल्यामुळे तो निरनिराळ्या ग्राहकांकडून एकाच वस्तूसाठी भिन्न किंमत आकारू शकतो.
११)	पूर्ण स्पर्धेत सीप्रा आणि सप्रा समान असते. सीप्रा ही किमतीबरोबर असते. वस्तूची किंमत आणि सप्रा समान असते.	११)	मक्तेदारीत सीप्रा वक्र डावीकडून उजवीकडे खाली येणारा असतो. सीप्रा वक्र सप्रा वक्राच्या खालच्या बाजूला असतो. सीप्रा ही किमतीपेक्षा कमी असते.

६.६ मक्तेदारी शक्तीचे नियमन (Regulation of Monopoly Power)

मक्तेदारी निर्माण होण्याच्या कारणांमुळे मक्तेदारी शक्ती मोठ्या प्रमाणात साध्य होण्यास मदत होते. नवीन व्यवसायसंस्थेस विविध कारणांनी प्रवेशास अडथळा निर्माण होतो, त्यामुळे नवीन व्यवसायसंस्थेस उद्योगात प्रवेश करता येत नाही. त्या वेळी एकाच व्यवसायसंस्थेस मक्तेदारी प्राप्त होते आणि जेव्हा एखाद्या वस्तूचे उत्पादन आणि विक्री एकच व्यवसायसंस्था करते, तेव्हा तिच्यात मक्तेदारी शक्ती निर्माण होते.

एखाद्या कारणामुळे अथवा बाबीमुळे मक्तेदारी निर्माण होते, ती पुढीलप्रमाणे :

अ) कमी खर्चात उत्पादन करणाऱ्या व्यवसायसंस्थेबरोबर स्पर्धा करणे नवीन व्यवसायसंस्थेस शक्य नसते, त्यामुळे नव्या व्यवसायसंस्थेस प्रवेशास अडथळा निर्माण होतो व संबंधित व्यवसायसंस्थेची मक्तेदारी निर्माण होते.

ब) नवीन व्यवसायसंस्था सुरू करताना परवाना घ्यावा लागतो, त्यामुळे नवीन संस्थेस परवाना हा अडथळा ठरतो व सुरुवातीच्या संस्थेस मक्तेदारी प्राप्त होते.

क) जर एखाद्या वस्तुच्या कच्च्या मालांवर एखाद्या व्यवसायसंस्थेचे नियंत्रण असेल तरी त्या व्यवसायसंस्थेची मक्तेदारी निर्माण होते, त्यामुळे अशा वस्तुनिर्मितीमध्ये नवीन व्यवसायसंस्थेस अडथळा निर्माण होऊन संबंधित व्यवसायसंस्थेची मक्तेदारी निर्माण होते.

ड) मोठ्या उद्योगात लागणारी मोठ्या प्रमाणातील यंत्रसामग्री, तसेच प्रत्यक्ष उत्पादन सुरू होण्यासाठी लागणारा मोठा कालखंड त्यामुळे अशा उद्योगात नवीन व्यवसायसंस्था येण्यात अडथळा निर्माण होऊन संबंधित व्यवसायसंस्थेची मक्तेदारी निर्माण होते.

उदा. लोखंड व पोलाद उद्योग इ.

इ) सध्या कॉपी राईट अथवा पेटंटच्या कायद्यानुसार विशिष्ट प्रकारचे उत्पादन करण्यास अथवा उत्पादनप्रक्रियेचा वापर करण्यास दुसऱ्या उत्पादनसंस्थेस मनाई आहे. त्यामुळे पेंटटधारी अथवा कॉपीराईटच्या व्यवसायसंस्थेची मक्तेदारी निर्माण होते.

मक्तेदारी शक्तीचे नियमन / नियंत्रण :

मक्तेदारीमुळे ग्राहकांना अनेक बाबतीत अन्याय सहन करावा लागतो, त्यामुळे शासनस्तरावर त्याची दखल घेऊन ग्राहकांना संरक्षण देण्याचे काम केले जाते, त्यासाठी शासन किंमत आणि उत्पादन यावर नियंत्रण ठेवते, तसेच मक्तेदारीवर अनेक प्रकारचे निर्बंधही निर्माण होत असतात, त्यामुळे मक्तेदारीचे नियमन होत असते. ते पुढीलप्रमाणे सांगता येते -

१) मक्तेदारी प्रतिबंधक कायदे : विकसित देशात मक्तेदारी प्रतिबंधक कायदा केला आहे. उदा. इंग्लंड, अमेरिका. या कायद्याचा हेतू म्हणजे व्यवसायसंस्थेच्या मक्तेदारीस पायबंद घालणे हा आहे, तसेच मक्तेदारी निर्माण झाल्यास तिचे उच्चाटन करणे आणि मक्तेदारांच्या गैरप्रकारास विरोध करणे. मक्तेदारीविरोधी कायद्याद्वारे मक्तेदारी नियंत्रित केली जाते, तसेच किंमत नियंत्रण आणि कर आकारणीचे कायदे केले आहेत.

२) करविषयक धोरण : सरकार मक्तेदारी आणि मक्तेदारीच्या नफ्यावर नियमन करू शकते. उत्पादनाच्या प्रतिनगाप्रमाणे कर लावून मक्तेदारीचे नियमन करते, तसेच

एकूण उत्पादनास एकरकमी कर लावून मक्तेदारीचे नियमन करते, त्यामुळे मक्तेदाराचा नफा घटण्याला मदत होते.

३) नवीन प्रतिस्पर्धी : मक्तेदाराने जास्त किंमत आकारली, तर त्याला अधिक नफा मिळेल, त्यामुळे नवीन व्यावसायिक नफ्याच्या आशेने मक्तेदारी व्यवसायात प्रवेश करतील. अशा प्रकारच्या भीतीमुळे मक्तेदार ग्राहकांना अधिक किंमत आकारू शकत नाही.

४) पर्यायी वस्तू : प्रत्येक वस्तूला पर्याय दिसून येतात. मक्तेदाराने वस्तूला जास्त किंमत आकारल्यास ग्राहक पर्यायी वस्तूकडे वळतात; अथवा ग्राहक ती वस्तू खरेदी करत नाही, त्यामुळे पर्यायतेच्या कारणाने मक्तेदारीला मर्यादा येतात व मक्तेदाराला वस्तूची मागणी कमी होण्याची भीती निर्माण होते.

५) सरकारचा हस्तक्षेप : मक्तेदाराने आवश्यक वस्तू आणि सेवांना अधिक किंमत आकारून ग्राहकांचे शोषण केल्यास सरकार सामान्य लोकांच्या हिताचे संरक्षण करते. अशावेळी वस्तू व सेवांची वितरण सेवा ताब्यात घेते, तसेच सरकार मक्तेदारी प्रतिबंधात्मक आणि व्यापार व्यवहार कायदा करून मक्तेदारांच्या गैरव्यवहाराचे नियमन करू शकते.

६) देशाच्या संरक्षणाच्या दृष्टीने आणि पर्यावरणाच्या दृष्टीने लोकांना योग्य किमतीत वस्तू आणि सेवा उपलब्ध होतात. उदा. टपालसेवा, प्रवासी वाहतूक, पाणी पुरवठा, विद्युत पुरवठा इत्यादी.

७) मक्तेदार वस्तूच्या किमती स्वत: न ठरवता ग्राहकांची मागणी कशी आहे याचा विचार करतो. मागणी लवचीक असेल तर मक्तेदारी शक्ती कमी होईल.

८) सरकार ग्राहकांच्या हिताच्या रक्षणासाठी वस्तूची किंमत निश्चित करते. अशावेळी मक्तेदार अधिक उत्पादन घेऊन कमी किमतीस विक्री करून महत्तम नफा मिळविण्याचा प्रयत्न करतो. अशा रीतीने सरकार मक्तेदारी व्यवसायसंस्थेची किंमत नियंत्रित करू शकते.

९) मक्तेदाराने अधिक किंमत आकारून नफा मिळविला, तर ग्राहक संघटित होऊन त्या वस्तूवर बहिष्कार घालतील, तसेच मक्तेदाराच्या गैरव्यवहाराविषयी संसद सदस्य आवाज उठवतील व अशा व्यवसायसंस्थेचे राष्ट्रीयीकरण केले जाईल, या भीतीने मक्तेदार व्यवसायसंस्था अधिक किंमत आकारू शकत नाही.

१०) जर मक्तेदार विविध राजकीय पक्षांना निधी देऊन अधिक किंमत आकारत असेल, तर अशा व्यवसायसंस्थेविरुद्ध प्रसिद्धी माध्यमाद्वारे आवाज उठवला जातो.

अशा प्रकारे मक्तेदारी व्यवसायसंस्थेचे विविध माध्यमांतून नियमन होत असते.

सराव प्रश्न

प्र. १. खालील प्रश्नांची प्रत्येकी २५० शब्दांत उत्तरे लिहा.

१) मक्तेदारीची वैशिष्ट्ये सांगा.

२) मक्तेदारी व्यवसायसंस्थेचा अल्पकालीन समतोल स्पष्ट करा.

३) मक्तेदारी व्यवसायसंस्थेचा दीर्घकालीन समतोल स्पष्ट करा.

४) मूल्यभेद म्हणजे काय? मूल्यभेदाचे प्रकार स्पष्ट करा.

५) मूल्यभेदाच्या श्रेणी स्पष्ट करा.

६) मक्तेदारी शक्तीच्या नियमनाचे विश्लेषण करा.

७) पूर्ण स्पर्धा आणि मक्तेदारीतील फरक स्पष्ट करा.

प्रकरण

७

अपूर्ण स्पर्धा
Imperfect Competition

७.१ प्रास्ताविक (Introduction)

पूर्ण स्पर्धा आणि मक्तेदारीचा आपण आत्तापर्यंत विचार केला, मात्र पूर्ण स्पर्धेच्या व्याख्येप्रमाणे बाजारपेठ दिसून येत नाही, तसेच शुद्ध मक्तेदारीसुद्धा प्रत्यक्षात दिसत नाही. त्यामुळे वस्तुस्थितीपासून दूर न जाता किंमत निश्चितीचे तत्त्व मांडण्याचे प्रयत्न सुरू झाले. त्या दृष्टीने प्रा. ई. एच. चेंबरलीन आणि जोन रॉबिन्सन यांचे विचार महत्त्वाचे आहेत. या दोघांचीही या बाजारपेठेसंदर्भात मते भिन्न असली तरी या दोघांनाही अपेक्षित असलेली बाजारपेठ एकच आहे, त्यामुळे या तिसऱ्या प्रकारास अपूर्ण स्पर्धा अथवा मक्तेदारीयुक्त स्पर्धा अशी नावे दिली जातात.

७.२ मक्तेदारीयुक्त स्पर्धा (Monopolistic Competition)

पूर्ण स्पर्धा आणि मक्तेदारी हे दोन्हीही टोकाचेच बाजारप्रकार आहेत. १९३२ पर्यंत बाजारात पूर्ण स्पर्धा वा पूर्ण मक्तेदारी असते, असेच मानले जात असे आणि तशा परिस्थितीत वस्तूचे मूल्य, उत्पादनाची निश्चिती आणि उद्योगसंस्थेचा समतोल इ. कसे ठरते याचे अर्थशास्त्रीय विश्लेषण मूल्य सिद्धान्तान्तर्गत केले जात असे, परंतु या विचाराला वेगळी दिशा देण्याचे कार्य १९३३ मध्ये अमेरिकेतील हॉर्वर्ड विद्यापीठातील प्रा. एडवर्ड चेंबरलीन आणि इंग्लंडमधील श्रीमती जोन रॉबिन्सन या प्रमुख अर्थशास्त्रज्ञांनी केले. या दोघांनी वास्तविक जीवनात पूर्ण स्पर्धा आणि पूर्ण मक्तेदारी या दोन बाजारपेठांची मिश्रित अशी अवस्था असते, असे दाखवून दिले. प्रा. चेंबरलीन यांच्या मते, प्रत्यक्ष बाजारात ज्या वस्तू उपलब्ध असतात, त्या एकजिनसी असू शकत नाहीत. त्या वस्तूंमध्ये वेगळेपणा असतो. बाजारात पूर्ण स्पर्धा व पूर्ण मक्तेदारीयुक्त स्पर्धा असते.

अमेरिकन अर्थशास्त्रज्ञ प्रा. इ. एच. चेंबरलीन यांनी 'दि थिअरी ऑफ मोनोपोलिस्टिक कम्पिटिशन' म्हणजे मक्तेदारीयुक्त स्पर्धेचा सिद्धान्त या आपल्या १९३३ मध्ये प्रसिद्ध

केलेल्या पुस्तकात 'मक्तेदारीयुक्त स्पर्धे'ची संकल्पना मांडली आहे, तर ब्रिटिश अर्थशास्त्रज्ञ श्रीमती जोन रॉबिन्सन यांनी १९३३ साली 'दि थिअरी ऑफ इम्परफेक्ट कम्पिटिशन' म्हणजे अपूर्ण स्पर्धेचा सिद्धान्त या प्रसिद्ध केलेल्या पुस्तकात अपूर्ण स्पर्धेची संकल्पना मांडली.

अ) व्याख्या (Definition)

प्रा. चेंबरलीन यांच्या मते, 'मक्तेदारी आणि पूर्णस्पर्धा या दोन्हींचे मिश्रण असणारी जी बाजारपेठ प्रत्यक्षात उपलब्ध असते, त्या बाजारपेठेला मक्तेदारीयुक्त स्पर्धा असे म्हणतात.'

मिसेस जोन रॉबिन्सन यांच्या मते, 'प्रत्यक्ष बाजारपेठेत संपूर्ण स्पर्धा किंवा संपूर्ण मक्तेदारी अशी असूच शकत नाही; जर संपूर्ण स्पर्धा हे एक टोक व संपूर्ण मक्तेदारी हे दुसरे टोक मानले, तर या दोन टोकांच्या मधील जी परिस्थिती असते त्यास 'अपूर्ण स्पर्धा' असे म्हणतात.'

प्रा. रॉबर्ट हेलरी हॅवमन यांच्या मते, 'ज्या वेळी अनेक उद्योगसंस्था एकमेकांना पर्यायी ठरणाऱ्या वस्तूंची निर्मिती करीत असतात आणि इतर उद्योगसंस्थांनाही त्यासारख्या, परंतु निराळ्या वस्तू तयार करून त्या बाजारात प्रवेश करण्याचे मुक्त स्वातंत्र्य असते, अशी स्थिती म्हणजे मक्तेदारीयुक्त स्पर्धा होय.'

प्रत्येक विक्रेता हा थोड्याफार प्रमाणात मक्तेदार असतो. सर्व वस्तू मूलत: एकाच प्रकारच्या असल्या, तरी काल्पनिक गुणभेद निर्माण करून एकाच प्रकारच्या वस्तू एकमेकांना पर्यायी बनविल्या जातात. विक्री वाढविण्यासाठी मोठ्या प्रमाणात जाहिरात केली जाते. ग्राहकांच्या मनात काल्पनिक वस्तुभेद निर्माण केला जातो. अशा वेळी प्रत्येक बाजारात मक्तेदारी व पूर्ण स्पर्धा या दोहोंची वैशिष्ट्ये काही प्रमाणात आढळतात. मक्तेदारीयुक्त स्पर्धा ही पूर्ण स्पर्धा आणि मक्तेदारी यांची एक संमिश्र अवस्था होय. ज्या बाजारात निकटचे पर्याय असलेल्या पण भिन्नतादर्शक वस्तूंचे अनेक विक्रेते एकमेकांशी स्पर्धा करीत असतात, त्या बाजारपेठेस 'मक्तेदारीयुक्त बाजारपेठ' असे म्हणतात. अपूर्ण स्पर्धेपेक्षा मक्तेदारीयुक्त स्पर्धा ही संकल्पना अधिक वास्तववादी व प्रत्यक्ष बाजारात आढळणारी अशी आहे.

उदा. भारतीय बाजारपेठेतील वॉशिंग मशिन्स, दूरचित्रवाणी संच, स्कूटर्स, मोटारसायकली, सिगारेट्स, टूथपेस्ट, ब्लेड्स, शर्टिंग-सूटिंग, कपडे, चहा, बिस्किटे, चारचाकी वाहने इ. विविध उत्पादने पाहिली तर त्या प्रत्येक उत्पादनाच्या बाबतीत उत्पादक विक्रेता मक्तेदार ठरतो, परंतु प्रत्यक्ष बाजारात त्याच्या उत्पादनाला इतर उत्पादकांच्या उत्पादनाच्या स्पर्धा व ग्राहकांसाठी जवळचा पर्याय उपलब्ध असतो,

म्हणजेच उत्पादक - विक्रेत्यांमध्ये प्रत्यक्ष बाजारात पूर्ण स्पर्धाही नसते व पूर्ण मक्तेदारीदेखील नसते, तर या दोहोंची संमिश्र अशी मक्तेदारीयुक्त स्पर्धा असते. मक्तेदारीयुक्त स्पर्धेची वैशिष्ट्ये पुढीलप्रमाणे सांगता येतात.

७.२.१ मक्तेदारीयुक्त स्पर्धेची वैशिष्ट्ये (Features of Monopolistic Competition)

मक्तेदारीयुक्त स्पर्धेची वैशिष्ट्ये अथवा लक्षणे पुढीलप्रमाणे :

१) अनेक उद्योगसंस्था : मक्तेदारीयुक्त स्पर्धेचे महत्त्वाचे वैशिष्ट्य म्हणजे बाजारात अनेक उद्योगसंस्था असतात. पूर्ण स्पर्धेप्रमाणे असंख्य नसतात, तसेच मक्तेदारीपण नसते. विक्रेत्यांची संख्या जास्तही नसते आणि कमीही नसते, त्यामुळे प्रत्येक उत्पादकाचा एकूण पुरवठ्यात अत्यल्प वाटा असतो, त्यामुळे पुरवठ्यात कमी-जास्तपणा केला, तरी एकूण पुरवठ्यावर परिणाम होत नाही. प्रत्येक उत्पादन आपले किंमतधोरण ठरवते, त्यामुळे इतर उत्पादकांवर त्याचा परिणाम होत नाही. अशा रीतीने मक्तेदारीयुक्त स्पर्धेत अनेक उत्पादक असल्यामुळे एखादा विक्रेता वस्तूच्या पुरवठ्यावर आणि किमतीवर प्रभार पाडू शकत नाही.

२) वस्तुभेद : मक्तेदारीयुक्त स्पर्धेचे दुसरे वैशिष्ट्य म्हणजे 'वस्तुभेद' होय. प्रत्येक उत्पादनसंस्था इतर उत्पादनसंस्थेपेक्षा आपली वस्तू वेगळी दाखविण्याचा प्रयत्न करते. वस्तू एक असली तरी स्वत:चे वेगळेपण दाखविण्यासाठी वस्तूमध्ये रंग, आकार, दर्जा, टिकाऊपणा, चव इत्यादींमध्ये फरक केला जातो. उदा. टूथपेस्ट, तेल, साबण इत्यादींमध्ये वस्तुभेद करण्यासाठी आकर्षक आवरण, जाहिरात, ट्रेडमार्क, सोयी व सवलती, भेटवस्तू इत्यादींचा अवलंब केला जातो. वस्तुभेदामुळे विशिष्ट ट्रेडमार्कची विशिष्ट विक्रेत्याकडून विशिष्ट वस्तू घेण्याची ग्राहकांची सवय असते. अशा रीतीने मक्तेदारीयुक्त स्पर्धा अस्तित्वात येते.

३) आगमन किंवा निर्गमनाचे स्वातंत्र्य : कोणतीही उद्योगसंस्था नव्याने उत्पादनक्षेत्रात येऊ शकते, तसेच कोणत्याही उद्योगसंस्थेला आपला उद्योग बंद करण्याचे अथवा उत्पादनक्षेत्रातून बाहेर पडण्याचेही स्वातंत्र्य असते. मक्तेदारीयुक्त स्पर्धेत वस्तूंत विविधता दिसून येते. एखादी उत्पादनसंस्था बंद पडल्यास त्याचा व्यवसायावर कोणताही परिणाम होत नाही.

४) मागणीची लवचिकता : मक्तेदारीयुक्त स्पर्धेत वस्तूची मागणी अधिक लवचीक असते. उद्योगसंस्थेने वस्तूची किंमत कमी केल्यास वस्तूची मागणी वाढते. त्याला स्वयंलवचीक मागणी असे म्हणतात आणि उद्योगसंस्थेने किंमत बदलल्यास त्याचा

परिणाम होऊन इतर उद्योगसंस्थांच्या वस्तूंच्या मागणीवर परिणाम होतो, त्याला छेदक अथवा तिरकस लवचिकता म्हणतात; म्हणजेच बाजारात स्वयंलवचिकता आणि तिरकस लवचिकता दिसून येते; म्हणून मागणीवक्र डावीकडून-उजवीकडे, वरून-खाली उतरत जातो.

५) बिगर किंमत स्पर्धा : मक्तेदारीयुक्त स्पर्धेत उद्योगसंस्था बिगर किंमत स्पर्धेवर भर देतात; म्हणजे वस्तूची किंमत ठरविताना त्या वस्तूच्या उत्पादनात काही खर्चांचा समावेश केला जात नाही. जाहिरातीचा अवलंब केल्यास त्यामुळे वस्तूचा उत्पादनखर्च वाढेल, नफ्यावर परिणाम होईल इत्यादींवर विचार केला जात नाही. उदा. शिलाईमशीन खरेदी केल्यास टेप, कात्री, स्क्रूड्रायव्हर इत्यादी, तर फर्निचर खरेदी करताना टीपॉय मोफत देणे अशा वस्तू मोफत देऊन विक्रेते बिगर किंमत स्पर्धा करतात.

६) किंमतभिन्नता :प्रत्येक उत्पादनसंस्थेला आपल्या वस्तूची किंमत ठरविण्याचे स्वातंत्र्य असते, त्यामुळे प्रत्येक उत्पादक स्वत: किंमतविषयक धोरण राबवितो. उत्पादकसंस्थेला वाहतूकखर्च, जाहिरात, उत्पादनघटकांची गतिहीनता यांमुळे बाजारात एकच किंमत प्रस्थापित करता येत नाही, त्यामुळे वस्तूच्या किमती वेगवेगळ्या असतात.

७) विक्रीखर्च : मक्तेदारीयुक्त स्पर्धेत उत्पादक आपली विक्री वाढवण्यासाठी वस्तुभेदाबरोबरच मोठ्या प्रमाणावर जो खर्च करतो, त्याला 'विक्रीखर्च' म्हणतात. ग्राहकांना आकर्षित करण्यासाठी उत्पादक विक्रीखर्च करतो. या खर्चामध्ये जाहिरात, विक्रीप्रतिनिधींचा पगार, प्रदर्शने इ. खर्चाचा समावेश होतो.

८) जाहिरात : उत्पादक आपली वस्तू इतरांपेक्षा कशी वेगळी आहे, हे दाखविण्यासाठी जाहिरातीचा आधार घेतात. त्यासाठी दूरदर्शन, रेडिओ, इंटरनेट, चित्रपटगृहे, वर्तमानपत्रे, मासिके, बोर्ड, कार्यक्रमांचे प्रायोजकत्व इत्यादी साधने व मार्गांचा अवलंब केला जातो. त्याचा मुख्य उद्देश म्हणजे उत्पादनाची विक्री वाढविणे हा होय. थोडक्यात, जाहिरातबाजी हे मक्तेदारीयुक्त स्पर्धेचे वैशिष्ट्य आहे.

९) विक्रेत्याचे स्वतंत्र धोरण : विक्रेता आपले स्वत:चे विक्रीचे धोरण ठरवितो. उत्पादन किती करावयाचे, वस्तूचा आकार, रचना, वेष्टन, किंमत, विक्रीव्यवस्था इत्यादींबाबत उत्पादक स्वत:चे स्वतंत्र असे धोरण आखत असतो.

१०) ग्राहकांची संख्या : मक्तेदारीयुक्त बाजारात ग्राहकांची संख्या फारच मोठी असते, त्यामुळे ग्राहक स्वतंत्रपणे मागणी कमी अथवा जास्त करून किमतीत बदल घडवून आणू शकत नाही, मात्र विशिष्ट ब्रँडची वस्तू हवी असणाऱ्या ग्राहकांचा एक गट निर्माण होतो.

११) बाजारपेठेविषयीचे ग्राहकांचे अज्ञान : मक्तेदारीयुक्त स्पर्धेत ग्राहकांना

बाजारपेठेच्या परिस्थितीचे पूर्ण ज्ञान नसते. कोणता विक्रेता किती किमतीला वस्तू विकतो याची माहिती ग्राहकाला नसते, त्यामुळे ग्राहक अज्ञानामुळे खरेदी करू शकत नाही. जाहिरातीमुळे ग्राहक विशिष्ट वस्तूकडे आकर्षित होण्याची शक्यता असते. थोडक्यात, ग्राहकाला बाजारपेठेचे पूर्ण ज्ञान असत नाही.

१२) नावलौकिक (ब्रँड) : जाहिरातींमुळे अथवा विक्री वाढविण्याच्या प्रयत्नांमुळे वस्तूची मागणी टिकून राहते. व्यवसायात टिकून राहण्यासाठी नावलौकिक महत्त्वाचा असतो. विशिष्ट ट्रेडमार्कच्या नावाखाली देशभर किंवा जगभर विकल्या जाणाऱ्या वस्तूंच्या बाबतीत नावलौकिकाची किंमत मोठ्या प्रमाणात वाढते.

७.३ मक्तेदारीयुक्त स्पर्धेतील समतोल (Monopolistic Competition Equilibrium)

मक्तेदारीयुक्त स्पर्धेत उत्पादनसंस्थेची विक्री-नगसंख्या ही - अ) वस्तूची किंमत ब) वस्तूचे स्वरूप आणि क) वस्तूच्या विक्रीसाठी करावा लागणारा जाहिरातीवरील खर्च (बिगर किंमत) या बाबींवर अवलंबून असते आणि याच बाबतीतील समतोलावर उत्पादनसंस्थेचा समतोल अवलंबून असतो.

अ) किंमत : मक्तेदारीयुक्त स्पर्धेत प्रत्येक उत्पादनसंस्था वस्तू भेददर्शित असल्याने काही ग्राहक आपोआपच त्या उत्पादनसंस्थेशी जोडले जातात. त्या उत्पादनसंस्थेने वस्तूची किंमत थोडीशी वाढवल्यास ग्राहक कमी होण्याची शक्यता असली, तरी सर्वच ग्राहक कमी होत नाहीत, याउलट उत्पादनसंस्थेने किंमत थोडीशी कमी केली, तर त्यांना काही प्रमाणात अधिक ग्राहक मिळू शकतील.

मक्तेदारीयुक्त स्पर्धेत विक्रेत्याने वस्तूची किंमत कमी केली, तर मागणी विस्तारेल मात्र अनंत होणार नाही, तसेच किंमत थोडीशी वाढविली तरी मागणी कमी होईल, मात्र मागणी शून्य होणार नाही. विक्रेत्याला अधिक नगसंख्या विकावयाची असेल, तर वस्तूची किंमत काही प्रमाणात कमी करावी लागेल आणि त्याने किंमत थोडीशी वाढविली तर त्याला पूर्वीइतकी नगसंख्या विकता येणार नाही, त्यामुळे विक्रेत्याला जास्तीतजास्त नफा मिळवण्यासाठी तशाच पद्धतीने किंमतविषयक आणि उत्पादन - नगसंख्येविषयीचे धोरण ठरवावे लागेल.

ब) वस्तू बदल अथवा विक्रीखर्च (बिगर किंमत) : मक्तेदारीयुक्त स्पर्धेत भेददर्शीवस्तू असतात, त्यामुळे वस्तूच्या दर्जात किंवा वस्तूच्या विक्रीबरोबरच ग्राहकांच्या सोयी-सुविधेत बदल केला जातो. वस्तूच्या दर्जात बदल, तांत्रिक बदल, नवीन डिझाइन अधिक चांगला कच्चा माल, तसेच नवीन वेष्टन, अथवा नम्र आणि तत्पर सेवा,

व्यवसायाची वेगळी पद्धती किंवा वेगळे स्थान या बाबतीतील बदलांना वस्तूबदल किंवा बिगर किंमत स्पर्धा म्हणता येईल. विक्रेत्याकडे असलेली वस्तू इतर विक्रेत्यांपेक्षा कितपत वेगळी आहे, यावर त्या वस्तूचे नग विकले जातील. थोडक्यात, मक्तेदारीयुक्त स्पर्धेत किमतीच्या दृष्टीने समतोल कसा प्रस्थापित होतो आणि वस्तूबदलाच्या दृष्टीने (बिगर किंमत) वस्तूसमतोल कसा प्रस्थापित होतो हे स्पष्ट करणे आवश्यक ठरते.

तसेच विक्री खर्चात बदल करून विक्रीवर परिणाम घडवून आणता येतो. विक्री खर्चातील प्रमुख बाब म्हणजे जाहिरातीवरील खर्च. जाहिरातीवर खर्च केल्यावर वस्तूच्या मागणीत बदल घडून येतो. जाहिरात खर्चाच्या आधारे आपल्याकडे अधिक ग्राहक आकर्षित करण्याचा प्रयत्न केला जातो, त्यामुळे मक्तेदारीयुक्त स्पर्धेत समतोलाचा विचार करताना जाहिरातखर्चाचा विचार करावा लागतो.

७.३.१ मक्तेदारीयुक्त स्पर्धेत उत्पादनसंस्थेचा समतोल

(Equilibrium of the Firm in Monopolistic Competition)

मक्तेदारीयुक्त स्पर्धेत उत्पादनसंस्थेचा मागणीवक्र खाली उतरणारा असतो. मक्तेदारीयुक्त स्पर्धेत उत्पादनसंस्था एकमेकांस पर्यायी वस्तूंचे उत्पादन करतात. त्यामुळे वस्तुसाठी मागणीची लवचिकता, स्पर्धक पर्यायी वस्तू किती उपलब्ध आहेत आणि त्यांच्या किमती किती आहेत यावर अवलंबून असते.

याठिकाणी किंमत हाच एक बदलणारा घटक असल्याने समतोल कसा प्रस्थापित होतो हे पाहणे आवश्यक ठरते.

मक्तेदारीयुक्त स्पर्धेत उद्योगसंस्थेचा अल्पकालीन व दीर्घकालीन समतोल पुढीलप्रमाणे :

अ) उद्योगसंस्थेचा अल्पकालीन समतोल :

बाजारात वस्तूची किंमत व उद्योगसंस्थेचा उत्पादनखर्च यांचा मेळ घालून प्राप्त परिस्थितीत जास्तीतजास्त नफा मिळवून देणारी उत्पादनाची जी स्थिती असते, तिला उद्योगसंस्थेचा समतोल असे म्हणतात; म्हणजेच ज्या प्रमाणात सीमान्त प्राप्ती व सीमान्त खर्च समान होतात, तेवढे उत्पादन केल्यास उद्योगसंस्थेचा समतोल प्रस्थापित होतो.

गृहीते

अ) उद्योगसंस्थेचा अल्पकालीन मागणीवक्र लवचीक असतो.

ब) अल्पकाळात उत्पादनक्षेत्रात नवीन उद्योगसंस्था प्रवेश करीत नाहीत.

क) प्रत्येक उद्योगसंस्थेचे अल्पकालीन उत्पादनखर्चाचे वक्र इतर उद्योगसंस्थांपेक्षा वेगळे असतात.

ड) प्रत्येक उद्योगसंस्था वेगवेगळ्या स्वरूपाच्या वस्तूचे उत्पादन करीत असते.

इ) विक्रेत्यांची संख्या अधिक असते. प्रत्येक उत्पादक आपल्या क्षेत्रात मक्तेदार असतो.

अल्पकाळात उद्योगसंस्थेला फक्त बदलणाऱ्या घटकांतच बदल करता येतो. स्थिर उत्पादनघटकांत उदा. यंत्रे, संयंत्रे इ. बदल करणे शक्य नसते, त्यामुळे आहे त्या संयंत्रांच्या साहाय्याने उत्पादन करावे लागते. अल्प कालावधीत मक्तेदारीयुक्त स्पर्धेत उद्योगसंस्थांना असाधारण फायदा, साधारण फायदा किंवा तोटा होण्याची शक्यता असते. मक्तेदारीयुक्त स्पर्धेतील उद्योगसंस्थेचे सरासरी आणि सीमान्त प्राप्तिवक्र डावीकडून-उजवीकडे उतरत जाणारे असतात. हे दोन्ही वक्र एकाच बिंदूत सुरू होत असले, तरी त्यांच्यातील अंतर उत्तरोत्तर वाढत जाते.

अल्प कालखंड - असाधारण नफा

मक्तेदारीयुक्त स्पर्धेत उद्योगसंस्थेला अल्प कालावधीत असाधारण नफा मिळतो. अनेक उद्योगसंस्था उत्पादन करत असतात. प्रत्येकाची किंमत वेगवेगळी असते, तसेच खर्चही वेगवेगळे असतात, त्यामुळे एका संस्थेला असाधारण नफा मिळतो, म्हणून सर्वच संस्थांना मिळेल असे नाही. जुन्या संस्थांना अल्पकाळात असाधारण नफा मिळतो, तर काही नव्या संस्थांना तोटा होण्याची शक्यता असते.

आकृतीत अल्पावधीत उद्योगसंस्थेचा नफा दर्शविलेला आहे.

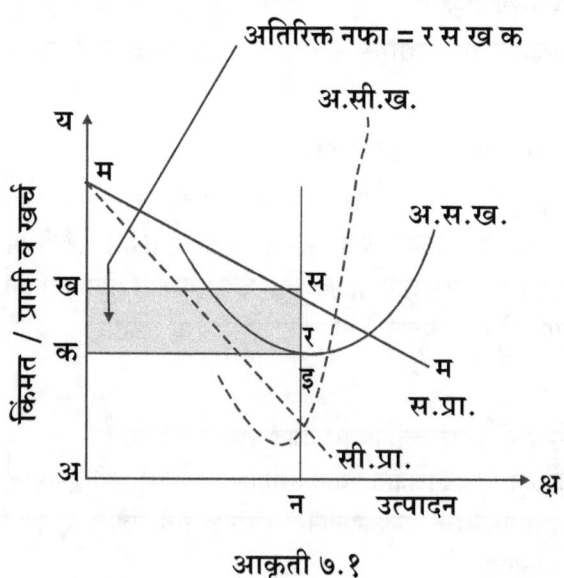

आकृती ७.१

अल्पकाळात उद्योगसंस्थेने समतोल प्राप्त करण्यासाठी **सी.प्रा. = सी.ख.** आणि **सी.ख. वक्र सी.प्रा.** वक्राला खालून छेदून गेला पाहिजे. या दोन्ही अटी पूर्ण केल्या पाहिजेत.

आकृती ७.१ मध्ये '**अक्ष**' अक्षावर उत्पादन व **अय** अक्षावर किंमत/प्राप्ती व खर्च दर्शविला आहे. '**मम**' हा अल्पकालीन मागणीवक्र आहे आणि सरासरी प्राप्तिवक्रही आहे. **असख** हा अल्पकालीन सरासरी खर्चवक्र आहे. **असीख** हा अल्पकालीन सीमान्त खर्च वक्र आहे. **सी.प्रा.** हा सीमान्त प्राप्तिवक्र आहे. वरील आकृतीत **सी.प्रा.** हा सीमान्त वक्र **इ** बिंदूत छेदत आहे. **इ** हा बिंदू संतुलनबिंदू आहे. '**अन**' ही उत्पादनपातळी आहे. '**अन**' हे उत्पादन '**नस**' या किमतीला विकले जाते. उत्पादनाचा सरासरी खर्च '**नर**' इतका आहे, त्यामुळे उत्पादनसंस्थेला '**अन**' इतके उत्पादन केल्यास '**रस**' इतका नफा प्राप्त होतो, तर उद्योगसंस्थेला **र स ख क** इतका असाधारण नफा प्राप्त होतो. अल्पकाळात इतर कोणतीही नवीन उद्योगसंस्था उत्पादनक्षेत्रात प्रवेश करीत नाही, त्यामुळे उद्योगसंस्थेला नफा मिळू शकतो. ज्या वेळी उद्योगसंस्थेच्या वस्तूला चांगली मागणी असते, अशावेळी त्या उद्योगसंस्थेला अल्पकाळात असाधारण नफा मिळतो.

अल्पकालखंड - सर्वसाधारण नफा

साधारण नफा मिळविण्यासाठी सरासरी प्राप्ती आणि सरासरी खर्च यांच्यात समानता निर्माण व्हावी लागते, त्यासाठी सरासरी खर्चाच्या वक्राने सरासरी प्राप्तीच्या वक्राला स्पर्श करून जाणे आवश्यक असते. अल्पकाळात मक्तेदारीयुक्त स्पर्धेतील उद्योगसंस्थेचा सर्वसाधारण नफा आकृती ७.२ च्या साहाय्याने स्पष्ट केला आहे.

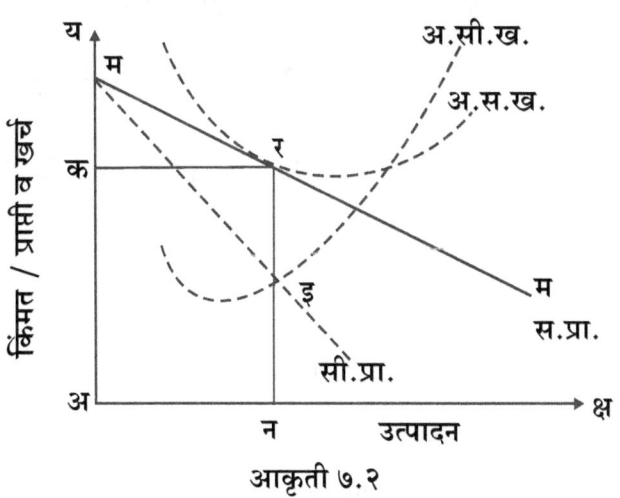

आकृती ७.२

आकृती ७.२ मध्ये **'अक्ष'** अक्षावर उत्पादन, तर **'अय'** अक्षावर प्राप्ती व खर्च दर्शविला आहे. **सी.प्रा.** हा सीमान्त प्राप्तिवक्र आहे. **मम** हा मागणीवक्र व सरासरीवक्र आहे. **'अ.स.ख.'** हा अल्पकालीन सरासरी खर्चाचा वक्र आहे, तर **अ.सी.ख.** हा अल्पकालीन सीमान्त खर्चवक्र आहे. **'इ'** हा उद्योगसंस्थेच्या **'अन'** या उत्पादनाचा संतुलनबिंदू आहे, कारण येथे **'सी.प्रा.'** व **'सी.ख.'** हे समान आहेत. सरासरी प्राप्तीवक्रास अल्पकालीन सरासरी खर्चवक्र **'र'** या बिंदूत स्पर्श करतो. **'अन'** उत्पादनाला **'नर'** हा उत्पादनखर्च आहे, म्हणजेच खर्चाइतकीच किंमत आहे, त्यामुळे उद्योगसंस्थेचा उत्पादनखर्च हा किमतीबरोबर राहून तिला सरासरी खर्चात समाविष्ट असणारा सर्वसाधारण नफाच मिळतो. थोडक्यात, वरील आकृतीमध्ये दर्शविल्याप्रमाणे **'अन'** उत्पादनाला उद्योगसंस्थेच्या सर्वसाधारण नफ्यासह अल्पकालीन समतोल स्पष्ट होतो, कारण या उत्पादनाला **'नर'** इतकी किंमत व **'अक'** इतका उत्पादन खर्च हे समान होतात, त्यामुळे प्रत्येक उत्पादनाच्या सरासरी खर्चात समाविष्ट करणारा नफा फक्त मिळतो. अशा नफ्याला 'सर्वसाधारण नफा' असे म्हणतात.

अल्पकालावधी - तोटा

मक्तेदारीयुक्त स्पर्धेत ज्या उद्योगसंस्थेच्या बाबतीत मागणी अनुकूल नसेल, त्या उद्योगसंस्थेला तोटा सहन करावा लागतो. कोणत्याही उद्योगसंस्थेच्या बाबतीत नफा किंवा तोटा होईल ही माहिती सरासरी खर्च व प्राप्ती किंमत या आधारे मिळू शकते. मक्तेदारीयुक्त स्पर्धेत अल्प काळात ज्या उद्योगसंस्थेच्या बाबतीत सरासरी प्राप्तिवक्र हा किमतीपेक्षा वरच्या बाजूस असतो, त्या वेळी उद्योगसंस्थेस तोटा होतो.

मक्तेदारीयुक्त स्पर्धेतील अल्प काळातील तोटा पुढील आकृतीत दर्शविला आहे.

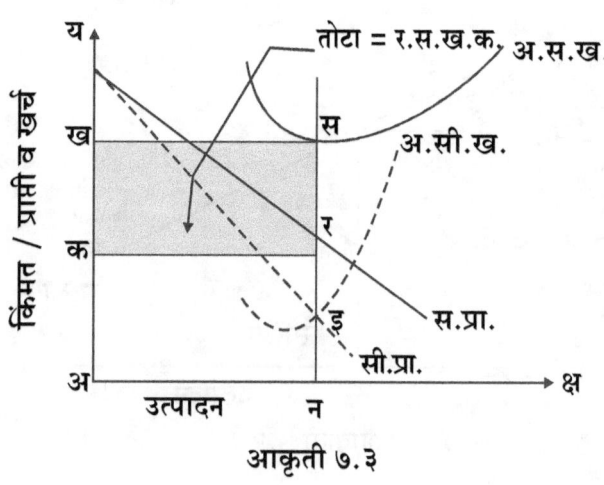

आकृती ७.३

आकृती ७.३ मध्ये **'अक्ष'** अक्षावर उत्पादन व **'अय'** अक्षावर किंमत प्राप्ती आणि खर्च दर्शविले आहेत. **'सप्रा'** हा सरासरी प्राप्तीचा तर **'सीप्रा'** हा सीमान्त प्राप्तीचा वक्र आहे. **'अ.सी.ख.'** हा अल्पकालीन सीमान्त खर्चवक्र, तर **'अ.स.ख.'** हा अल्पकालीन सरासरी खर्चवक्र आहे. **'इ'** हा संतुलनबिंदू आहे. या अवस्थेत **'नर'** ही संतुलित किंमत आहे आणि **'अन'** इतके उत्पादन आहे. सरासरी उत्पादन खर्च **'नस'** इतका आहे आणि किंमत **'नस'** इतकी आहे. याचा अर्थ **'रस'** इतका तोटा होत आहे. या अवस्थेत उद्योगसंस्थेला **'र.स.ख.क.'** इतका तोटा होतो.

ब) मक्तेदारीयुक्त स्पर्धेत उद्योगसंस्थेचा दीर्घकालीन समतोल

दीर्घकाळात उद्योगसंस्थेस उपलब्ध असलेला वेळ पुरेसा असल्यामुळे उत्पादनाच्या तंत्रात आवश्यक ते फेरबदल घडवून आणता येतात, उत्पादनसामग्री बदलता येते, तसेच स्पर्धेत प्रवेश करणे अथवा स्पर्धेतून बाहेर पडणे याविषयीचे पूर्ण स्वातंत्र्य उद्योगसंस्थेस असते. मक्तेदारीयुक्त स्पर्धेत अल्पकाळात उद्योगसंस्थेचा समतोल होत असला, तरी समूहाचा (Group) समतोल होत नाही, कारण समूहातील उद्योगसंस्थेच्या संख्येत वारंवार बदल होतो. समूहाचा समतोल होण्यासाठी व समूहातील उद्योगसंस्थांची संख्या कायम राहण्यासाठी दीर्घकाळात प्रत्येक उद्योगसंस्थेचा दीर्घकालीन समतोल होण्यासाठी मक्तेदारीयुक्त स्पर्धेत दोन अटी पूर्ण व्हाव्या लागतात.

समतोलाच्या अटी : १) सीमान्त खर्च आणि सीमान्त प्राप्ती यांच्यात समानता असावी. २) उद्योगसंस्थेला साधारण नफा मिळवण्यासाठी सरासरी खर्च व सरासरी प्राप्ती समान व्हाव्यात.

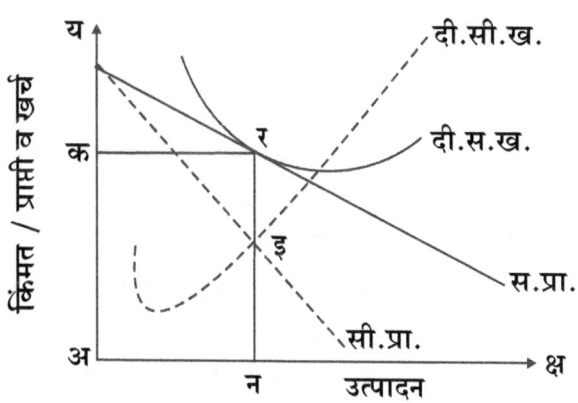

आकृती ७.४ : मक्तेदारीयुक्त स्पर्धेतील दीर्घकालीन उद्योगसंस्थेचा समतोल

आकृती ७.४ मध्ये दीर्घकालीन सरासरी खर्चवक्र आणि दीर्घकालीन सीमान्त खर्चवक्र तसेच दीर्घकालीन सरासरी प्राप्ती व दीर्घकालीन सीमान्त प्राप्तिवक्र आहेत. 'अन' हे दीर्घकालीन समतोल उत्पादन असून 'नर' किंवा 'अक' ही उद्योगसंस्थेची दीर्घकालीन किंमत आहे. 'नर' ही उद्योगसंस्थेची किंमत किंवा सरासरी प्राप्ती आणि सरासरी खर्चसुद्धा आहे, त्यामुळे उद्योगसंस्थेला सर्वसाधारण नफा मिळत आहे हे स्पष्ट होते.

यावरून असे स्पष्ट होते की, १) सीमान्त प्राप्ती = सीमान्त खर्च आणि सरासरी प्राप्ती = सरासरी खर्च या दोन अटी एकाच वेळी ज्या उत्पादनाने साधल्या जातात (आकृतीत 'अन' उत्पादन) त्या उत्पादनास समतोल साधला जातो. २) दीर्घकाळात प्रत्येक उद्योगसंस्थेला सर्वसाधारण नफा मिळतो. ३) समतोलावस्थेत मागणीवक्र (म्हणजे सरासरी प्राप्तीचा वक्र) सरासरी खर्चाच्या वक्राला स्पर्श करून जातो.

अशा प्रकारे मक्तेदारीयुक्त स्पर्धेत उद्योगसंस्थेचा दीर्घकालीन समतोल साधला जाऊन उत्पादन व किंमतनिश्चिती होते.

७.३.२ मक्तेदारीयुक्त स्पर्धेतील समूहाचा समतोल
(Group Equilibrium Under Monopolistic Competition)

प्रा. चेंबरलीन यांच्या मते, जवळचा पर्याय असलेल्या वस्तूंचे उत्पादन करणाऱ्या अनेक उद्योगसंस्थांचा समूह होतो. अनेक समूह मिळून उद्योग होतो. समूह ही संकल्पना मक्तेदारीयुक्त स्पर्धेचे प्रमुख वैशिष्ट्य आहे. समूहातील उद्योगसंस्था एकमेकींशी तीव्र स्पर्धा करीत असतात. उदा. सिमेंट उत्पादन करणाऱ्या उद्योगसंस्थांचा समूह, टी.व्ही. उत्पादन करणाऱ्या उद्योगसंस्थांचा समूह. अशा समूहातील प्रत्येक उत्पादनसंस्था ही मक्तेदार असते. तिला स्पर्धेला तोंड द्यावे लागते. प्रत्येक उद्योगसंस्था जवळच्या पर्यायी वस्तूचे उत्पादन करते. प्रत्येक उद्योगसंस्थेचे स्वतंत्र असे किंमतविषयक धोरण असते. त्यांचा मागणीवक्र लवचीक स्वरूपाचा असतो. प्रत्येक उद्योगसंस्थेचा विक्रीखर्च, जाहिरातखर्च भिन्न असतो. असे असताना संपूर्ण उद्योगसंस्थेच्या समूहाचा समतोल कसा साध्य करावयाचा हा गहन प्रश्न आहे. तो सोडविण्यात अनेक अडचणी असतात.

उद्योगसमूहाचा समतोल अल्प व दीर्घ कालावधीच्या संदर्भात स्पष्ट करता येतो.

अ) समूहाचा अल्पकालीन समतोल : समूहाच्या अल्पकालीन समतोलाचे वर्णन 'अल्पकालीन अस्थिर असमतोल' असे केले जाते, कारण उद्योगसंस्थांना असाधारण नफा होतो किंवा तोटा होतो, त्यामुळे उद्योगसंस्थांची संख्या वारंवार बदलते.

मक्तेदारीयुक्त स्पर्धेत अल्पकाळात उद्योगसंस्था सीमान्त खर्च व सीमान्त प्राप्ती समान करण्याचा प्रयत्न करते. समूहातील प्रत्येक उद्योगसंस्थेच्या सीमान्त खर्च व सीमान्त

प्राप्ती समान करणाऱ्या समतोल उत्पादनाची बेरीज केली की, समूहाचा एकूण पुरवठा होतो. हा एकूण पुरवठा व समूहाच्या उत्पादनासाठीची एकूण मागणी समान झाली की, समूहाचा अल्पकालीन तात्पुरता समतोल निर्माण होतो.

समूहाचा दीर्घकालीन समतोल : समूहाच्या दीर्घकालीन समतोलाचे वर्णन 'समूहाचा दीर्घकालीन स्थिर समतोल' असाही केला जातो. मक्तेदारीयुक्त स्पर्धेत उद्योगसंस्थांच्या उत्पादनाची वैशिष्ट्ये, उत्पादनखर्च, किमती यांत भिन्नता असते. त्यामुळे समूहाचा समतोल करण्यात अडचणी येतात; म्हणून प्रा. चेंबरलीन पुढील गृहीतकांचा विचार करून समतोल स्पष्ट करतात.

गृहीते

१) एकरूपतेचे गृहीतक : समूहातील सर्व उद्योगसंस्थांचे मागणीवक्र आणि खर्चवक्र याबाबतीतील परिस्थिती संपूर्ण सारखी वा समान आहे; म्हणजेच या गृहीतकाप्रमाणे मक्तेदारीयुक्त स्पर्धेतील सर्व उद्योगसंस्थांचे मागणी व खर्चवक्र सर्व समूहांसाठी सारखेच असतात. ग्राहकांच्या आवडी-निवडी आणि पसंतीनुसार असलेली मागणीची भिन्नता एकसारखी विभागली जावी, त्यामुळे त्यांच्या पसंतीतील फरकामुळे उत्पादनखर्चात फार मोठा फरक पडू नये. एकरूप म्हणजेच सारखेपणा होय. हे गृहीतक धाडसाचे आहे, हे स्वत: चेंबरलीनने मान्य केले आहे.

२) गौण परिमाण एकरूपतेचे गृहीतक : मक्तेदारीयुक्त स्पर्धेत उद्योगसंस्थांची संख्या फार मोठी असते. मात्र, एखाद्या उद्योगसंस्थेने किंमत व उत्पादन यांत फेरबदल केला, तर त्याचा इतर स्पर्धक उद्योगसंस्थांवर होणारा परिणाम फारसा असणार नाही. तो दुर्लक्ष करण्याइतपत राहील. एखाद्या उद्योगसंस्थेने किंमत व उत्पादन यात फेरबदल केल्यास त्याचा परिणाम दुर्लक्षिण्यासारखा असल्याने अन्य स्पर्धक उद्योगसंस्था त्या फेरबदलाची दखल घेणार नाहीत वा त्यानुसार स्वत:च्या धोरणात बदल करणार नाहीत.

३) मक्तेदारीयुक्त स्पर्धेत उद्योगसंस्थेला नवीन समूहात प्रवेश करण्याचे किंवा पूर्वीच्या समूहातून बाहेर पडण्याचे पूर्ण स्वातंत्र्य असते.

समतोलाची अट : समूहाला फक्त सर्वसाधारण नफा मिळणे आवश्यक असते. तसेच सरासरी प्राप्ती व सरासरी खर्च यांच्यात समानता व्हावी लागते. साधारण नफ्यामुळे कोणत्याही उद्योगसंस्थेला समूह सोडून जाण्याची व समूहात प्रवेश करण्याची इच्छा नसते. परिणामी, समूहात उद्योगसंस्थांची संख्या स्थिर राहते.

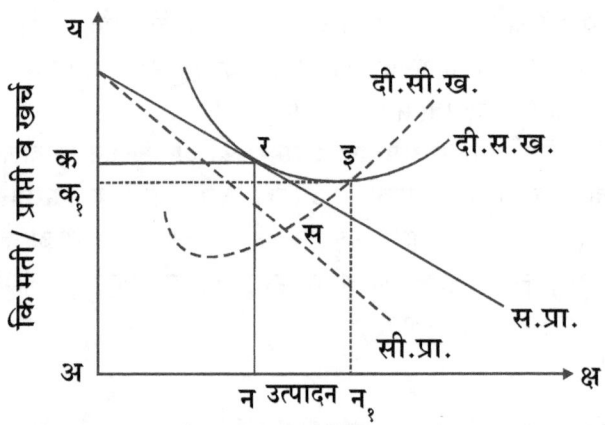

आकृती ७.५ : समूहाचा दीर्घकालीन समतोल

आकृती ७.५ मध्ये **'अन'** या उत्पादनाला **सी.प्रा.** वक्रास **दी.सी.ख.** वक्र **स** बिंदूत छेदून जातो. **स.प्रा.** वक्राला **र** या बिंदूत **दी.स.ख.** वक्र स्पर्शून जातो. यावरून असे स्पष्ट होते की, **नर** किंवा **अक** ही दीर्घकालीन किंमत राहील आणि या किमतीला **'अन'** इतके उत्पादन केले जाईल. या परिस्थितीत सरासरी प्राप्ती आणि सरासरी खर्च समान झाल्यामुळे त्या उद्योगसमूहाला सर्वसाधारण नफा मिळेल.

एकरूप व समरूपता गृहीतकाप्रमाणे सर्व उद्योगसंस्था मागणीवक्राच्या बाबतीत आणि उत्पादनखर्चाच्या बाबतीत सारख्याच असल्यामुळे त्यांचे सरासरी प्राप्तिवक्र त्यांच्या सरासरी खर्चवक्राला स्पर्श करणारे असतील, याचाच अर्थ, सर्व उद्योगसंस्थांना केवळ सर्वसाधारण नफा प्राप्त होईल. प्रत्येक उद्योगसंस्थेला असा सर्वसाधारण नफा मिळत असल्यामुळे या समूहात नवीन उद्योगसंस्थांना प्रवेश करण्याची इच्छा असणार नाही. अशा रीतीने सबंध समूहाच्या दृष्टीने समतोल प्रस्थापित होईल.

आकृती ७.५ मध्ये दाखविल्याप्रमाणे पूर्ण स्पर्धेच्या परिस्थितीत दीर्घकाळात **'अन१'** इतके उत्पादन केले जाईल. परंतु, मक्तेदारीयुक्त स्पर्धेत उद्योगसंस्थांचे दीर्घकालीन उत्पादन **'अन'** इतके म्हणजे **'अन१'** पेक्षा कमी राहील. म्हणजेच मक्तेदारीयुक्त स्पर्धेत उद्योगसंस्थेला **'अन'** ऐवजी **'अन१'** इतके उत्पादन करता येणे शक्य असूनही तेवढे जादा उत्पादन ती उद्योगसंस्था करीत नाही; कारण तेवढे उत्पादन केल्यास वस्तूची किंमत कमी होईल.

आकृतीत दर्शविल्याप्रमाणे मक्तेदारीयुक्त स्पर्धेत **अन१** इतके उत्पादन करण्याऐवजी **अन** इतकेच उत्पादन केले जात असल्याने त्या उद्योगसंस्थेच्या प्रस्थापित उत्पादनक्षमतेचा

पुरेपूर वापर न होता काही क्षमता न वापरलेल्या स्थितीत राहते; न वापरलेली उत्पादनक्षमता व अतिरिक्त क्षमता आकृतीत दर्शविल्याप्रमाणे **नन$_१$** इतकी पडून राहते. यालाच 'जादा क्षमता' असे म्हणतात. अशी अतिरिक्त वा जादा क्षमता हे मक्तेदारीयुक्त स्पर्धेच्या दीर्घकाळात समूह समतोलाचे एक खास वैशिष्ट्यच आहे.

७.३.३ मक्तेदारीयुक्त स्पर्धेत बिगर किंमत वस्तू स्पर्धा समतोल (Monopolistic Competition Non-price Competition Equilibrium)

येथे बिगर किंमत अथवा वस्तू बदलाच्या स्थितीतील समतोलाचा अभ्यास करावयाचा आहे. वस्तूची किंमत स्थिर असताना उत्पादनसंस्थेकडून वस्तूच्या कोणत्या स्वरूपाची निवड केली जाईल, याचे विश्लेषण महत्त्वाचे आहे. बाजारात सर्वसाधारणपणे असणारी किंमत उत्पादनसंस्था स्वीकारते. आता या उत्पादनसंस्थेला वस्तूच्या निरनिराळ्या संभाव्य दर्जांतून विशिष्ट दर्जाची निवड करावयाची असते. संयोजक सुरुवातीला नवीन व्यवसायात कोणत्याही गुणविशेषाची निवड करतो, त्यानंतर व्यवसायाचे ठिकाण व तयार केल्या जाणाऱ्या वस्तूचा छाप अथवा ट्रेडमार्क यांची निवड करतो, तसेच संयोजकाला वस्तूच्या बाबतीत अथवा वस्तूच्या वेष्टणात तांत्रिक व गुणात्मक बदल घडवून आणणे शक्य होते.

वस्तु-बदलामध्ये वस्तूचा खर्चवक्र बहुधा बदलतो, मात्र किंमत बदलाच्या बाबतीत हे दिसून येत नाही. वस्तूच्या गुणात्मक बदलामुळे उत्पादनखर्चात बदल घडून येतात. या बदलामुळे वस्तूच्या मागणीतही बदल घडून येतो, म्हणजेच वस्तूची विशिष्ट किंमत असताना वस्तूचा खर्च व त्या वस्तूसाठी असणारी मागणी या बाबी संयोजकाला नफा मिळवून देतात, त्यामुळे अशा वस्तूची निवड महत्त्वाची असते.

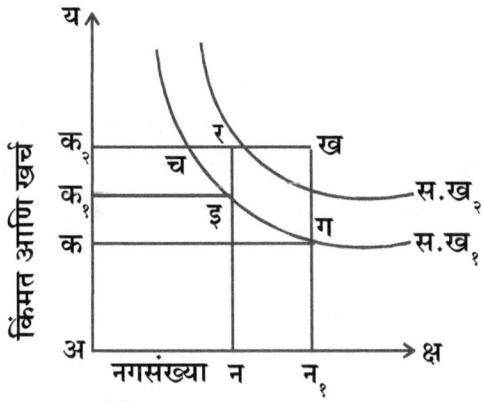

आकृती ७.६ : वस्तूबदलाच्या स्थितीतील उत्पादनसंस्थेचा समतोल

तसेच वस्तूचा बदल गुणात्मक स्वरूपाचाही असतो. त्याचे गुणात्मक मापन करणे शक्य नसते, त्यामुळे वस्तूबदल अक्षावर मोजता येणे शक्य नसते. तो एकाच वक्राच्या अथवा एकाच आकृतीच्या साहाय्याने दर्शविता येत नाही, मात्र तो अनेक वक्रांच्या साहाय्याने वस्तूच्या प्रत्येक प्रकारासाठी एक स्वतंत्र वक्र दाखविणे शक्य असते.

आकृती ७.६ मध्ये **अक्ष** अक्षावर नगसंख्या आणि **अय** अक्षावर किंमत आणि खर्च दर्शविलेला आहे. **स.ख** $_{१}$ हा **स** प्रकारच्या वस्तूचा सरासरी खर्चवक्र आहे; आणि **स.ख**$_{२}$ हा **ब** प्रकारच्या वस्तूचा सरासरी खर्चवक्र आहे. वस्तूच्या या दोन प्रकारांपैकी कोणत्याही प्रकारची वस्तू असली, तरी वस्तूची किंमत **अक**$_{२}$ इतकी आहे, असे गृहीत मानू. **स** प्रकारच्या वस्तूची किंमत **अक**$_{२}$ एवढी असताना त्या वस्तूसाठी मागणी **अन** इतकी असेल, तर एकूण खर्च **अनइक**$_{१}$ एवढा राहील; आणि एकूण नफा **क**$_{१}$ **इ र क**$_{२}$ एवढा राहील. **न** या प्रकारच्या वस्तूची मागणी नगसंख्या **अन**$_{१}$ एवढी असेल, तर एकूण खर्च **अ न**$_{१}$ **ग क** एवढा राहील आणि संयोजकाला एकूण नफा **क ग ख क**$_{२}$ एवढा मिळेल.

येथे **क**$_{२}$ **ख** ही किंमतरेषा म्हणजे **अक**$_{२}$ या किमतीला असणारी अमर्यादित मागणी दर्शविणारी मागणीरेषा नव्हे.

या दोन प्रकारांपैकी प्रत्येक प्रकारच्या वस्तूची मागणी नगसंख्या मर्यादित आहे. ही नगसंख्या त्या वस्तूच्या किमतीवर व उपलब्ध पर्यायी वस्तूंच्या स्वरूपावर व किमतीवर अवलंबून राहते, मग बाजारात विक्रीसाठी उपलब्ध करून द्यावयाचा पुरवठा नगसंख्या शोधून काढण्यासाठी खर्चवक्रावर मागे व पुढे सरकणे शक्य नसते, तर प्रत्येक प्रकारच्या वस्तूची जी नगसंख्या विकली जाणे शक्य असते, ती नगसंख्या ठरलेली असल्याने वस्तू जसजशी बदलते, तसतसे एका वक्राकडून दुसऱ्या वक्राकडे स्थलांतर होते.

वस्तूबदलाच्या दोन शक्यतांवरून असे दिसून येते की, **स** प्रकारच्या वस्तूपासून मिळणाऱ्या लाभापेक्षा **ब** प्रकारच्या वस्तूपासून मिळणारा लाभ अधिक राहतो, त्यामुळे वस्तुबदलाच्या या दोन शक्यतांपैकी संयोजक वस्तूचा **ब** प्रकार पसंत करील, तसेच सर्व संभाव्य वस्तू बदलाचे खर्च आणि त्या वस्तूबदलासाठी असणाऱ्या मागण्या यांची तुलना करून संयोजक त्यापैकी सर्वाधिक लाभप्रद प्रकारची निवड करील.

समूह / गट समतोल

समूह / गट समतोलाचे विश्लेषण करण्यासाठी असे गृहीत धरू की, वस्तूबदलाच्या शक्यता एका समूहातील स्पर्धक संयोजकाच्या बाबतीत एकसारख्या आहेत, त्यामुळे सर्व संयोजकांचा वस्तू-बदल एका संयोजकाच्या वस्तु-बदलाने दाखविता येणे शक्य

आहे. समूह समतोल निर्माण केला जाण्याच्या संदर्भात एका संयोजकाच्या बाबतीतील वस्तुबदलाचा समतोल पुढील आकृतीत दर्शविलेला आहे.

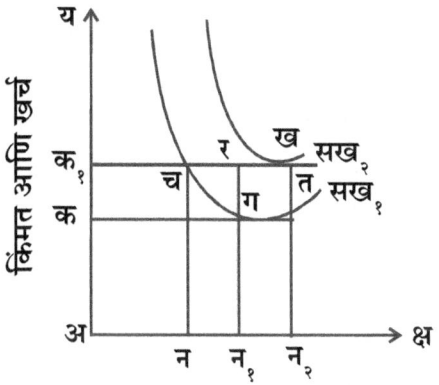

आकृती ७.७ : वस्तू बदलाच्या स्थितीतील समूह / गट समतोल

आकृती ७.७ मध्ये **अक्ष** अक्षावर नगसंख्या आणि **अय** अक्षावर किंमत आणि खर्च दर्शविलेला आहे. वस्तुची किंमत **अक$_१$** इतकी आहे. कोणत्याही वस्तूची निवड केली तरी किंमत स्थिर राहते **क$_१$ त** ही समांतर किंमत- रेषा **अक$_१$** या किमतीच्या पातळीवर काढली आहे. **क$_१$त** ही किंमतरेषा म्हणजे **अक$_१$** या किमतीला अनंत मागणी असा अर्थ होत नाही. वस्तूच्या विविध संभाव्य बदलांचे खर्चवक्र आकृतीमध्ये काढता येऊ शकतील. उत्पादनसंस्थेच्या समतोलाबाबत ज्या वस्तुबदलामुळे संयोजकाला कमाल नफा मिळेल अशा वस्तुबदलाची कोणत्याही संयोजकाकडून निवड केली जाईल. समजा, अशा पर्याप्त वस्तुबदलाचा सरासरी खर्चवक्र **सख$_१$** हा आहे. (पर्याप्त वस्तुबदल म्हणजे संयोजकाला कमाल नफा मिळतो असा वस्तुबदल होय.) या वस्तुबदलाची मागणी नगसंख्या **अन$_१$** इतकी असेल, तर सर्वसाधारण नफासुद्धा एकूण खर्च **अन$_१$ गक** इतका राहील आणि सर्वसाधारण नफ्यापेक्षा अधिक असणारा नफा **कगरक$_१$** इतका राहील. समूह समतोल होण्यासाठी सर्वसाधारण नफ्यापेक्षा अधिक असणाऱ्या नफ्याचे दुरीकरण होणे आवश्यक आहे, हा जादा नफा नाहीसा होणे किंमत कपातीच्या किंवा नवीन स्पर्धकांच्या प्रवेशाद्वारे शक्य असते. आपण विश्लेषणामध्ये स्थिर किंमत असे गृहीत मानले आहे, त्यामुळे किंमत कपातीचा विचार केला जात नाही, कारण **सख$_१$** या सरासरी खर्चवक्राने दाखविला जाणारा वस्तू-प्रकार प्रत्येक संयोजकाच्या दृष्टीने पर्याप्त प्रकार होय, मात्र समूहात उत्पादनाचे कार्य करीत असलेल्या संयोजकाला मिळणाऱ्या जादा नफ्यामुळे नवीन स्पर्धक या समूहाकडे आकर्षित होतील. या समूहात नवीन स्पर्धक

प्रवेश करू लागले की, प्रत्येक संयोजकाकडून मागणी केली जाणारी नगसंख्या **अन** पर्यंत कमी केली जाईल; तेव्हा वस्तूच्या किमतीने फक्त उत्पादनखर्च भरून निघेल, त्यामुळे या समूहात नवीन प्रवेश करणारे संयोजकांचे येणे थांबेल; जर नवीन संयोजकांनी मोठ्या प्रमाणात प्रवेश केला असेल आणि त्यामुळे संयोजकाची मागणी नगसंख्या **अन** पेक्षा कमी झाली, तर प्रत्येक उत्पादनसंस्थेला तोटा सहन करावा लागेल. त्यामुळे काही संयोजक हे क्षेत्र सोडून बाहेर जातील. शेवटी या समूहातील उत्पादनाचे कार्य करणाऱ्या संयोजकांना उत्पादनखर्च भरून काढता येणे पुन्हा शक्य होईल .

अंतिम समतोल : आकृतीमध्ये सरासरी खर्चवक्र **सख**$_{२}$ त्या पातळीपेक्षा वरच्या पातळीवर राहणार नाही, कारण खर्चवक्र यापेक्षा वरच्यापातळीवर असता तर उत्पादन फायदेशीर ठरले नसते, मात्र खर्चवक्र **सख**$_{२}$ पेक्षा खालच्या पातळीवर असणे शक्य आहे, कारण खर्चवक्र खालच्या पातळीवर येणे म्हणजे घटलेल्या खर्चाचा लाभ घेण्यासाठी उत्पादन वाढवून नफा वाढविणे शक्य असते असा अर्थ होत नाही, तर वस्तूच्या कोणत्याही एका प्रकारासाठी असलेल्या मागणीची नगसंख्या निश्चितच मर्यादित असते; तसेच गृहीतानुसार किंमत स्थिर असल्याने किंमत कमी करून मागणी वाढविता येत नाही; तसेच दुसरे असे की, वस्तू **ब** मध्ये आणखी सुधारणा केल्यास मागणी नगसंख्या वाढविल्यामुळे खर्चवक्र वरच्या बाजूला जाईल, ज्यामुळे खर्चवक्र **सख**$_{२}$ च्या स्थितीपर्यंत सरकेल. अशा स्वरूपाची आणखी सुधारणा कोणत्याही संयोजकाच्या वस्तूत घडवून आणल्यामुळे **अन**$_{२}$ इतकी मागणी नगसंख्या निर्माण केली जाईल असे मानण्यास कोणताही आधार नाही, म्हणून वस्तूबदलाच्या बाबतीत ज्या बिंदूत समूह समतोल स्थितीत राहील असा बिंदू **ख** बिंदूने दर्शविला जात नाही. वस्तूबदलाच्या बाबतीत समूह समतोल दर्शविणारा ठरावीक बिंदू ठरविणे कठीण आहे. अशा स्थितीत समूह समतोल दर्शविणाऱ्या बिंदूने दोन अटी पूर्ण केल्या पाहिजेत - (अ) सरासरी खर्च किमतीइतका असला पाहिजे आणि (ब) संयोजकाला आपल्या वस्तूत सुधारणा करून आपला नफा वाढविता येणे शक्य नसावे.

जेथे किंमत-रेषा खर्चवक्राला छेदते, अथवा स्पर्श करते, त्या बिंदूने वरील दोन अटी पूर्ण केल्या असणे शक्य असते.

७.४ वस्तुभेद (Product Differentiation)

मक्तेदारीयुक्त स्पर्धेत वस्तुभेद हे महत्त्वाचे लक्षण मानलेले आहे, त्यामुळे जर वस्तुभेदाकडे दुर्लक्ष केले, तर त्याचा परिणाम विश्लेषण अपूर्ण होईल. वस्तू किंवा उत्पादनात उत्पादक विक्रेत्याकडून निर्माण करीत असलेले भेद अथवा बदल हे निरनिराळ्या

प्रकारे केले जातात. वस्तुभेद करताना उत्पादक वस्तूच्या गुणात (Quality) फरक करतात. हा फरक एक तर उत्पादनतंत्रात बदल अथवा वापरल्या जाणाऱ्या कच्चा मालाच्या प्रतीत बदल करून केला जातो. वस्तूच्या बाह्यरूपात सुद्धा बदल करून वस्तुभेद केला जातो. वस्तूचे डिझाईन, आवरणाचा रंग, आकार, बाह्य वेष्टनात बदल, वस्तूच्या सुगंधात बदल करून ग्राहकांना आकर्षक वाटेल असे बाह्य स्वरूप केले जाते. उदा. साबण. वस्तुभेद बरेचदा वस्तूला आकर्षक स्वरूपाची नावे देऊन (Trade Name) सुद्धा केला जातो. अथवा व्यापार चिन्हाद्वारे (Trade Marks) सुद्धा वस्तुभेद केला जातो. वस्तुभेदात बऱ्याचदा ग्राहकांना मिळणाऱ्या विशेष सेवेचाही समावेश केला जातो. उदा. घरपोच सेवा, त्वरित वितरण सेवा, हमीची सेवा, वस्तू खराब असल्यास बदलून देणे इ. चा समावेश करून वस्तुभेद केला जातो. या सर्व वस्तुभेदाचा मुख्य उद्देश ग्राहक आकर्षित करणे हा असतो. आपल्या वैयक्तिक उत्पादनसंस्थेची मागणी वाढविण्यासाठी उत्पादक वस्तुभेदाच्या वापर करतात.

वस्तुभेद : व्याख्या : वस्तुभेद ही संकल्पना स्पष्ट करण्यासाठी आपण तिच्या व्याख्यांचा अभ्यास करू.

प्रा. चेंबरलीन यांच्या मते, 'वस्तुभेद म्हणजे विशिष्ट परिस्थितीत ज्यामुळे ग्राहक एका विक्रेत्याकडून वस्तू न घेता दुसऱ्या विक्रेत्याकडून त्याच किमतीला वस्तू घेतो आणि दुसऱ्या विक्रेत्याकडून ती घेताना जास्त किंमतही देण्यास तयार होतो.'

'उत्पादकाने प्रतिस्पर्धी उत्पादकांनी निर्माण केलेल्या पर्यायी उत्पादनापेक्षा आपले उत्पादन हे वेगळे व अधिक चांगले निर्माण करणे म्हणजे वस्तुभेद होय.'

थोडक्यात, वस्तुभेद म्हणजे एकजिनसीपणाचा अभाव होय. उत्पादक विक्रेता आपली वस्तू इतर उत्पादक विक्रेत्यांपेक्षा वेगळी आहे, श्रेष्ठ आहे असे दाखविण्याचा प्रयत्न करतो. आपल्या वस्तूला अधिक मागणी येण्यासाठी, नगांचा अधिक खप होण्यासाठी उत्पादक विक्रेत्यांनी केलेल्या प्रयत्नांना 'वस्तुभेद' असे म्हणतात.

वस्तुभेदाचे प्रकार अथवा स्वरूप

मक्तेदारीयुक्त स्पर्धेत वस्तुभेदाचे दोन प्रकार पुढीलप्रमाणे केले जातात -

१) काल्पनिक वस्तुभेद : दोन वस्तुच्या उत्पादनात वास्तव फरक नसताना कृत्रिमरीत्या फरक दाखविण्याच्या प्रयत्नाला कृत्रिम किंवा काल्पनिक वस्तुभेद म्हणतात. म्हणजे वस्तूच्या मूळ गुणधर्मात बदल न करता ग्राहकांना वस्तू वेगळी आहे असे भासविण्याचा प्रयत्न केला जातो. त्याला वस्तुभेद असे म्हणतात. उदा. जाहिरातीचा वापर करून काल्पनिक वस्तुभेद केला जातो, तसेच वस्तूच्या विक्रीच्या संदर्भात सेवा उपलब्ध करून दिल्या जातात.

२) वास्तव वस्तुभेद : वास्तव वस्तुभेदात एक वस्तू दुसऱ्या वस्तूपेक्षा वेगळी आहे असे दाखविले जाते. वास्तव गुणभेद हा खरा गुणभेद असतो. वस्तूच्या मूळ स्वरूपात खरोखरच बदल करण्यात येतो, त्या वेळी त्यास वास्तव अथवा खरा वस्तुभेद म्हणतात. वस्तूचा रंग, रूप, चव, वजन इ. बाबत बदल केला जातो.

वस्तुभेदाचे मार्ग : मक्तेदारीयुक्त स्पर्धेत प्रत्येक विक्रेता आपली वस्तू दुसऱ्याच्या पेक्षा वेगळी दिसावी म्हणून वेगवेगळ्या मार्गांचा अवलंब करतात, ते मार्ग पुढीलप्रमाणे आहेत.

१) दर्जात बदल : उत्पादक आपल्या वस्तूच्या दर्जात गुणात्मक बदल करून वस्तुभेद करतो. वस्तूचा जो मूळ दर्जा असतो त्या दर्जात गुणात्मक बदल करून ग्राहकांना वस्तूच्या वेगळेपणाकडे आकर्षित केले जाते. वस्तूची रचना, रंग, आकार, चव, वजन इत्यादीत बदल करून त्या आधारे वस्तुभेद केला जातो, तसेच विशिष्ट कच्चा माल, कलाकुसर, टिकाऊपणा इत्यादी बदल केला जातो.

२) वेगळ्या नावांचा व चिन्हांचा वापर : वस्तुभेद करण्यासाठी - उत्पादक आपली वस्तू इतरांपेक्षा वेगळी दिसण्यासाठी - आपल्या वस्तूंना वेगवेगळी नावे देतात. (ट्रेड नेम) उदा.लक्स, लाईफ बॉय, लिरील, डेटॉल, संतुर इत्यादी साबण, तर टूथपेस्टच्या बाबतीत कोलगेट, विको, पेप्सोडेंट इ. च्या नावांमुळे ग्राहकांना वस्तू वेगळ्या असल्याचे दिसून येते. तसेच व्यापारी / उत्पादकचिन्हाचा (ट्रेडमार्क) वापरतात. अशा व्यापारी चिन्हांचा व छापाचा वापर मक्तेदारीयुक्त स्पर्धेतील उत्पादक वस्तुभेद करताना करतात. व्यापाऱ्यांनी नावाची व छापाची कायदेशीर नोंदणी केलेली असते, त्यामुळे ते नाव व छाप इतर कोणालाही वापरता येत नाही. ग्राहक विशिष्ट नावाच्या व छापाच्या वस्तूचीच मागणी करतात. उदा. एव्हरेडी बॅटरी, फिलिप्स ट्यूब, कोलगेट पेस्ट, इत्यादी. आपली वस्तू इतरांपेक्षा वेगळी दाखविण्याचा प्रयत्न केला जातो. लोकांना एकदा ट्रेडनेम आणि ट्रेडमार्कचे आकर्षण निर्माण झाले की, ते त्याचीच मागणी करतात.

३) जाहिरातबाजी : उत्पादक विक्रेते जाहिरातबाजीच्या मार्गांचा अवलंब करून वस्तुभेद करतात. जाहिरातीचे माहिती देणारी व मन वळविणारी जाहिरात असे दोन प्रकार पडतात. ग्राहकांना विशिष्ट वस्तूची माहिती जाहिरातीशिवाय मिळूच शकत नाही. ग्राहकांना वस्तूची ओळख करून देणे, तिचा वापर कसा करावा, वापर करताना कोणती काळजी घ्यावी, तिचे कोणकोणते उपयोग आहेत, तिची वैशिष्ट्ये काय आहेत इ. विषयी माहिती पुरविली जाते, तर मन वळविणाऱ्या जाहिरातीचा हेतू ग्राहकांची मते वळविणे व त्यांनी विशिष्ट वस्तूंचीच खरेदी करावी हा असतो. वृत्तपत्रे, मासिके, साप्ताहिके, रेडिओ, टेलिव्हिजन, चित्रपटगृहे, विविध प्रकारचे बोर्ड, वस्तूंची भित्तिपत्रके इत्यादी

माध्यमांतून मोठ्या प्रमाणात वस्तूंची जाहिरात केली जाते. त्यातून वस्तुभिन्नता दर्शवून वस्तूची विक्री वाढविण्याचा प्रयत्न केला जातो. प्रसिद्ध खेळाडू, चित्रपट अभिनेते-अभिनेत्री, लहान मुले, यांचा जाहिरातीत कौशल्याने वापर केला जातो, त्यामुळे अशी वस्तू इतर वस्तुंपेक्षा वेगळी वाटते. जाहिरातीमध्ये ग्राहकमानसशास्त्राचा कौशल्याने वापर केला जातो, त्यामुळे उत्पादक - विक्रेते जाहिरातींच्या मार्गांचा अवलंब करून वस्तुभेद करण्यात यशस्वी होतात.

४) **खास युक्तीचा वापर :** उत्पादक विक्रेता खास अशा युक्तीचा वापर करून वस्तुभेद करतो. उदा. रोख सवलत देणे, विशिष्ट किमतीचा माल खरेदी केल्यावर बक्षीस देणे, एखादी वस्तू भेट देणे, लकी नंबर काढणे, एकाच प्रकारच्या दोन वस्तू खरेदी केल्यावर एक वस्तू मोफत देणे इत्यादी युक्त्यांचा वापर केला जातो.

५) **पूरक सेवांचा पुरवठा :** उत्पादक विक्रेता ग्राहकांना काही पूरक सेवांचा पुरवठा करण्याचा मार्ग अवलंबून वस्तुभेद करतो. उदा. विशिष्ट ग्राहकांना वस्तूबरोबर वस्तूचे काही सुटे भाग देणे, वस्तू खरेदीसाठी बँक सेवा उपलब्ध करून देणे, हप्ते बंदीने अथवा आगाऊ चेक्स घेऊन खरेदीची सवलत देणे, वस्तू विनामूल्य दुरुस्त करून देणे इत्यादी विविध प्रकारच्या मार्गांचा अवलंब करून पूरक सेवा पुरविल्या जातात.

६) **वस्तूमध्ये सुधारणा करणे :** ग्राहकांच्या मनात वस्तुभेद दीर्घकाळ राहावा म्हणून वस्तूंमध्ये नवनवीन सुधारणा करण्याचा, वस्तूत नवीन तंत्रज्ञान समाविष्ट करण्याचा सतत प्रयत्न केला जातो. उदा. स्कूटर, मोटारसायकल, तसेच छोट्या चारचाकी वाहनांचे उत्पादन करणाऱ्या उद्योगसंस्था प्रतिवर्षी प्रत्येक नवीन मॉडेलमध्ये तंत्रवैज्ञानिक प्रगतीच्या आधारे काहीतरी नावीन्यपूर्ण बदल करीत असतात, त्यामुळे संशोधनवृत्तीला वाव मिळतो आणि वस्तूंचा खपही वाढतो व ग्राहकांना चांगल्या प्रतीच्या वस्तू मिळतात, त्यामुळे वस्तुभेद दीर्घकाळ टिकून राहतो.

७) **प्रभावी विक्रीकौशल्य :** सभोवतालची परिस्थिती आणि विक्रीसंस्थेच्या ठिकाणचे प्रसन्न वातावरण यामुळे ग्राहक वस्तूंची खरेदी ठरावीक ठिकाणीच करतात. उदा. विक्री केंद्र मोक्याच्या ठिकाणी असणे, मालाची मांडणी व्यवस्थित व आकर्षक पद्धतीने करणे, विक्रेत्याचे व्यक्तिमत्त्व आकर्षक असेल, ग्राहकांचे हसतमुखाने व सौजन्याने स्वागत होत असेल, विनयशील वागणूक असेल, विक्रीकेंद्राची कार्यकुशलता, विक्रीकेंद्राची जागा आकर्षक असेल तर त्या दुकानातून विकल्या जाणाऱ्या वस्तू इतर विक्रेत्यांपेक्षा भेदकारक ठरतात.

अशा प्रकारे उत्पादक विक्रेता मक्तेदारीयुक्त स्पर्धेत वस्तुभेद करतो आणि थोड्या प्रमाणात आपली मक्तेदारी निर्माण करून नफा मिळवितो. एकदा वस्तुभेद केला की,

एकाच प्रकारची वस्तू ग्राहकांना वेगवेगळी वाटते; त्यामुळे विक्रेत्यांत स्पर्धा निर्माण होऊन मक्तेदारीयुक्त स्पर्धा प्रस्थापित होते. अनेकदा वस्तुभेदाने वस्तूच्या खऱ्या वेगळेपणापेक्षा आभासात्मक, कृत्रिम अथवा काल्पनिक वेगळेपणा निर्माण केला जातो. तसेच जाहिरातीच्या माऱ्यामुळे खरा वस्तुभेद सर्वसामान्य ग्राहकांना ओळखता येत नाही, त्यामुळे ग्राहक फसला जाण्याची शक्यता नाकारता येत नाही. वस्तूचा खप वाढण्यासाठी मक्तेदारीयुक्त स्पर्धेत सर्वच विक्रेते जाहिरात करून वस्तुभेद निर्माण करीत असतात. त्यामुळे वस्तुभेद हे मक्तेदारीयुक्त स्पर्धेचे महत्त्वाचे वैशिष्ट्य मानले जाते.

७.५ विक्रीखर्च (Selling Cost)

पूर्ण स्पर्धेमध्ये वस्तू एकरूप असल्याने वस्तूबद्दल ग्राहकास पूर्ण माहिती असते, परंतु मक्तेदारीयुक्त स्पर्धेत वस्तू वेगळ्या असल्यामुळे वस्तूची पूर्ण माहिती नसते. ग्राहकास आपल्या वस्तूची माहिती करून देऊन आपल्या वस्तूची मागणी करण्यास उद्युक्त करण्यासाठी उत्पादक विक्रीखर्च करतात. वस्तूची माहिती करून देण्यासाठी उत्पादकांना जाहिरातीवर खर्च करणे आवश्यक असते. अशा प्रकारे जाहिरातीवर केलेल्या खर्चास विक्रीखर्च म्हणतात. मक्तेदारीयुक्त स्पर्धेत उत्पादक आपल्या वस्तूची विक्री जास्तीतजास्त व्हावी व त्यातून आपली मक्तेदारी निर्माण व्हावी यासाठी खर्च करीत असतो. मक्तेदारीयुक्त स्पर्धेच्या बाजारात टिकून राहण्यासाठी उत्पादक विक्रेत्याला वस्तुभेद आणि जाहिरात करण्यासाठी मोठ्या प्रमाणावर विक्रीखर्च करावा लागतो.

विक्रीखर्च : अर्थ आणि व्याख्या : विक्रीखर्च म्हणजे उत्पादनसंस्थेद्वारे इतर उत्पादनसंस्थांपेक्षा अधिक पसंतीने आपल्या उत्पादनसंस्थेचे उत्पादन ग्राहकांनी खरेदी करावे म्हणून केलेला खर्च असतो.

प्रा. चेंबरलीन यांच्या मते, 'असे खर्च की, जे वस्तूला असलेल्या मागणी वक्राचे स्थान किंवा आकार यामध्ये बदल घडवून आणण्यासाठी केले जात असतात.'

प्रा. मेयर्स यांच्या मते, 'विक्रीखर्च म्हणजे ग्राहकाने एका वस्तूऐवजी दुसरी वस्तू घ्यावी अथवा एका विक्रेत्याऐवजी दुसऱ्या विक्रेत्याकडून खरेदी करावी यासाठी ग्राहकांचे मन वळविण्यासाठी केलेला खर्च होय.'

विक्रीखर्चामध्ये जाहिरातीवर होणाऱ्या खर्चाबरोबर मागणीत वाढ घडवून आणण्याच्या उद्देशाने केल्या जाणाऱ्या इतर खर्चांचा समावेश असतो. या खर्चात विक्री करणारे मध्यस्थ, ठोक व किरकोळ विक्रेत्यांना दिलेले कमिशन, वस्तूबरोबर दिलेल्या मोफत वस्तू, वस्तूचे मांडलेले प्रदर्शन, चित्रपटगृहे, रेडिओ, टेलिव्हिजनद्वारे दिलेली वस्तूची जाहिरात, मोफत सॅम्पल, इनामी कूपन्स इत्यादींवर केलेल्या खर्चाचा समावेश

होतो. आपली वस्तू इतरांपेक्षा भिन्न आहे अशी खरी वा काल्पनिक समजूत निर्माण करून ग्राहकांना आकर्षित करतात. या सर्वांसाठी करण्यात येणाऱ्या खर्चाला 'विक्रीखर्च' असे म्हणतात.

विक्रीखर्च आणि उत्पादनखर्चातील फरक : उत्पादनखर्च हा वस्तूच्या निर्मितीसाठी येणारा खर्च असतो. जसे, कच्चा माल, वीज, उत्पादनघटकांचे मोबदले, वाहतूक व वितरण यावर होणाऱ्या खर्चाचा समावेश उत्पादन खर्चात होतो, तर विक्री खर्च वस्तूच्या मागणीत बदल घडवून आणत असतात. यात टी.व्ही, प्रदर्शने, मोफत भेट वस्तू इ. वरील खर्चाचा समावेश होतो. वस्तूचे स्वरूप, वस्तूच्या उत्पादनाचे प्रमाण, एकूण उत्पादनानुसार उत्पादनखर्च बदलतो, तर विक्री खर्च बाजारातील स्पर्धेचे स्वरूप, आणि प्रकारानुसार बदलतो.

उत्पादनखर्चाचा हेतू, वस्तूचे उत्पादन वाढविणे आणि ग्राहकापर्यंत ते पोहोचविणे हा असतो, तर विक्रीखर्चाचा हेतू वस्तुभेद आणि जाहिरात करून वस्तूची मागणी वाढविणे हा असतो.

उत्पादनखर्चामुळे आर्थिक कल्याणात वाढ होते. राष्ट्रीय उत्पन्नात वाढ होते, तर विक्री खर्चामुळे लोकांच्या आर्थिक कल्याणात कोणत्याही प्रकारची वाढ होत नाही. तसेच विक्रीखर्चामुळे वायफळ खर्च होऊन वस्तूंच्या किमती वाढतात असे म्हटले जाते.

बरेचसे खर्च असे आहेत की, ज्यांचा समावेश दोन्हीही प्रकारच्या खर्चात होऊ शकतो. उदा. वस्तूच्या पॅकिंगसाठी सुंदर रंग दिलेल्या प्लॅस्टिकच्या आवरणावर येणारा खर्च दोन्ही प्रकारच्या खर्चात समाविष्ट होईल.

विक्रीखर्च : कारणे : जाहिरातीचे स्वरूप, प्रकार व उद्देश कोणता का असेना, मात्र मक्तेदारीयुक्त स्पर्धेत जाहिरात किंवा विक्रीखर्च करावाच लागतो. त्याशिवाय उत्पादकाचा बाजारपेठेत निभाव लागणार नाही, त्यामुळे विक्रीखर्च हा एकूण उत्पादनखर्चातील महत्त्वाचा खर्च आहे. मक्तेदारीयुक्त स्पर्धेत उत्पादक - विक्रेत्यास वस्तुभेद करण्यास भरपूर वाव असतो. प्रत्येक उत्पादकाची स्वतंत्र धोरणे असतात. उत्पादन प्रक्रियेत नवीन संस्थांना प्रवेश करण्याचे व बाहेर पडण्याचे मुक्त स्वातंत्र्य असते, त्यामुळे प्रत्येक उत्पादक आपला माल खपविण्याची जोरात धडपड अथवा स्पर्धा करत असतो, त्यामुळे मोठ्या प्रमाणात विक्रीखर्च करून आपल्या मालाची मागणी वाढविण्याचा प्रयत्न केला जातो, तसेच विक्रीखर्चाचा मुख्य उद्देश म्हणजे इतरांची मागणी व विक्री कमी करून आपली मागणी वा विक्री वाढविणे हा हेतू असतो.

परिणाम : विक्रीखर्चाचे परिणाम पुढीलप्रमाणे :

१) विक्रीखर्चाचा आणि मागणीचा खूपच जवळचा संबंध आहे. प्रत्येक वेळी

विक्री-खर्चामुळे मागणीत वाढ होईलच असे नाही. विक्रीखर्चाच्या वाढीमुळे एकूण उत्पन्नात वाढ होतेच असे नाही; झालीच तर ती किती प्रमाणात होते हे सांगणे अवघड असते. विक्रीखर्चापेक्षा उत्पन्नात झालेली वाढ जास्त असेल, तर नफ्यात वाढ होते. याउलट, विक्रीखर्चापेक्षा बदललेले उत्पन्न कमी असेल, तर तोटा होतो व हे दोन्हीही सारखेच असतील तर विक्रीखर्चाचा काहीही परिणाम झाला नाही असे म्हटले जाते, परंतु सर्वसाधारणपणे असे दिसून येते की, विक्रीखर्चामुळे उत्पादकाच्या वस्तूंच्या मागणीत वाढ होऊ शकते. अल्पकाळात केल्या जाणाऱ्या विक्रीखर्चामुळे मागणी अधिक वाढते, कारण जाहिरातीच्या आकर्षणामुळे मागणी वाढते, मात्र दीर्घकाळात विक्रीखर्चात मोठ्या प्रमाणावर वाढ झाली, तरीही मागणीत लक्षणीय वाढ घडून येत नाही.

२) मक्तेदारीयुक्त स्पर्धेत वस्तूचा एकूण खर्च विक्रीखर्चामुळे वाढतो. त्यामुळे सरासरी खर्चही वाढतो. मक्तेदारीयुक्त स्पर्धेत विक्रीखर्च आवश्यक असल्याने एकूण सरासरी खर्चात वाढ होते, त्यामुळे वस्तूची किंमत वाढवावी लागते, मात्र ती अधिक प्रमाणात वाढवून चालत नाही, कारण बाजारातील इतर स्पर्धकांचा विचार करावा लागतो. जाहिरात करून वस्तूची मागणी वाढवून वस्तूची किंमत कमी करता येते. वस्तूचे उत्पादन वाढल्याने विक्रीखर्च अनेक नगांवर विभागून सरासरी खर्चात घट होते, त्यामुळे किंमत कमी करून मक्तेदारीयुक्त स्पर्धेतील विक्रेत्याला जादा नफा मिळविता येतो. थोडक्यात, विक्रीखर्चामुळे वस्तूचा एकूण खर्च वाढतो, त्यामुळे वस्तू महाग होतात, कारण विक्री खर्चाची रक्कम ग्राहकांकडूनच वसूल केली जाते.

थोडक्यात, मक्तेदारीयुक्त स्पर्धेत विक्रीखर्च अपरिहार्य असतो, तसेच विक्रीखर्चामुळे उत्पादनखर्चात वाढ होते व विक्रीखर्चामुळे उत्पादकाचा निव्वळ नफा घटतो. विक्रीखर्च हा संपत्तीचा अपव्यय समजला जातो. काही वेळा खोट्या आणि फसव्या जाहिरातींमुळे ग्राहकांची फसवणूक होते. हलक्या, कमी प्रतीच्या वस्तू, उच्च गुणवत्तेचा आभास निर्माण करून जास्त किमतीला विकल्या जातात. विक्रीखर्चाचे असे परिणाम असले, तरी आधुनिक काळात प्रत्येक देशातील बाजारपेठेत जाहिरातखर्च अथवा विक्रीखर्च प्रचंड प्रमाणात वाढत असल्याचे दिसून येते.

७.६ अतिरिक्त क्षमता (Excess Capacity)

मक्तेदारीयुक्त स्पर्धेत अतिरिक्त क्षमता निर्माण होते असे अनेक अर्थशास्त्रज्ञांनी मत मांडले आहे. अतिरिक्त उत्पादनक्षमतेच्या संकल्पनेचा पुरस्कार प्रा. चेंबरलीन व श्रीमती जोन रॉबिन्सन यांनी केला आहे, परंतु त्या अगोदर प्रो. विकसेल, प्रो. कुर्नो, प्रो. श्राफा इत्यादींनी सुद्धा अतिरिक्त क्षमतेची रूपरेषा दिलेली आहे.

अतिरिक्त क्षमता म्हणजे 'दीर्घकाळात पर्याप्त उत्पादनापेक्षा प्रत्यक्ष उत्पादन कमी

असताना दोन्ही उत्पादनांत असलेले अंतर होय.' याबाबत प्रो. बॉबर यांनी असे स्पष्ट केले की, 'मक्तेदारीयुक्त स्पर्धेत आपणास अनेक उद्योगसंस्था अशा दिसतात की ज्या उत्पादनक्षमतेपेक्षा कमी उत्पादन करतात व पूर्ण स्पर्धेपेक्षा जास्त किंमत आकारतात, तसेच त्या आपल्या जाहिरातबाजीचा अशा रीतीने वापर करतात की, आपले ग्राहक कायम राहतील आणि दुसऱ्याकडील ग्राहक ओढले जातील.'

थोडक्यात, मक्तेदारीयुक्त स्पर्धेतील उत्पादनसंस्थेचे प्रत्यक्षातील उत्पादन सामाजिक दृष्ट्या आदर्श उत्पादनापेक्षा जितके कमी असते, त्यावरून न वापरलेल्या स्थितीत पडून राहणारी जादा अथवा अतिरिक्त क्षमता मोजली जाते.

मक्तेदारीयुक्त स्पर्धेत अतिरिक्त उत्पादनक्षमता निर्मिती पुढील आकृतीच्या साहाय्याने स्पष्ट करता येते.

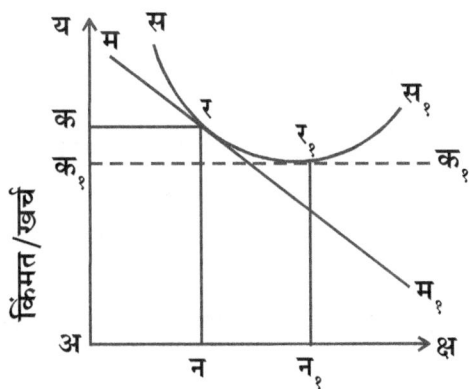

आकृती ७.८ : उत्पादन / वस्तूचे परिमाण

आकृती ७.८ मध्ये **अक्ष** अक्षावर उत्पादन आणि **अय** अक्षावर किंमत / खर्च दर्शविलेला आहे. **सस$_{१}$** हा सरासरी खर्च वक्र आहे. **मम$_{१}$** उत्पादनसंस्थेच्या उत्पादनाच्या मागणीचा मक्तेदारीयुक्त स्पर्धेतील मागणीवक्र आहे. **क$_{१}$ क$_{१}$** हा उत्पादनसंस्था पूर्ण स्पर्धेच्या स्थितीत असताना पूर्ण स्पर्धेतील असू शकणारा मागणीवक्र आहे.

मक्तेदारीयुक्त स्पर्धेच्या स्थितीत समूहाचे अथवा उत्पादनसंस्थेचे दीर्घकालीन संतुलन **र** बिंदूच्या ठिकाणी **अन** या उत्पादनास दर्शविलेले आहे, कारण या उत्पादनास मागणीवक्र सरासरी खर्चाच्या वक्रास स्पर्श करतो व असामान्य नफ्याची स्थिती अन याच उत्पादनास होते, परंतु **अन** हे उत्पादन **अन$_{१}$** उत्पादनक्षमतेपेक्षा कमी आहे. **अन$_{१}$** उत्पादनक्षमता असण्याचे कारण या उत्पादनास उत्पादनाचा खर्च कमी आहे. परंतु, मक्तेदारीयुक्त स्पर्धेत उत्पादनसंस्था फक्त **अन** इतकेच उत्पादन करीत असते, म्हणजेच **अन$_{१}$** या उत्पादनाइतकीच अतिरिक्त क्षमता निर्माण होते हे स्पष्ट होते.

अतिरिक्त क्षमता निर्माण होण्याचे कारण म्हणजे मागणीवक्र हा ऋणात्मक उताराचा आहे. मागणीवक्र ऋणात्मक उताराचा असल्यामुळे तो U आकाराच्या सरासरी खर्चाच्या वक्रास त्याच्या न्यूनतम बिंदूत स्पर्श करण्याऐवजी न्यूनतम बिंदूच्या डाव्या बाजूस स्पर्श करीत असतो, म्हणूनच मक्तेदारीयुक्त स्पर्धेच्या स्थितीत अतिरिक्त क्षमता निर्माण होत असते आणि मागणीवक्रास जितका जास्त ऋणात्मक उतार असेल, तेवढीच जास्त अतिरिक्त क्षमता निर्माण होते.

मक्तेदारीयुक्त स्पर्धेत निर्माण होणारी अतिरिक्त उत्पादनक्षमतेची वरील कारणमीमांसा किंमत उत्पादन स्थितीतील आहे, परंतु अतिरिक्त उत्पादनक्षमता निर्माण होण्यास वस्तुभेद हे सुद्धा एक कारण आहे, असे चेंबरलीन यांचे मत होते. वस्तुभेदामुळेच उत्पादनसंस्थेच्या वस्तूसाठी असणाऱ्या मागणीवक्रास ऋणात्मक असा उतार प्राप्त होतो आणि वस्तूच्या उत्पादनात अतिरिक्त क्षमता निर्माण होते, तसेच चेंबरलीन यांचे मते, अतिरिक्त क्षमता निर्माण होण्याचे खरे कारण म्हणजे, उत्पादनसंस्था मक्तेदारीयुक्त स्पर्धेत किंमत कमी करण्याची स्पर्धा करीत नाहीत, त्यामुळे अतिरिक्त क्षमता निर्माण होते असते. चेंबरलीन यांच्या मते, **किंमत स्पर्धेत अभाव असण्याची कारणे म्हणजे :**

अ) उत्पादक हे उत्पादनसंस्था उत्पादनसंस्थांना कार्य करता यावे या उद्देशाने वस्तूची किंमत कमी करीत नाहीत, त्याऐवजी उत्पादन कमी करून बिगर किंमत स्पर्धेद्वारे स्वत:च्या वस्तूची मागणी वाढविण्याचा प्रयत्न करतात.

ब) संघटना असल्यास त्या संघटनांमध्ये सदस्य असणाऱ्या उत्पादनसंस्था किंमत कमी करण्याची स्पर्धा करीत नाहीत.

क) जर व्यापारात किंमत स्थिर ठेवण्याची प्रथा असेल, तर ती प्रथा मोडून व्यापारात किंमत युद्ध सुरू करू इच्छित नाही व त्यामुळे किंमत स्थिर राहते.

ड) व्यावसायिक शिस्त पाळण्यासाठी उत्पादनसंस्था किंमत कमी करून स्पर्धा कमी करणे टाळतात.

इ) उत्पादनसंस्था उघडपणे किंमत कमी करण्याऐवजी ग्राहकांना निरनिराळ्या प्रकारच्या सवलती देणे अधिक पसंत करतात.

ई) वस्तूची किंमत कमी केली, तर ग्राहकांना वस्तू हलक्या प्रतीच्या वाटतील, त्यासाठी किंमत कमी करण्याचे कटाक्षाने टाळले जाते.

या सर्व कारणांमुळे किमतीद्वारे होणाऱ्या स्पर्धेचा अभाव मक्तेदारीयुक्त स्पर्धेत निर्माण होतो आणि त्याचा परिणाम उत्पादनसंस्था उत्पादनात वस्तुभेद अथवा विक्रीखर्चाच्या मार्गावर खर्च करतात आणि त्याचा परिणाम प्रत्येक उत्पादन संस्थेची मागणी परिपूर्णतेपेक्षा कमी लवचीक होते व त्याचा परिणाम म्हणून अतिरिक्त क्षमता निर्माण होत असते आणि दीर्घकाळात ती कायम राहते.

७.७ अल्पविक्रेताधिकार (Oligopoly)

अपूर्ण स्पर्धा असलेल्या बाजारात अल्पविक्रेताधिकार हा एक महत्त्वाचा प्रकार आहे. अल्पविक्रेताधिकाराला 'अल्पाधिकार' असेही म्हटले जाते. Oligo या शब्दाचा अर्थ अल्पसंख्य, तर Pol या शब्दाचा अर्थ विक्रेते असा आहे. म्हणजेच अल्पसंख्याक विक्रेते (Oligopol) असा होतो. अल्पविक्रेताधिकाराच्या सिद्धान्ताचा सर्वप्रथम विकास फ्रेंच अर्थशास्त्रज्ञ कुर्नो यांनी १८३८ मध्ये द्वयाधिकाराच्या संदर्भात केला. १८८० पर्यंत या सिद्धान्ताकडे जवळजवळ दुर्लक्ष झाल्याचे दिसून येते. १८९७ मध्ये एन.टी.बेकन (N.T.Bacon) यांनी या सिद्धान्ताचे इंग्रजीत भाषांतर केले, मात्र तरीही १९३० पर्यंत अल्पाधिकारावर संशोधन झाले नाही. इ.स. १९३३ मध्ये प्रा. चेंबरलीन व श्रीमती रॉबिन्सन यांनी या विचारास चालना दिली. त्यानंतर अनेकांनी वेगवेगळे विश्लेषण केले. अल्पविक्रेताधिकाराच्या योगदानात प्रो. एडवर्थ, विल्यम फेलनर, Fritz Machlup, Paul M. Sweezy, Bertrand, K.W. Rothschild, Baumol, Newman इत्यादींचा समावेश होतो. अल्पविक्रेताधिकाराचे एकत्रित विश्लेषण देता येत नाही, कारण प्रत्येक अर्थशास्त्रज्ञाने आपले वेगवेगळे विश्लेषण मांडले आहे. या सर्व विश्लेषणाचे एकत्रिकरण करून अल्पविक्रेताधिकाराचा एकमेव सिद्धान्त मांडणे अशक्य आहे. अल्पविक्रेताधिकाराची बाजारपेठ अस्तित्वात असल्याने अल्पाधिकार बाजारपेठेची संकल्पना आणि मूलभूत बाजाराचे स्वरूप पाहणे उपयुक्त ठरेल.

अल्पविक्रेताधिकार बाजारपेठेची संकल्पना

अल्पविक्रेताधिकार बाजारालाच अल्पाधिकार बाजार, मर्यादित स्वरूपाचा बाजार, बहुविध एकाधिकार असेही म्हटले जाते. अल्पविक्रेताधिकाराची संकल्पना अधिक स्पष्ट होण्यासाठी तिच्या व्याख्या पाहणे महत्त्वाचे आहे.

प्रो. जॉर्ज स्टिगलर यांच्या मते, अल्पविक्रेताधिकार म्हणजे अशी परिस्थिती असते की, ज्यामध्ये एखादी व्यवसायसंस्था आपली बाजारनीती काही जवळच्या प्रतिस्पर्ध्याच्या प्रत्यक्ष व्यवहारात स्थापन करते.

प्रा. स्टोनियर व प्रा. हेग यांच्या मते, 'जेथे काही थोडेच विक्रेते अस्तित्वात असतात, तेथे अल्पविक्रेताधिकार बाजार निर्माण होतो.'

प्रा. हॅवमन व प्रा. नॉक यांच्या मते, 'थोडे विक्रेते म्हणजे अल्पविक्रेताधिकाराची बाजारपेठ होय.'

'अल्पविक्रेताधिकार पूर्ण स्पर्धेचे असे स्वरूप आहे की, ज्यामध्ये थोड्याच व्यवसाय संस्था बाजारात असतात आणि त्यांनी निर्माण केलेली वस्तू इतकी एकजिनसी स्वरूपाची

असते की, जवळजवळ समान असते पण पूर्ण समान नसते. यालाच अल्पविक्रेताधिकार म्हणतात.'

यावरून असे स्पष्ट होते की, अल्पविक्रेताधिकार बाजारपेठ ज्या बाजारात मोजकेच उत्पादक अथवा विक्रेते स्पर्धा करतात, ती बाजारपेठ होय. अथवा ज्या बाजारात काही मोजकेच उत्पादक अथवा विक्रेते असतात त्या बाजारपेठेस अल्पविक्रेताधिकार बाजारपेठ असे म्हणतात. उदा. भारतात लोह-पोलाद, रासायनिक खते, ॲल्युमिनियम, मोटारी, टायर्स, दुचाकी, तीन चाकी वाहने इत्यादींची बाजारपेठ ही अल्पविक्रेताधिकाराची बाजारपेठ होय.

७.७.१ बाजाराचे मूलभूत स्वरूप (Basic Market Structure)

प्रत्यक्ष बाजारपेठ ही मक्तेदारीयुक्त स्पर्धेची असते. अल्पविक्रेताधिकाराची बाजारपेठ ही मक्तेदारीयुक्त स्पर्धेचा महत्त्वाचा प्रकार मानला जातो. या अल्पविक्रेताधिकाराच्या बाजाराचे स्वरूप पुढीलप्रमाणे सांगता येते -

अल्पविक्रेताधिकार बाजारपेठेत काही थोड्या उत्पादनसंस्था एकजिनसी वस्तूंचे उत्पादन करतात. त्यांचा आकारही मोठा असतो. त्यांचे बाजारावर नियंत्रण असते. एक उत्पादनसंस्था उत्पादनावर अथवा किमतीवर अथवा दोन्हींवर परिणाम करते. उदा. अल्पविक्रेताधिकारात व्यवसायसंस्थेवर हा परिणाम १/६ राहील. म्हणजे अल्पविक्रेताधिकारात प्रत्येक व्यवसायसंस्थेत किंमत अथवा उत्पादनधोरण निश्चित करताना इतर व्यवसायसंस्थांद्वारे व्यक्त केल्या जाणाऱ्या प्रतिक्रियेवर तसेच इतर व्यवसाय संस्थांद्वारे अमलात आणलेल्या किंमत धोरणावर अवलंबून असते.

अल्पविक्रेताधिकारात अनेकदा व्यवसायसंस्थांद्वारे वस्तूच्या किमतीत स्थिरता राखली जाते. व्यवसायसंस्था वस्तूची किंमत कमी करून स्पर्धा करण्याऐवजी किंमत कायम ठेवणे पसंत करतात, परंतु काही व्यवसायसंस्था वस्तुभेद अथवा विक्रीखर्चाचा अवलंब करून आपल्या विक्रीत वाढ करीत असतात.

अल्पविक्रेताधिकार बाजारपेठेत काही ठरावीक उत्पादनसंस्था असतात. जेव्हा आपण बाजारात चार उत्पादनसंस्था, सहा उत्पादनसंस्था असे म्हणतो तेव्हा हा बाजार काही उत्पादनसंस्थांच्याच नियंत्रणात असतो. या बाजारात उद्योगसंस्थांच्या परस्परावलंबित्वामुळे अनिश्चिततेचे वातावरण असते, तसेच किंमतविषयक धोरणाचे परिणाम कोणत्याही उत्पादनसंस्थेला माहीत नसतात. अल्पविक्रेताधिकार बाजारपेठेत किमतीचे धोरण एकच ठरविले जाते. उत्पादनसंस्था किमतीवर नियंत्रण ठेवू शकतात. त्यामुळे या बाजारपेठेत किमती ताठर असतात.

या बाजारपेठेत प्रत्येक उत्पादनसंस्था अधिक मोठे होण्याचा प्रयत्न करते. तसेच

मोठी बाजारपेठ मिळविण्याचा प्रयत्न करते. त्यामुळे गळेकापू स्पर्धा निर्माण होते, त्यामुळे ग्राहकांना आकर्षित करण्यासाठी किंमतकपातीचे धोरण ठरविले, तर नफ्याची पातळी घटते, त्यामुळे उद्योगसंस्था एकमेकांशी संगनमत करतात आणि नफा मिळविण्याचा प्रयत्न करतात, परंतु नफा मिळविणे अथवा बाजारपेठ काबीज करण्यासाठी त्यांच्यात संघर्ष होतात; म्हणजे बाजारात परस्परविरोधी प्रवृत्ती दिसून येते.

या बाजारात आपली वस्तू इतरांपेक्षा कशी चांगली आहे, हे पटवून देण्याचा प्रयत्न जाहिरातीद्वारे केला जातो. उदा. टूथपेस्ट, साबण, सिमेंट कंपन्या यांच्या जाहिराती पाहिल्यास हे दिसून येते.

अल्पविक्रेताधिकाराच्या बाजारात प्रत्येक उत्पादनसंस्थेची वस्तू वेगळी असल्याने प्रत्येक उत्पादक मागणीच्या काही भागावर अधिकार प्राप्त करतो. अल्पाधिकाराच्या परिस्थितीत प्रत्येक उत्पादनसंस्था आपल्या उत्पादनापुरती मक्तेदार ठरते. अशावेळी उत्पादनसंस्था आपल्या इच्छेप्रमाणे उत्पादन आणि किंमत ठरविते; म्हणजे बाजारपेठेत मक्तेदारीचा अंश दिसून येतो.

अल्पविक्रेताधिकार बाजारपेठेत विक्रेते अल्प असतात. त्यांच्यात स्पर्धा असते. नवीन उद्योगांच्या प्रवेशावर बंधने असतात; असे मूलभूत स्वरूप दिसून येते.

अल्पविक्रेताधिकार बाजारपेठेचा आधार म्हणजे या बाजारात प्रवेश दुर्लभ असतो, कारण नव्या व्यवसायसंस्थांना उत्पादनक्षेत्रात प्रवेश करणे कठीण असते, कारण या बाजारात वस्तुभेद केला तरी ग्राहकांना ठरावीक व्यवसायसंस्थांच्या उत्पादनाचीच सवय लागलेली असते, तसेच विशिष्ट प्रकारच्या ब्रँडवर उपभोक्त्यांची श्रद्धा असते.

तसेच या बाजारात प्रवेश करावयाचा झाल्यास खूप मोठे उत्पादन करावे लागते व त्यासाठी खूप मोठी गुंतवणूक करावी लागते, त्यासाठी नव्या संस्था एवढी मोठी गुंतवणूक करण्यास तयार नसतात. त्याचप्रमाणे कच्च्या मालाच्या पुरवठ्यावरील नियंत्रणामुळे असणाऱ्या व्यवसायसंस्थांना खर्चाच्या दृष्टीने मिळणारा फायदा हा नव्या व्यवसायसंस्थांना प्रवेशास अडथळा ठरतो.

अस्तित्वात असलेल्या व्यवसायसंस्था या नव्या व्यवसायसंस्थांना अडथळे निर्माण करण्याचे प्रकार दिसून येतात. तसेच औद्योगिक परवाना घेण्यासाठी अनेक जाचक अटींची पूर्तता करावी लागत असल्याने नव्या व्यवसायसंस्थांना या बाजारात प्रवेश करणे अवघड बनते.

७.७.२ संगनमत नसलेला अल्पविक्रेताधिकार (Non-Collusive Oligopoly)

प्रो. फ्रीज मॅचल्प यांच्या मते, जेव्हा उद्योगांत किंवा उत्पादनसंस्थेचे संगनमत नसून त्यांच्यात गळेकापू स्पर्धा (Cut-throat competition) असते अथवा स्वतंत्र व्यवहार

करण्याची प्रवृत्ती असते, तेव्हा असलेल्या अल्पविक्रेताधिकारास विनासंगनमताचा अथवा संगनमत नसलेला अल्पविक्रेताधिकार असे म्हणतात.

उत्पादनसंस्था वस्तुभेद अथवा विक्रीखर्चाचा अवलंब करून आपली विक्री वाढवितात. संगनमत नसलेल्या अल्पविक्रेताधिकारातील उत्पादनसंस्था स्वतंत्र राहण्याची कारणे म्हणजे वस्तुभेदाचा वापर झालेला असेल, तर प्रत्येक व्यवसायसंस्थेच्या वस्तूसाठी ग्राहकाचे विशिष्ट स्थान निर्माण झालेले असते व त्यामुळे व्यवसायसंस्थांना एकत्रित येण्याची गरज भासत नाही, कारण त्यांच्यात किंमतस्पर्धा होऊ शकत नाही.

उत्पादनसंस्थांची संख्या जर अधिक असेल, तर अशा परिस्थितीत या सर्व संस्था एकत्रित येणे अशक्य असते आणि एकत्र येणे शक्य नसल्याने त्यांचे किंमतधोरण स्वतंत्र राहते.

देशात मक्तेदारीविरोधी कायदे असल्यास व्यवसायसंस्थांना एकत्रित येणे कायद्याच्या दृष्टीने अशक्य असते व त्यामुळे व्यवसायसंस्था स्वतंत्र राहतात, तसेच वैयक्तिक कर्तृत्वाला वाव मिळून नफा वाढावा या उद्देशाने अनेक व्यवसायसंस्था संघटनेत समाविष्ट होत नाहीत.

किंमतयुद्ध : आपल्या वस्तूची विक्री वाढावी, म्हणून विक्रेता किंमत कमी करतो. त्याला शह देण्यासाठी दुसरा विक्रेतासुद्धा आपल्या वस्तूची किंमत कमी करतो. पुन्हा पहिला विक्रेता आपल्या वस्तूची किंमत कमी करतो, पुन्हा त्याला शह देण्यासाठी दुसरा आपल्या वस्तूची किंमत कमी करतो. ही स्पर्धा अल्पविक्रेताधिकार बाजारात पसरते, त्याला किंमतयुद्ध असे म्हटले जाते. ते आकृतीच्या साहाय्याने पुढीलप्रमाणे स्पष्ट करता येते.

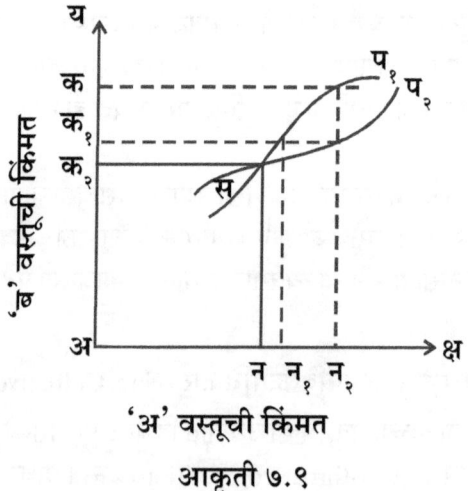

आकृती ७.९

आकृती ७.९ मध्ये **'क्ष'** अक्षावर **'अ'** वस्तूची किंमत आणि **'य'** अक्षावर **'ब'** वस्तूची किंमत दर्शविलेली आहे. बाजारपेठेत **'अ'** आणि **'ब'** हे दोन विक्रेते आहेत. **'प$_१$'** हा प्रतिक्रिया वक्र Reaction Curve **'ब'** विक्रेत्याद्वारे केल्या जाणाऱ्या किंमत बदलाच्या संबंधी **'अ'** विक्रेत्याद्वारे प्रतिक्रियेच्यारूपाने किंमत आकारली जाईल. तो दर्शवितो तसेच **'प$_२$'** हा **अ** विक्रेत्याद्वारे केलेल्या किंमत बदलाशी संबंधित अशी व विक्रेत्याची प्रतिक्रिया दाखविणारा वक्र आहे. जर **'अ'** विक्रेत्याद्वारे **अन** किमतीला प्रतिकार म्हणून **'ब'** विक्रेता आपल्या वस्तूची किंमत **'अक'** पासून **'अक$_१$'** पर्यंत कमी करेल तर **अक$_१$** किमतीला प्रत्युत्तर म्हणून **'अ'** विक्रेता आपल्या वस्तूची किंमत **अन$_१$** पर्यंत कमी करेल. विक्रेत्याचे हे किंमतयुद्ध वस्तूची किंमत **'स'** बिंदूत येईपर्यंत सुरू राहील. **'स'** बिंदूत किंमत आल्यावर दोन्ही विक्रेत्यांमध्ये संतुलनाची स्थिती निर्माण होईल व त्यामुळे या किमतीपेक्षा कमी किंमत आकारण्यास कोणताही विक्रेता तयार होणार नाही. परंतु, ही किंमत एखाद्या विक्रेत्याच्या सरासरी खर्चापेक्षा कमी असेल, तर असा विक्रेता उद्योगातून बाहेर जाईल व शिल्लक राहणाऱ्याचा एकाधिकार निर्माण होईल. परंतु, अशा संतुलन किमतीस दोन्ही विक्रेत्यांना अतिरिक्त नफा मिळत असेल, तर अशा स्थितीत बाजारात नवीन स्पर्धक येऊ लागतील व पुन्हा किंमतयुद्ध सुरू होईल अथवा एकाधिकारयुक्त स्पर्धेप्रमाणे संतुलन निर्माण होईल.

किंमत स्थैर्य अथवा परिदृढता किंवा ताठरता (Price Rigidity)

अल्पविक्रेताधिकारात किंमतयुद्ध नसेल तर किंमत स्थैर्य अथवा किंमत परिदृढता असते; म्हणजे वस्तूची किंमत दीर्घकाळपर्यंत स्थिर ठेवणे होय. वस्तूची किंमत वस्तूच्या उत्पादनखर्चात अथवा मागणीत बदल झाला, तरीही बदलत नाही, कारण उद्योगात असणाऱ्या व्यवसायसंस्थांमध्ये वस्तूची किंमत कायम ठेवण्याची प्रवृत्ती असते. त्याची कारणे पुढीलप्रमाणे :

अ) किंमतयुद्धामुळे अनिश्चितता असते आणि ते चुकविण्यासाठी विक्रेता किंमतस्थैर्य ठेवतो.

ब) व्यवसायसंस्थांनी वेगवेगळी किंमत आकारली तर पुन्हा नवीन किंमत शोधण्याच्या अनिश्चिततांना तोंड देण्यासाठी व्यवसायसंस्थांना तयार रहावे लागते. या सर्व त्रासांना चुकविण्यासाठी व्यवसायसंस्था किमतीत बदल करण्यास तयार नसतात.

क) वस्तुभेद व विक्रीखर्चाचा वापर करून उत्पादक आपले विक्री परिमाण वाढवू शकतात, मात्र विक्री परिमाण किमती बदलवून वाढू शकतात. परंतु, किमती

बदलण्यात अडचणी असल्यामुळे उत्पादनसंस्था बिगर किंमत स्पर्धेचा वापर करतात; परिणामत: वस्तूची किंमत स्थिर राहते.

ड) वस्तूची प्रचलित किंमत ग्राहकांना परवडणारी असेल, तर अशा स्थितीत उत्पादनसंस्था किंमत वाढवून ग्राहकांना दुखवू इच्छित नाही, तसेच प्रचलित किमतीपेक्षा कमी किंमत आकारून ग्राहकांच्या मनात वस्तूची प्रत खालावली असावी हा गैरसमज व्यवसायसंस्था निर्माण करू इच्छित नसल्याने वस्तूची किंमत स्थिर राहते.

इ) प्रचलित किमतीस नवीन व्यवसायसंस्था प्रवेशात अडथळा येत असल्यास व्यवसायसंस्था वस्तूची किंमत स्थिर ठेवण्याचा प्रयत्न करतात.

ई) बाकदार मागणीवक्रामुळे किंमतस्थैर्य निर्माण होते.

उ) व्यवसायसंस्था किंमतस्पर्धा टाळण्याचा प्रयत्न करतात, अशा प्रकारे किंमत-स्थैर्याची कारणे सांगता येतात.

७.७.३ अल्पविक्रेताधिकाराचे कुर्नोचे प्रारूप / निरसन (Cournot Solution)

फ्रेंच अर्थशास्त्रज्ञ ए.ए. कुर्नो यांनी १८३८ मध्ये द्वयाधिकार सिद्धान्त प्रसिद्ध केला. त्याने दोन उद्योगसंस्था किती उत्पादन करतील याचे विश्लेषण केले. दोन्हीही उद्योगसंस्थांचे उत्पादन सारखे (एकजिनसी) आहे. त्याने आपले प्रारूप / प्रतिमान स्पष्ट करण्यासाठी पुढील गोष्टी गृहीत धरल्या आहेत.

गृहीते

१) बाजारपेठेत दोन उद्योगसंस्था / विक्रेते आहेत.

२) त्यांच्याकडील वस्तू उत्पादन एकजिनसी आहे.

३) वस्तू विक्रीसाठी त्यांना उत्पादनखर्च नाही; म्हणजे उत्पादनखर्च शून्य आहे.

४) प्रत्येक विक्रेत्याला मागणीबिंदू माहीत असतो.

५) बाजारातील एकूण मागणी दोनच उत्पादकांमध्ये विभागलेली असते.

६) किंमतबदलाच्या कोणत्याही प्रतिक्रिया परस्परांवर होत नाहीत.

७) ग्राहक अनेक असतात.

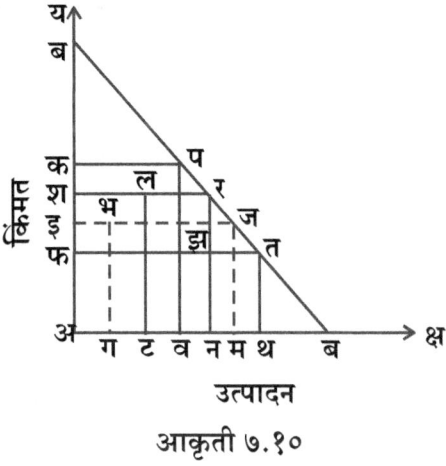

आकृती ७.१०

समजा दोन उत्पादकांचा मागणी वक्र **बब** असून दोघांचेही उत्पादन सारखे आहे. त्यामुळे **अव = वब** म्हणजेच एकूण उत्पादन **अव + वब = अब** असते. आकृतीवरून असे दिसून येते की, बाजारात दोघांच्या एकूण उत्पादनाएवढे म्हणजे **अब** एवढे उत्पादन बाजारात विक्रीस येते, तेव्हा वस्तूची किंमत शून्य असते. उत्पादन **अब** असताना किंमत शून्य असेल, कारण उत्पादकाचा एकूण खर्च शून्य गृहीत धरला आहे, कारण पूर्ण स्पर्धेच्या दीर्घकाळात सरासरी उत्पादन खर्च = सरासरी किंमत असते.

समजा, द्वयाधिकारातील एक उत्पादक सुरुवातीस आपला व्यवसाय सुरू करतो व तो बाजारातील मक्तेदार असतो, तेव्हा त्याचे उत्पादन **अब** इतके असते. जे त्याला महत्तम लाभ मिळवून देते. अशा स्थितीत उत्पादकाला मिळणारी सरासरी किंमत **वप** असते म्हणून त्याचा एकूण नफा **अवपक** एवढा असतो. ह्या उत्पादनाला त्याला मिळणारे उत्पन्न = नफा असतो. अशा परिस्थितीत दुसरा उत्पादक बाजारपेठेत प्रवेश करतो आणि तो त्याला स्पर्धक असतो. नव्याने प्रवेश करणारा उत्पादक हे विचारात घेतो की, पहिला उत्पादक वस्तूचे **अव** एवढे उत्पादन करतो आणि ते एकूण मागणीच्या निम्मे असते. **अव** = $\frac{१}{२}$ **वब**. तो त्याचे उत्पादन पुढे सुद्धा चालू ठेवतो, त्यामुळे नवीन उत्पादकाला मागणीवक्राच्या **पब** एवढा भाग शिल्लक राहतो, त्यामुळे हा उत्पादक एकूण मागणी **वब** असताना त्याच्या निम्मे म्हणजे **वथ** = $\frac{१}{२}$ **वब** उत्पादन करतो, त्यामुळे बाजारातील एकूण उत्पादन **अव + वथ = अथ** असते. परिणामी वस्तूची किंमत **पव** पासून **तथ** पर्यंत कमी होते. दोन्ही उत्पादनांचा एकूण नफा **अ थ त फ** असतो, तो **अवपक** पेक्षा कमी आहे. **अथतफ** ह्या एकूण नफ्यापैकी पहिल्या उत्पादनाचा एकूण नफा **अवझफ**, तर दुसऱ्या उत्पादकाचा एकूण नफा '**वथतझ**' एवढा असतो, त्यामुळे पहिल्या उत्पादकाचा

एकूण नफा **अवपक** पासून **अवझफ** पर्यंत कमी झाला, त्यामुळे पहिला उत्पादक त्या परिस्थितीचा पुनर्विचार करतो व तो असे गृहीत धरतो की, दुसरा उत्पादक आपले **वथ** एवढे उत्पादन चालू ठेवतो, तेव्हा पहिला उत्पादक एकूण उत्पादन **वथ** च्या निम्मे म्हणजे **वट** एवढे उत्पादन $\frac{१}{२}$ **(अब - वट = अट)** करण्याचा विचार करतो. दुसरा उत्पादक त्याचे **वथ** हे उत्पादन चालू ठेवतो, म्हणून तो आपले एकूण उत्पादन **अव** पासून **अट** पर्यंत कमी करतो. अशा रीतीने अर्थव्यवस्थेत पहिल्या उत्पादकाचे **अट** उत्पादन व दुसऱ्या उत्पादकाचे **वथ** उत्पादन चालू राहते, त्यामुळे एकूण उत्पादन **अट + वथ = अन** असते, तेव्हा वस्तूची सरासरी किंमत **नर** असते व एकूण नफा **'वनरश'** असतो. **वनरश** या एकूण नफ्यापैकी पहिल्या **अवझफ** पेक्षा जास्त आहे, त्यामुळे दुसऱ्या उत्पादकास असे दिसून येते की, पहिल्या उत्पादकाने आपले उत्पादन **अव** पासून **अट** पर्यंत कमी केले आहे व आपला एकूण नफ्याचा वाटा पहिल्या उत्पादकापेक्षा कमी आहे, त्यामुळे तो या स्थितीचा गंभीर विचार करतो. पहिला उत्पादक आपले उत्पादन तेच **(अट)** चालू ठेवतो. अशा वेळी दुसरा उत्पादक आपला नफा वाढावा, म्हणून तो $\frac{१}{२}$ **टब** एवढे म्हणजे $\frac{१}{२}$ **अब - अट** = $\frac{१}{२}$ **टब** एवढे उत्पादन करतो. अशा प्रकारे दुसरा उत्पादक आपले उत्पादन **टब** एवढे वाढवितो. दुसऱ्या उत्पादकाचे उत्पादन वाढल्यामुळे पहिल्या उत्पादकाचा नफा कमी होतो, त्यामुळे पहिला उत्पादकसुद्धा आपल्या उत्पादनात बदल करण्याचा प्रयत्न करतो व तो आपल्या उत्पादनात वाढ करतो अशावेळी त्याला मिळणारा नफा जास्तीत जास्त असतो. अशाप्रकारे पहिल्या व दुसऱ्या उत्पादकाची जुळवाजुळव सतत चालू राहते.

वरील आकृतीत प्रत्येक उत्पादक हा $\frac{१}{३}$ **अब** एवढे उत्पादन करतो; म्हणजे पहिला उत्पादक **अग** तर दुसरा उत्पादक **गम** उत्पादन करतो. प्रत्येक उत्पादक एकूण उत्पादनाच्या $\frac{१}{३}$ **अब** एवढे उत्पादन करतो, त्यामुळे दोघांचे मिळून उत्पादन $\frac{२}{३}$ **अब** असते. अशा वेळी दोघांनाही मिळणारा एकूण नफा सारखा असतो. उत्पादनातील वाटा सुद्धा सारखा असतो, त्यामुळे आता कोणताही उत्पादक आपल्या उत्पादनात बदल करण्याचा प्रयत्न करत नाही. अशा रीतीने कुर्नोच्या प्रतिमानानुसार द्व्याधिकारात उत्पादनपातळी येथे स्थिर होते.

वरील उदाहरणात दोनच उत्पादकांचा विचार केला, मात्र दोनपेक्षा अधिक उत्पादकांच्या बाबतीतही हीच संकल्पना लागू होते. उदा. तीन उत्पादकांचा विचार केला तर एकूण उत्पादन $\frac{३}{४}$ **अब** असेल, तर प्रत्येकाचा वाटा $\frac{१}{४}$ **अब** असेल. जेव्हा अनेक उत्पादक असतील तेव्हा हेच प्रतिमान पुढीलप्रमाणे मांडता येते $\frac{n}{n+1}$ **अब** **अब** = जास्तीतजास्त उत्पादनाची पातळी. n = उत्पादकांची संख्या. जर ११ उत्पादक

असतील तर प्रत्येकाचे उत्पादन $\frac{11}{11+1}$ **अब** असते. म्हणजेच उत्पादकांची संख्या जेवढी जास्त तेवढा एकूण उत्पादनातील प्रत्येकाचा वाटा कमी होतो व त्याचबरोबर अर्थव्यवस्थेतील वस्तूची किंमत कमी होते.

७.७.४ बर्ट्रण्ड यांचे प्रारूप/ प्रतिमान किंवा निरसन (Bertrand Solution)

फ्रेंच अर्थशास्त्रज्ञ जोसेफ बर्ट्रण्ड यांनी कुर्नोच्या विवेचनावर टीका केली; १८८३ मध्ये त्यांनी द्वयाधिकाराबाबत आपले प्रतिमान मांडले. त्यांची विश्लेषणाची पद्धत जवळजवळ कुर्नोच्या सारखीच होती. फक्त गृहीतामध्ये फरक केलेला आहे. बर्ट्रण्ड यांनी असे गृहीत धरले की, एका उत्पादकाने आपल्या वस्तूची किंमत बदलल्यास प्रतिस्पर्धी उत्पादक किंमत कायम ठेवतो, अशा गृहीताच्या आधारावर उत्पादक आपसात स्पर्धा करतात. त्या स्पर्धेमुळे वस्तूच्या किमतीत सारखी घट होत जाते आणि घटीचा परिणाम म्हणजे शेवटी वस्तूची किंमत वस्तूच्या सरासरी खर्चाबरोबर असते, म्हणजेच अशा स्थितीत निर्माण होणारी वस्तूची किंमत पूर्ण स्पर्धेतील किमतीबरोबर असते आणि उत्पादनाचे परिमाणसुद्धा पूर्ण स्पर्धेतील उत्पादनाबरोबर असते, असे बर्ट्रण्डचे मत होते.

बर्ट्रण्डच्या मते, प्रत्येक उत्पादक आपल्या वस्तूच्या किमती किती कमी करतो याला मर्यादा नसते, परंतु आपल्या वस्तूची किंमत जेथे वस्तूची किंमत आणि उत्पादन खर्च सारखा होतो एवढी कमी करतो. कुर्नोच्या प्रतिमानात उत्पादक विक्रेता वस्तूचा पुरवठा करतो व त्या पुरवठ्याला असलेली वस्तूची किंमत तो स्वीकारतो असे गृहीत धरले आहे, तर बर्ट्रण्डच्या मते, तसे नसते, तर उत्पादक आपल्या वस्तूची किंमत आधी निश्चित करतो व नंतर किती उत्पादन करावे हे ठरवितो. त्यामुळे बर्ट्रण्डला विवेचनात किंमत हा बदलता घटक असतो उत्पादन नाही. याशिवाय कुर्नोच्या प्रतिमानात प्रतिस्पर्ध्याचे उत्पादन स्थिर असते असे मानले आहे. उत्पादक आपल्या उत्पादनात बदल करत नाही असे गृहीत धरले आहे, परंतु बर्ट्रण्डने प्रतिस्पर्धी वस्तूची किंमत स्थिर ठेवतो असे गृहीत धरून विश्लेषण केले आहे.

गृहीते

१) प्रतिस्पर्धी विक्रेत्याच्या किमती स्थिर आहेत.
२) उत्पादकाला त्याच्या वस्तूची बाजारातील मागणी निश्चित माहीत आहे.
३) दोन उत्पादकांनी तयार केलेल्या व विकलेल्या वस्तू ह्या सारख्या असतात.
४) उत्पादनखर्च सारखा असतो, तसेच सीमान्त खर्चसुद्धा स्थिर असतो.
५) उत्पादकाची उत्पादनक्षमता अमर्याद आहे.

तो म्हणतो, बाजारपेठेत समजा **अ** आणि **ब** हे दोन उत्पादक आहेत. त्यातील **अ**

हा बाजारात प्रथम प्रवेश करतो तेव्हा तो बाजारातील मक्तेदार असतो, त्यामुळे वस्तूची किंमत अशी निश्चित करतो की, जास्तीतजास्त नफा मिळेल. जर अशा वेळी **ब** ने बाजारात प्रवेश केला, तर तो **अ** ज्या वस्तूचे उत्पादन करतो त्याच वस्तूचे तो सुद्धा उत्पादन करतो तेव्हा **ब** उत्पादक असे समजतो की, अ आपल्या वस्तूची किंमत थोडी कमी करून संपूर्ण बाजार काबीज करून जास्तीतजास्त नफा मिळवितो. अशा रीतीने **ब** ने कमी केलेल्या किमतीमुळे **अ** च्या वस्तूची मागणी एकदम कमी होते. त्यामुळे **ब** च्या प्रवेशाने **अ** च्या वस्तूंच्या मागणीला धक्का बसतो. त्यामुळे तो आपले किंमतधोरण बदलतो. असा बदल करताना तो असे गृहीत धरतो की, **अ** ने आपल्या वस्तूची किंमत कमी करावी आणि ती **ब** च्या वस्तूच्या किमतीबरोबर करावी, त्यामुळे **ब** च्या ग्राहकांना आपल्याकडे आकर्षित करून घेऊ शकतो.

अथवा तो आपल्या वस्तूची किंमत **ब** आकारीत असलेल्या किमतीपेक्षा कमी आकारू शकतो, त्यामुळे संपूर्ण बाजारावर तो ताबा मिळवू शकतो. त्याला दुसरा मार्ग म्हणजे तो आपल्या वस्तूची किंमत **ब** पेक्षा कमी आकारतो.

अशा रीतीने **अ** च्या डावपेचाला **ब** सुद्धा त्याच पद्धतीने उत्तर देऊ शकतो. ब आपल्या वस्तूची किंमत **अ** च्या किंमतीबरोबर आणून अर्ध्या बाजारावर हक्क प्रस्थापित करू शकतो. अशा रीतीने वस्तूची किंमत कमी करण्याचे हे युद्ध जोपर्यंत वस्तूची किंमत आणि उत्पादनखर्च बरोबर होत नाही, तोपर्यंत चालू राहते.

वस्तूची किंमत आणि उत्पादनखर्च बरोबर झाले की किंमत कमी करून नफा मिळविण्याची पद्धत बंद होते; जर कोणीही किंमत कमी केली, तर त्याच्या उत्पन्नात घट होऊन खर्च जास्त राहील व उत्पादकाला तोटा होईल, तसेच कोणताही उत्पादक किंमत वाढविण्याचा प्रयत्न करणार नाही, कारण स्पर्धक किंमत बदलत नाही आणि जर कोणीही किंमतवाढ केली तर त्याला बाजारातून बाहेर पडावे लागेल. अशा रीतीने जेव्हा उत्पादन खर्च = किंमत असते; आणि त्या पातळीला असलेली किंमत स्थिर असते. कारण कोणताही उत्पादक त्या किमतीपेक्षा कमी किंमत करावयास तयार होत नाही. अशा रीतीने बर्ट्रण्डचे विवेचन प्रतिमान हे द्वयाधिकारातील उत्पादन हे दोन उत्पादकांच्यात सारख्याच प्रमाणात विभागले जाते आणि वस्तूची किंमत सरासरी खर्चाबरोबर असते.

७.८ संगनमत असलेला अल्पविक्रेताधिकार (Collusive Oligopoly)

बाजारातील मोजक्याच संस्था आपापल्यातील स्पर्धा टाळण्यासाठी गुप्त करार करून आपला मर्यादित एकाधिकार प्रस्थापित करतात असा बाजार म्हणजे संगनमत असलेला अल्पविक्रेताधिकार होय.

अल्पविक्रेताधिकार उद्योगात दिसून येणारा हा एक सामान्य प्रकार आहे. या प्रकारात

अल्पविक्रेताधिकारातील विविध उद्योगसंस्था एकत्र येऊन सर्वमान्य डावपेचाचे धोरण आखतात, कारण किंमतयुद्धातून कोणाचाही फायदा होत नाही, हे त्यांना अनुभवास आलेले असते, त्यामुळे त्यांना असे वाटते की, अशा गळेकापू स्पर्धेतून कोणाचेही हित नसते. त्यामुळे ते या निर्णयाला येतात की, अशी स्पर्धा करण्यापेक्षा संगनमत करून सर्वांच्या हिताचे धोरण आखले पाहिजे. त्यातून त्या एकत्र येतात व एक औपचारिक करार करतात व त्यातून ते एक संघ (Cartel) तयार करतात.

७.८.१ विक्रीसंघ किंवा कार्टेल (Cartels)

अल्पविक्रेताधिकारात जेव्हा विक्रेत्यांचे एकमेकांशी पूर्ण संगनमत असते, तेव्हा त्या स्थितीत ट्रस्ट, कार्टेल (संघ किंवा विक्रीसंघ) रिंग, कानेर यासारख्या संस्था तयार होत असतात. या संस्था उत्पादनाच्या परिमाणासंबंधी तसेच वस्तूच्या किमतीसंबंधी निर्णय घेत असतात. या निर्णयाचा असा परिणाम होतो की, किंमतनिश्चिती जवळजवळ एकाधिकाराच्या स्थितीत असलेल्या किंमतनिश्चितीसारखी होत असते. उत्पादनसंस्थांच्या या संगनमताच्या प्रकारांपैकी विक्रीसंघ (कार्टेल) हा प्रकार अधिक प्रचलित स्वरूपाचा आहे. विक्रीसंघ / कार्टेल म्हणजे 'एखाद्या उद्योगातील किंमत आणि उत्पादनाच्या नियंत्रणासाठी त्या उद्योगातील व्यवसायसंस्थांनी केलेला औपचारिक करार होय. अशा स्वतंत्र उत्पादकांचा गट म्हणजे विक्रीसंघ होय.' आंतरराष्ट्रीय बाजारात अनेक विक्रीसंघ कार्यरत आहेत. पेट्रोलियम निर्यातदार देशांचे संघटन OPEC हे अशा प्रकारच्या विक्रीसंघाचे उदाहरण आहे. विक्रीसंघ दोन प्रकारचे असतात. एक म्हणजे केंद्रीकृत; म्हणजे मध्यवर्ती प्रशासनसंस्था व दुसरे बाजार विभागणी करणारे. पहिल्या प्रकारात ज्यात अल्पविक्रेताधिकारातील सर्व उद्योगसंस्था आपल्या उत्पादनाचे व किमतीचे सर्व अधिकार मध्यवर्ती प्रशासन संस्थे (Central Administrative Agency) ला बहाल करतात. अशा प्रकारच्या संघाला 'परिपूर्ण संघ' असे म्हणतात. अशा प्रकारची मध्यवर्ती यंत्रणा संपूर्ण उद्योगाचे हित आणि प्रत्येक उत्पादकाचे हित लक्षात घेऊन जास्तीतजास्त नफा कसा होईल याचा विचार करते. त्यांच्या करारानुसार झालेला नफा विभागला जातो. प्रत्येक उत्पादकाचा नफा ही मध्यवर्ती यंत्रणा ठरवून देते, तसेच नफा हा उत्पादनाच्या प्रमाणानुसार देण्यात येतो. कधी कधी विक्रीसंघ उत्पादकाने वस्तूचे किती उत्पादन करावे व ते कोणत्या किमतीला विकावे हे ठरवून देते, तसेच ते उत्पादकाचा खर्च कमी कसा करता येईल हे सुद्धा पाहतात. जेव्हा वेगवेगळ्या उद्योगसंस्थांचा सीमान्त खर्च सारखा असतो, तेव्हा त्या उद्योगातील एकूण उत्पादनखर्च कमीतकमी असतो. याउलट सीमान्त खर्च वेगवेगळा असेल, तर एकूण उत्पादनखर्च कमीतकमी राहात नाही.

आकृतीच्या साहाय्याने विक्रीसंघांची संकल्पना स्पष्ट करता येते. समजा, तीन

उद्योगसंस्थांनी करार करून एका विक्रीसंघाची स्थापना केली. असा विक्रीसंघ त्याच्या सभासद उद्योगसंस्थांना जास्तीतजास्त नफा कसा मिळेल याचा विचार करतो; असे गृहीत धरले आहे. असा विक्रीसंघ सर्वप्रथम उद्योगाच्या एकूण मागणीचा विचार करतो, त्यालाच एकूण मागणीवक्र असे म्हणता येते. आकृतीत **मम** हा मागणी वक्र काढला आहे.

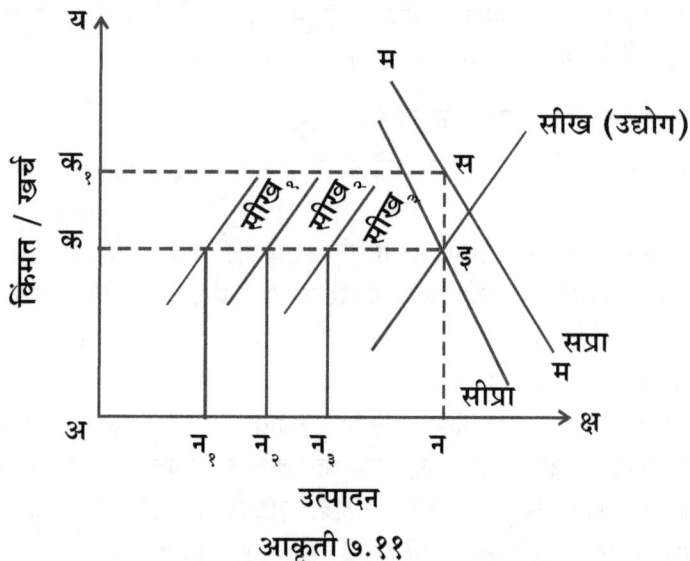

आकृती ७.११

सीमान्त प्राप्तीवक्र हा सीमान्त उत्पादनाचा काढलेला आहे. प्रत्येक उत्पादनसंस्था विक्रीसंघाच्या एकूण उत्पन्नात जी भर टाकते त्यास 'सीमान्त उत्पन्न' म्हणतात. नंतर सीमान्त खर्चवक्र काढावा लागतो. **सीख** (उद्योग) हा संपूर्ण उद्योगाचा खर्च वक्र आहे. उद्योगाचा खर्च किमान राहील अशा प्रकारे एकूण उत्पादनाचे वेगवेगळ्या उत्पादनसंस्थांमध्ये वाटप करावे लागते, त्यासाठी प्रत्येक उत्पादनसंस्थेचा सीमान्त खर्च सारखा राहील अशा रीतीने एकूण उत्पादन नगसंख्येची विभागणी करणे आवश्यक ठरते. एखाद्या उत्पादनसंस्थेचा सीमान्त खर्च अधिक असेल, तर संपूर्ण उद्योगाचा उत्पादनखर्च कमी करण्यासाठी आणि एकूण नफा वाढविण्यासाठी जादा उत्पादनखर्च असणाऱ्या उत्पादनसंस्थेकडून अल्प उत्पादनखर्च असणाऱ्या उत्पादनसंस्थेकडे उत्पादन वळविणे आवश्यक असते. सर्व उत्पादनसंस्थांचा सीमान्त खर्च समान होईपर्यंत उत्पादनाचे फेरवाटप करावे लागेल. प्रत्येक उत्पादनसंस्थेच्या सीमान्त उत्पादनखर्चवक्राची बेरीज करून संपूर्ण उद्योगाचा सीमान्त खर्चवक्र काढता येतो.

आकृतीत तीन उत्पादनसंस्था दर्शविलेल्या आहेत. **$सीख_1$, $सीख_2$, $सीख_3$** हे अनुक्रमे पहिल्या, दुसऱ्या आणि तिसऱ्या उत्पादनसंस्थेचे सीमान्त खर्चवक्र आहेत.

त्यांच्याकडून अनुक्रमे **अन**$_{१}$, **अन**$_{२}$, **अन**$_{३}$ इतके उत्पादन केले जाते. त्याचा उत्पादनखर्च सारखाच असतो म्हणजे **अक** एवढा असतो.

आकृतीत उद्योगाचा सीमान्त उत्पन्नवक्र **सीप्रा** आणि सीमान्त खर्चवक्र **सीख** एकमेकांना छेदतात, तेथे उद्योगाचे उत्पादन विक्रीसंघ निश्चित करतो. आकृतीत हे वक्र (**सीप्रा** व **सीख**) एकमेकांना **'इ'** बिंदूत छेदतात, त्यामुळे उत्पादनाची पातळी **'अन'** निश्चित होते. उद्योगाचे उत्पादन **अन** असते आणि नगसंख्या किंवा उत्पादनाची किंमत **अक**$_{१}$ अथवा **अस** असते हे या मागणीवक्रावरून दिसून येते. **अन** हे एकूण उत्पादन विक्रीसंघ वेगवेगळ्या उत्पादकांच्यामध्ये विभागून देते, त्यामुळे वेगवेगळ्या उद्योगसंस्थांचा खर्च लक्षात येतो. सर्व उत्पादनसंस्थांचा सीमान्त खर्च समान आहे. त्यानुसार उत्पादन विभागले जाते. **'इ'** बिंदूतून **अक्ष** अक्षाला समान्तर रेषा काढल्यावर लक्षात येते. यावरून असे दिसून येते की, **अ** ही उद्योगसंस्था **अन**$_{१}$, **ब** उद्योगसंस्था **अन**$_{२}$ आणि **क** ही उद्योगसंस्था **अन**$_{३}$ एवढे उत्पादन करते आणि या उत्पादन संस्थांचा व **अ ब क** ह्या उद्योगसंस्थेचा उत्पादनखर्च सारखा असतो. त्यामुळे उद्योगाचा एकूण वस्तूचा पुरवठा अथवा उत्पादन **अन**$_{१}$ + **अन**$_{२}$ + **अन**$_{३}$ = **अन** असते. अशा रीतीने उद्योगाचे उत्पादन **अन** असताना वस्तूची किंमत **अक**$_{१}$ असते. तेव्हा विक्रीसंघाचा नफा जास्तीतजास्त असतो.

या प्रकारच्या विक्रीसंघाची वास्तव स्थिती दिसून येत नाही, कारण उद्योगसंस्था सर्वांना मान्य होणारी किंमत स्वीकारतील, मात्र नफा सर्वांमध्ये कसा वाटून घ्यावा या बाबत करार करणार नाहीत, कारण अशी बंधने घालून घेतली जाणार नाहीत.

त्यामुळे उत्पादनाबाबत स्वतंत्र राहणे पसंत करतील. विक्रीसंघातील प्रत्येक उद्योगसंस्थेचा नफा उत्पादनखर्च आणि उत्पादन यावर अवलंबून राहील, तसेच विक्रीसंघाचे सीमान्त उत्पन्न लक्षात घेऊन प्रत्येक उद्योगसंस्था आपला सीमान्त खर्च लक्षात घेऊन किंमतपातळी निश्चित करेल. त्यातून **'अ'** उद्योगसंस्था **अन**$_{१}$, **'ब'** उद्योगसंस्था **अन**$_{२}$ आणि **क** उद्योगसंस्था **अन**$_{३}$ एवढे उत्पादन करेल, कारण वैयक्तिक पातळीवर विक्रीसंघाचे सीमान्त उत्पन्न = सीमान्त खर्च आहे. येथे प्रत्येकजण उत्पादनानुसार नफा मिळवितो. यावरून असे दिसून येते की, **क** या उत्पादसंस्थेचे उत्पादन सर्वांत जास्त असल्यामुळे त्या उद्योगसंस्थेला मिळणारा नफा सर्वांत जास्त आहे, तर **अ** उद्योगसंस्थेचा नफा सर्वांत कमी असतो, कारण त्यांचे उत्पादन सर्वांत कमी असते.

७.८.२ किंमत-उत्पादन निश्चिती (Price-Output Determination)

अल्पविक्रेताधिकारात स्पर्धकांचे आपसातील अनिश्चित वागणे आणि त्यांचे एकमेकांवर अवलंबून असणे त्यामुळे अल्पविक्रेताधिकारात वस्तूची किंमत आणि उत्पादन निश्चितीबाबत अडचणी निर्माण होतात. उद्योगसंस्था या एकमेकांवर अवलंबून असल्यामुळे

मागणीवक्राच्या निश्चितीबाबत अडचण निर्माण होते. एकमेकांवर अवलंबून असणाऱ्या या वैशिष्ट्यामुळे कोणती उद्योगसंस्था आपल्या वस्तूच्या किमतीत किती बदल करेल अथवा स्थिर ठेवेल हे सांगता येत नाही, त्यामुळे एखाद्या उत्पादकाने आपल्या वस्तूच्या किमतीत बदल केला आणि त्याच्या प्रतिस्पर्ध्याने सुद्धा वस्तूच्या किमतीत बदल केला, तर त्याच्या वस्तूच्या मागणीवर काय परिणाम होईल हे सांगता येत नाही. त्यामुळे अल्प-विक्रेताधिकारामध्ये मागणीवक्र निश्चित नसतो, तसेच प्रतिस्पर्ध्याच्या किमतीत होणारा बदल हा अनिश्चित असतो.

उत्पादकाला त्याची मागणी माहीत नसेल, तर अर्थशास्त्रज्ञ अल्पविक्रेताधिकारातील उत्पादकाच्या वस्तूची किंमत आणि उत्पादन यांचे विवेचन करू शकत नाही. पूर्ण स्पर्धा, मक्तेदारी, मक्तेदारीयुक्त स्पर्धेत उद्योगसंस्थेचा मागणीवक्र निश्चित करता येत असल्याने त्यांना सीमान्त खर्च माहीत करता येतो, परंतु अल्पविक्रेताधिकारात हे गृहीत लागू होत नाही, कारण अल्पविक्रेताधिकारात मागणीवक्र माहीत नसल्यामुळे सीमान्त खर्च कळत नाही. जरी आपण अल्पविक्रेताधिकारात महत्तम लाभ हे गृहीत धरले तरी मागणीवक्र हा परावलंबी असल्यामुळे किंमत आणि उत्पादननिश्चिती याचे उत्तर देता येत नाही.

वस्तुभेददर्शीत अल्पविक्रेताधिकारातील किंमत- उत्पादन विश्लेषण : वस्तुभेद अल्पविक्रेताधिकारात उत्पादनसंस्थांची संख्या कमी असल्याने त्यांच्याकडून वस्तुभेद दर्शित वस्तूंचे उत्पादन केले जाते. अशावेळी किंमत निश्चितीबाबत किंमत ही मक्तेदारी पातळीवर राहील आणि दुसरे म्हणजे किंमत स्पर्धा पातळीवर स्थिर होईल.

बाजारपेठेत वस्तुभेद करणाऱ्या दोन उत्पादनसंस्था आहेत असे समजू. अशा वेळी किंमत कमी करून किंमत युद्ध सुरू करण्याचा अवलंब केला जाणार नाही. वस्तुभेद केलेली वस्तू असल्याने उत्पादनसंस्थेकडून एका उत्पादकाने किंमत कमी केल्यास त्याला प्रत्युत्तर म्हणून दुसरा उत्पादक किंमत कमी करण्याचे धोरण स्वीकारणार नाही; कारण बाजारपेठेत वस्तुभेद असल्यामुळे एकाने किंमत वाढविली तरी सर्व उपभोक्ते दुसरीकडे जाण्याची शक्यता नसते, अथवा एकाने किंमत कमी केली तरी दुसरा किंमत कमी करेल असे नाही. वस्तुभेद असल्यामुळे काही उपभोक्त्यांना एखादी वस्तू पसंत असणे आणि इतर उपभोक्त्यांना एखादी वस्तू पसंत न पडणे शक्य असते, त्यामुळे किंमतयुद्धाची शक्यता थोडी कमी होते, तसेच वस्तूची किंमत मक्तेदारी पातळीवर येण्याची शक्यता कमी असते, कारण दोघांकडून एकाच प्रकारची वस्तू विकली जात नसून वेगवेगळ्या प्रकारची अथवा वस्तुभेददर्शीवस्तू विकली जाते. म्हणजेच वस्तू ही वस्तुभेददर्शी स्वरूपाची असल्याने दोन उत्पादनसंस्थांना संगनमत करून करार करणे कठीण असते. वस्तुभेददर्शी असलेल्या द्वयाधिकार बाजारपेठेतील हे विश्लेषण आणि त्यातून निघणारे निष्कर्ष वस्तुभेददर्शी असलेल्या अल्पविक्रेताधिकार बाजारपेठेत लागू करता येतील.

अल्पविक्रेताधिकार बाजारपेठेत प्रत्येक उत्पादनसंस्थेची वस्तू वस्तुभेददर्शी असल्याने प्रत्येक उत्पादकसंस्थेकडे येणारे उपभोक्ते जवळजवळ ठरलेले असतात. अशा वेळी प्रत्येक उत्पादनसंस्था आपल्या उपभोक्त्यांसाठी विशिष्ट स्वरूपाच्या वस्तूंचे उत्पादन करीत राहील. किंमत मक्तेदारी पातळीवर ठरविली जाण्याची शक्यता कमी राहील.

अल्पविक्रेताधिकार बाजारपेठेत किंमतयुद्ध आणि मक्तेदारी किंमत या दोन्हींपैकी किंमतयुद्ध हे अधिक योग्य वाटते. मक्तेदारीयुक्त स्पर्धेत ज्याप्रमाणे किंमत ठरते, त्याचप्रमाणे किंमत ठरण्याची शक्यता असते. पुढील आकृतीच्या साहाय्याने हे स्पष्ट करता येते.

वस्तुभेद नसणाऱ्या अल्पविक्रेताधिकार बाजारपेठेत एका उत्पादनसंस्थेचा समतोल आकृती ७.१२ (अ) मध्ये दर्शविलेला आहे. या बाजारपेठेतील उत्पादनसंस्थांमधील किंमतयुद्धामुळे किंमत **अक**पर्यंत खाली येते. **अक** एवढी किंमत असताना **अन** इतके उत्पादन विकले जाते. सरासरी खर्च हा किमान पातळीवर आहे, त्यामुळे **अन** हे समतोल उत्पादन आहे. या उत्पादनसंस्थेने **अक** पेक्षा अधिक किंमत आकारली तर आणि इतर उत्पादनसंस्थांनी किंमत वाढविली नाही, तर उत्पादनसंस्थेला सर्व ग्राहक गमवावे लागतील. कारण सर्व उत्पादनसंस्थांची वस्तू एकसारखीच आहे, वस्तुभेद केलेला नाही. जर उत्पादनसंस्थेने **अक** पेक्षा कमी किंमत केली तर उत्पादनसंस्थेला सर्वसाधारण नफासुद्धा मिळणार नाही आणि हे उद्योगक्षेत्र सोडून बाहेर पडावे लागेल.

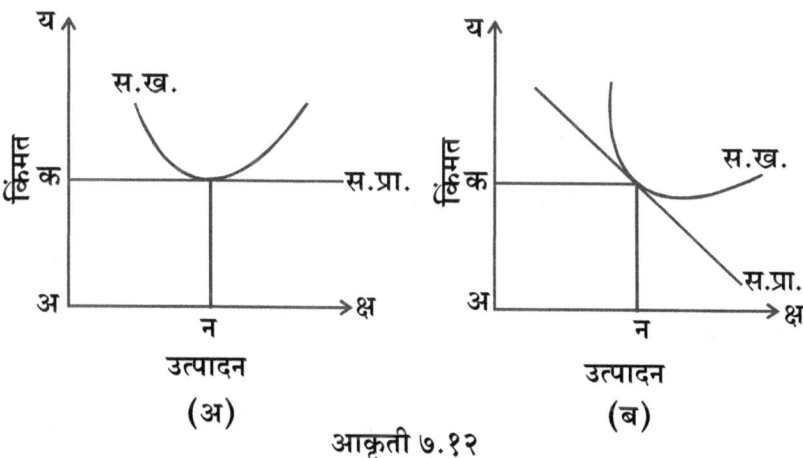

आकृती ७.१२

वस्तुभेद असणाऱ्या अल्पविक्रेताधिकार बाजारपेठेत उत्पादनसंस्थेची समतोल स्थिती आकृती ७.१२ (ब) मध्ये दर्शविलेली आहे. किंमतयुद्ध सुरू झाल्यानंतर किंमत **अक** पर्यंत कमी झालेली आहे. ही उत्पादनसंस्था **अन** उत्पादन विकते आणि सर्वसाधारण नफा त्या संस्थेला मिळतो; जरी या संस्थेला नफा मिळत असला तरी प्रत्यक्षातील उत्पादन

मात्र पर्याप्त उत्पादनापेक्षा कमी आहे, त्यामुळे या उत्पादनसंस्थेची स्थिती मक्तेदारीयुक्त स्पर्धेतील उत्पादनसंस्थेच्या स्थितीसारखी असते. या स्थितीत किंमतयुद्धामुळे सर्वच उत्पादनसंस्थांना हानी सहन करावी लागते. सर्व उत्पादनसंस्थांना सर्वसाधारण नफा मिळतो, त्यामुळे किंमतयुद्ध टाळण्यासाठी संगनमत करून करार करणे त्यांच्या हिताचे असते, परंतु, बाजारपेठेतील उत्पादनसंस्था वस्तुभेद करून वस्तू विकत असल्याने त्यांच्यामध्ये संगनमत होणे किंवा करार केला जाणे कठीण आहे. यावरून असे दिसून येते की, अल्पविक्रेताधिकार बाजारपेठेत किंमत शेवटी मक्तेदारी किंमत आणि किंमत-युद्धातून निश्चित होणारी किंमत या दोन्ही दरम्यान कोठेतरी स्थिर होते.

वस्तुभेद अल्पविक्रेताधिकारात प्रत्यक्षातील किंमत : अल्पविक्रेताधिकार बाजारपेठेत प्रत्येक उत्पादनसंस्था स्वत:चा आणि दुसऱ्याचाही विचार करून धोरण आखण्याचा प्रयत्न करतील, त्यामुळे एक ठरावीक किंमत समाधानकारक आहे असे वाटल्यास अल्पविक्रेताधिकार बाजारपेठेत उत्पादनसंस्था तीच किंमत कायमस्वरूपी मान्य करतील, कारण स्थिर किमतीमुळे बाजारातील अनिश्चितता कमी केली जाईल. अशा रीतीने वस्तुभेद असणाऱ्या अल्पविक्रेताधिकार बाजारातील किंमत ताठरतेचे विश्लेषण करता येते. अशा रीतीने या वस्तुभेद अल्पविक्रेताधिकार बाजारपेठेत स्वतंत्र किंमत निश्चितीमुळे अनिश्चितता, असुरक्षितता व विरोध निर्माण होतो, त्यामुळे असे म्हटले जाते की, अल्पविक्रेताधिकार बाजारपेठेत स्वतंत्र किंमतनिश्चिती अधिक काळ टिकून राहणार नाही, तर त्याऐवजी इतर पद्धतीचा वापर केला जाईल.

७.९ खेळी सिद्धान्त (Game Theory)

प्रा. जे. व्हॉन. न्युमन (Prof. J. Von. Newman) आणि ओ. मॉर्गनस्टर्न (O. Morgenstern) यांनी आपल्या Theory of games and Economic behaviour ह्या त्यांच्या १९४४ मध्ये प्रकाशित झालेल्या पुस्तकात आपला विचार मांडला. अल्प-विक्रेताधिकारात उत्पादकाला आपला स्पर्धक आपण घेतलेल्या निर्णयावर कोणती प्रतिक्रिया व्यक्त करतो, हे लक्षात घेऊन आपला निर्णय घ्यावा लागतो, असे न्युमनचे मत आहे.

मूलभूत संकल्पना (Basic Concepts) : खेळी सिद्धान्तात खेळाडूला त्याच्यासमोर असलेल्या वेगवेगळ्या पर्यायांपैकी एका पर्यायाची निवड करावी लागते, त्यालाच खेळी (strategy) म्हणतात. प्रा. न्युमन आणि मॉर्गनस्टर्न यांनी अल्पविक्रेताधिकारात किंमत निश्चितीचा प्रश्न सोडविण्यासाठी खेळी सिद्धान्ताचा वापर केला. त्यांच्या मते, दोन उत्पादन संस्थांतील स्पर्धा ही बुद्धिबळ अथवा पत्त्याच्या खेळासारखी असते. पत्त्याच्या अथवा बुद्धिबळाच्या खेळात खेळाडूस फक्त आपल्या

चालीचा विचार करावा लागतो असे नाही, तर प्रतिस्पर्ध्याच्या चालीचासुद्धा विचार करावा लागतो, त्यामुळे वस्तुभेद अथवा किमतीत बदल अशा निरनिराळ्या युक्त्यांपैकी कोणती युक्ती वापरावी हे संयोजकास सारासार विचार करून ठरवावे लागते. यातील जाहिरातीची खेळी अनेक प्रकारांत विभागली जाऊ शकते. उदा. जाहिरात ही टी.व्ही., वर्तमानपत्रे, रेडीओ, पोस्टर्स इत्यादींद्वारे केली जाऊ शकते, तसेच वस्तुभेदासाठी वस्तूचे वेष्टन, आकार, वजन, गुणवत्ता इत्यादींत बदल केला जाऊ शकतो. खेळी सिद्धान्तात शेवटी प्रत्येक उत्पादकाचा हेतू बाजारातील त्याच्या उत्पन्नाचा मिळणारा नफा किती असेल हे ठरविणे हा असतो यालाच खेळी सिद्धान्ताचा शेवट असे म्हणतात.

खेळी सिद्धान्ताचे महत्त्वाचे गृहीत म्हणजे खेळी सिद्धान्तातील खेळाडू अथवा अल्पविक्रेताधिकारातील उत्पादक अशा खेळीची निवड करतो की, जास्तीतजास्त फायदा कसा होईल! तसेच तो अशी खेळी करतो की, त्याच्या प्रतिस्पर्ध्याला कमीतकमी नफा कसा होईल! तशाच प्रकारे त्याचा स्पर्धक अशा खेळीची निवड करतो की, त्याच्या स्पर्धकाला कमीतकमी नफा होईल व आपल्याला जास्तीतजास्त नफा मिळेल!

खेळी सिद्धान्त सोडविण्यासाठी असे गृहीत धरले जाते की, खेळातील स्पर्धकाला खेळी माहीत असतात, तसेच प्रतिस्पर्ध्यालासुद्धा तशाच माहीत असतात. खेळलेली खेळी एकाच्या दृष्टीने अनुकूल तर दुसऱ्याच्या दृष्टीने प्रतिकूल असते. म्हणजे एकाचा नफा हा दुसऱ्याचा तोटा असतो, त्यामुळे नफा-तोट्याची बेरीज नेहमीसारखी असते.

७.९ खेळी सिद्धान्त (Game Theory)

अल्पविक्रेताधिकारात ज्यात महत्तम लाभ अथवा उत्पादन हे उद्दिष्ट नसते, अशाच एका प्रतिमानास खेळी सिद्धान्त म्हणतात. प्रा. जे. व्हॉन. न्युमन (Prof. J. Von. Newman) आणि ओ. मॉर्गनस्टर्न (O. Morgenstern) यांनी त्यांच्या The Theory of Games and Economics या पुस्तकात हा सिद्धान्त १९४४ मध्ये मांडला. हा सिद्धान्त फक्त अल्पविक्रेताधिकार बाजारपेठेतच लागू पडतो असे नाही, तर तो विविध आर्थिक प्रश्नांना लागू पडतो.

खेळी सिद्धान्तात अनेक खेळांच्या प्रकारातून योग्य खेळीची / युक्तीची निवड करावी लागते. खेळी म्हणजे खेळाडूने आखलेले धोरण अथवा प्रतिक्रिया होय. खेळाडूसमोर अनेक खेळी असतात. त्यापैकी एकाची निवड करावी लागते. त्या खेळी म्हणजे जाहिरातीत वाढ, वस्तूंच्या किमतीत बदल, उत्पादनातील बदल तसेच जाहिरातीतील बदल या होत.

खेळी सिद्धान्ताप्रमाणे दोन प्रतिस्पर्धी वापरत असणाऱ्या खेळींचे अनेक प्रकार आहेत : त्यात मुख्यत: 'स्थिर बेरीज' खेळी (Constant Sum Game) आणि शून्य

बेरीज खेळी (Zero Sum Game) अधिक प्रचलित आहेत. स्थिर बेरीज खेळी याचा अर्थ दोन प्रतिस्पर्धी असे गृहीत धरणार की, बाजारात त्यांना उपलब्ध असणाऱ्या नफ्याची एकूण बेरीज कायम राहते व त्यामुळे जर एकाचा नफा वाढला, तर दुसऱ्याचा नफा तेवढाच कमी होतो, तर शून्य बेरीज म्हणजे एकास जेवढा नफा होतो, तेवढाच दुसऱ्याचा नफा कमी होतो.

खेळी सिद्धान्तात स्थिर बेरीज खेळीचे उदाहरणाच्या साहाय्याने स्पष्टीकरण करता येते.

गृहीते

१) बाजारपेठेत अ आणि ब हे दोन विक्रेते आहेत आणि बाजारात मिळणाऱ्या नफ्याची बेरीज १० ही स्थिर आहे.

२) प्रत्येक उत्पादकास प्रत्येकी ३ युक्त्या उपलब्ध आहेत आणि प्रत्येकास किती नफा मिळेल हे त्याने वापरलेल्या आणि त्या वेळेस प्रतिस्पर्धी वापरू शकणाऱ्या खेळीवर अवलंबून आहे.

३) अ आणि ब यांना उपलब्ध असलेल्या अनुक्रमे $अ_१$, $अ_२$, $अ_३$ आणि $ब_१$ $ब_२$ $ब_३$ या खेळीचे (१,२, ३ आकडे वापर केला असता) नफा पुढीलप्रमाणे मिळेल अनुक्रमे किंमत घट, वस्तुभेद, विक्रीखर्च या युक्त्यांचे निदर्शक आहेत.

'अ' ला मिळणारा नफा

वापरली जाणारी युक्ती	$ब_१$	$ब_२$	$ब_३$
$अ_१$	१	२	८
$अ_२$	३	४	९
$अ_३$	६	५	७

'ब' ला मिळणारा नफा

वापरली जाणारी युक्ती	$ब_१$	$ब_२$	$ब_३$
$अ_१$	९	८	२
$अ_२$	७	६	१
$अ_३$	४	५	३

ह्या तक्त्यात प्रत्येक प्रतिस्पर्ध्याने विशिष्ट युक्ती किंवा खेळी वापरली असताना त्यास मिळणारा नफा प्रतिस्पर्धी कोणती युक्ती वापरतो यावरून कसा ठरतो, हे दाखविले आहे.

अ उत्पादक **अ**$_१$ ही खेळी (Strategy) वापरत आहे आणि त्या वेळी जर **ब** हा **ब**$_१$ खेळीचा वापर करत असेल तर **अ** ला मिळणारा नफा १ राहतो आणि **ब** ला मिळणारा नफा ९ राहतो. जर **ब** ने **ब**$_१$ ऐवजी **ब**$_३$ खेळी **अ** च्या **अ**$_१$ खेळीला प्रत्त्युतर म्हणून वापरली तर **ब** चा नफा २ राहील. अशा वेळी **अ** अशी खेळी करेल की **ब** चे वाईट होईल; म्हणून कोणतीही खेळी केली तरी त्याचा नफा महत्तम राहील. तक्त्यावरून असे दिसून येते की, जर **अ** ने **अ**$_३$ ही खेळी केली तर त्याला मिळणारा नफा महत्तम लाभ ७ रु. राहील तर कमीतकमी लाभ ५ राहील. **अ**$_१$ आणि **अ**$_२$ खेळी वापरली तरी त्यास मिळणारा नफा ७ रु. पेक्षा जास्त असला तरी तो **ब** द्वारे **ब**$_३$ च्या वापरावर अवलंबून आहे आणि '**ब**' ने जर **ब**$_१$ आणि **ब**$_२$ चा वापर केला तर **अ** ला नफा फक्त १ रु. आणि २ रु. होतो, म्हणून **अ**$_३$ चा वापर केल्यास **अ** ला असे आश्वासन मिळते की, **ब** ने कोणतीही खेळी केली तरी त्यास मिळणारा नफा ५ रु. पेक्षा कमी नसेल आणि **अ** ने **अ**$_३$ वापरले असता **ब** हा **ब**$_२$ याच खेळीचा वापर करेल आणि अशा रीतीने **अ** द्वारे सर्वसाधारण विचार करून वापरली जाणारी खेळी **अ**$_३$ तर **ब** द्वारे **ब**$_२$ असेल. म्हणून ५ संख्येस 'पल्याण बिंदू' Saddle Point असे म्हटले जाते, कारण हा बिंदू स्तंभाच्या आणि ओळीच्या मधील न्यूनतम बिंदूंपैकी सर्वांत जास्त संख्या आहे आणि स्तंभ व ओळीच्या महत्तम संख्यांपैकी सर्वांत लहान संख्या आहे. अशा रीतीने व्यवसायसंस्थेद्वारे जर पल्याणबिंदूची निवड झाली, तर व्यवसाय संस्था संतुलनावस्थेत येतात, असे प्रा. न्यूमन आणि मॉर्गनस्टर्न यांचे मत आहे.

या उदाहरणात **अ** द्वारे **अ**$_३$ चा (विक्री खर्चाचा) आणि **ब** द्वारे **ब**$_२$ चा (वस्तुभेदाचा) वापर केला असता संतुलन निर्माण होते आणि अल्पविक्रेताधिकार स्पर्धेचा प्रश्न सुटतो.

फायदा

१) एकतर व्यवसायसंस्थांद्वारे असे गृहीत धरले जाते की, प्रतिस्पर्धी व्यवसायसंस्थेच्या दृष्टीने वाइटात वाईट खेळी वापरतो आहे.

२) हा सिद्धान्त व्यवसायसंस्थांच्या वर्तणुकीत असलेला परिपूर्ण हितद्वेष स्पष्ट करतो, त्यामुळे खेळी सिद्धान्ताचे विश्लेषण वास्तववादी वाटते.

मर्यादा

१) तीनपेक्षा अधिक व्यवसायसंस्थांचे विश्लेषण करणे आवश्यक आहे.

२) व्यवसायसंस्थेच्या अनेक खेळी / व्यवस्था गुप्त असतात. त्या प्रतिस्पर्ध्याला समजत नसल्याने स्थिर बेरीज किंवा शून्य बेरजेचा वापर व्यावसायिकदृष्ट्या अयोग्य ठरतो.
३) अनेकदा प्रतिस्पर्ध्यांनी वापरलेल्या वाईट खेळीचा पहिल्या व्यवसायसंस्थेवर चांगला परिणाम होऊ शकतो.
४) एका संयोजकास आपल्या सर्व खेळींचे ज्ञान माहीत करून घेणे अवघड आहे, तर दुसऱ्याच्या खेळींची माहिती कळणे त्याहूनही कठीण आहे.

प्रबळ व्यूहरचना समतोल (Dominant Strategy Equilibrium)

इतर खेळाडूंनी कोणत्याही प्रकारची व्यूहरचना स्वीकारली तरी त्याचा विचार न करता एका खेळाडूची चांगली व्यूहरचना असते, त्यावेळी अशी स्थिती निर्माण होते. किंमतयुद्धाच्या खेळीत जर **'अ'** ही व्यवसायसंस्था सामान्य किंमत आकारून नेहमीप्रमाणे व्यवसाय करीत असेल तर **'ब'** ला सामान्य किंमत आकारल्यास ५०० रुपये मिळतील आणि आर्थिक युद्धाची खेळी केली तर ५००० रुपये मिळतील म्हणजेच तेवढा तोटा होईल. याउलट, जर **'अ'** ने किंमतयुद्ध केले तर **'ब'** ला सामान्य किंमत आकारल्यास ५०० रुपये तोटा होईल आणि आर्थिक युद्धात सहभागी झाल्यास २५०० रुपये तोटा होईल. अशाच प्रकारचे निष्कर्ष **'ब'** च्या बाबतीतही निघतात. त्यामुळे एखाद्या व्यवसायसंस्थेने कोणतीही व्यूहरचना केली, तरी दुसऱ्या व्यवसायसंस्थेच्या दृष्टीने चांगली व्यूहरचना ही योग्य किंमत आकारणे हीच असते. किंमतयुद्ध खेळीत सामान्य किंमत (योग्य किंमत) ही दोन्हीही व्यवसायसंस्थांच्या दृष्टीने प्रबळ व्यूहरचना आहे. जेव्हा दोन्ही खेळाडूंची प्रबळ व्यूहरचना असते तेव्हा त्यांची निष्पत्ती प्रबळ समतोल ही असते.

नॅश समतोल (Nash Equilibrium)

जॉन नॅश हे प्रिन्स्टन विद्यापीठातील गणितज्ज्ञ होते. १९४४ साली त्यांना नोबेल पारितोषिक मिळाले. त्याच्यावरून 'नॅश संतुलन' हे नाव देण्यात आले.

नॅश संतुलन म्हणजे प्रत्येक खेळाडू इतर खेळाडूंप्रमाणेच अत्यंत योग्य धोरणाचा अवलंब करतो. उदा. जाहिरातीचे धोरण ठरविण्याअगोदर व्यवसायसंस्था **'क्ष'** ने व्यवसायसंस्था **'य'** चे धोरण समजून घेण्याच्या प्रयत्न केला पाहिजे, जर व्यवसायसंस्था 'क्ष' ला होणाऱ्या फायद्याची कल्पना असेल, तर व्यवसायसंस्था 'य' ही आक्रमक जाहिरातीचे धोरण कसे अवलंबेल हे व्यवसायसंस्था **'क्ष'** च्या लक्षात येईल, म्हणून जाहिरात करणे हेच व्यवसायसंस्था **'क्ष'** साठी योग्य धोरण असेल, कारण जाहिरात केल्यामुळे व्यवसायसंस्था **'क्ष'** ला १० एवढा फायदा होईल आणि जाहिरात न केल्यास ५ एवढा फायदा होईल. याला 'नॅश संतुलन' असे म्हणतात.

अनुक्रमाचे धोरण / खेळी (Sequential Games)

अनुक्रम खेळीत एक व्यवसायसंस्था दुसऱ्या व्यवसायसंस्थेअगोदरच एखादी कृती करते. महत्त्वाचे म्हणजे दुसऱ्या व्यवसायसंस्थेला पहिल्या व्यवसायसंस्थेच्या निर्णयाची माहिती असणे आवश्यक असते, अन्यथा बँकेतील धोरणाचा कोणताही परिणाम धोरणावर होणार नाही. अनुक्रमाची खेळी कालावर अवलंबून असते. एकाच ठरविल्या जाणाऱ्या धोरणावर कालाचा कोणताही परिणाम होत नाही, कारण दुसऱ्याचे धोरण माहीत नसतानाही व्यवसायसंस्था आपले धोरण ठरवीत असते. अनेकदा मिश्र धोरण हे अनुक्रमाच्या खेळीसारखेच असते; उदा. बुद्धिबळ इ. डिसिजनट्रीचा आकार धोरणाच्या गुंतागुंतीवर अवलंबून असतो, तो आकार एखाद्या छोट्या खेळापासून ते अत्यंत गुंतागुंतीच्या मोठ्या खेळासारखा असतो. तो एवढा मोठा असतो की, संगणकालासुद्धा तो सोडवता येत नाही किंवा त्यालाही तो कळत नाही असे स्वरूप असते.

पर्यायी व्यूहरचना : खेळी सिद्धान्तातील नवीन घटक म्हणजे प्रतिस्पर्ध्याचे ध्येय आणि कृतीद्वारे विचार करणे आणि निर्णय प्रतिस्पर्ध्याच्या ध्येय व कृतीच्या आधारावर ठरविणे हे होय. येथे महत्त्वाचे म्हणजे प्रतिस्पर्धी व्यूहरचनांचे विश्लेषण करीत असेल, हे लक्षात घेतले पाहिजे.

दोन व्यवसायसंस्थांच्या दोन लक्षवेधक व्यूहरचना असतात. त्यातील फक्त एक व्यवसायसंस्था किंमतयुद्धात भाग घेते; उदा. **'अ'** आणि **'ब'** मध्ये सामान्य किंमतयुद्ध व्यूहरचना स्वीकारते आणि **'अ'** किंमतयुद्धात सहभागी होते. **'अ'** ला बाजारातील मोठा भाग मिळतो, परंतु **अ** ला तोटा सुद्धा होतो; कारण **'अ'** व्यवसायसंस्था खर्चापेक्षा कमी किमतीला उत्पादन विकते. **'अ'** व्यवसायसंस्थेला प्रतिसाद न देता सामान्य किमतीला विक्री करून **'ब'** व्यवसायसंस्थेची स्थिती चांगली राहते.

सराव प्रश्न

प्र. १. खालील प्रश्नांची प्रत्येकी २५० शब्दांत उत्तरे लिहा.

१) मक्तेदारीयुक्त स्पर्धेतील व्यवसायसंस्थेचा समतोल स्पष्ट करा.

२) मक्तेदारीयुक्त स्पर्धेतील उद्योगाचा समतोल स्पष्ट करा.

३) मक्तेदारीयुक्त स्पर्धेत बिगर किंमत समतोल स्पष्ट करा.

४) वस्तुभेद, विक्री खर्च व अतिरिक्त क्षमता या संकल्पना स्पष्ट करा.

५) अल्पविक्रेताधिकाराचे कुर्नोचे निरसन / प्रारूप स्पष्ट करा.

६) बर्ट्रण्ड यांचे निरसन स्पष्ट करा.

७) खेळी सिद्धान्त स्पष्ट करा.

८) संगनमत असलेला अल्पविक्रेताधिकार सविस्तर स्पष्ट करा.

९) मक्तेदारीयुक्त स्पर्धा म्हणजे काय? मक्तेदारीयुक्त स्पर्धेची वैशिष्ट्ये स्पष्ट करा.

प्रकरण ८

व्यवसायसंस्थेचे पर्यायी सिद्धान्त

Alternative Theories of the Firm

८.१ प्रास्ताविक (Introduction)

व्यवसायसंस्थेचे सिद्धान्त मांडताना निरनिराळ्या अर्थशास्त्रज्ञांनी व्यवसायसंस्थेच्या वेगवेगळ्या उद्दिष्टांवर भर दिलेला आहे. व्यवसायसंस्थेच्या नवसनातनवादी सिद्धान्तात नफा महत्तमीकरण हे व्यवसायसंस्थेचे प्रमुख उद्दिष्ट असून व्यवसायसंस्था सीमान्त खर्च = सीमान्तप्राप्ती आणि सीमान्त खर्च वक्र सीमान्तप्राप्ती वक्रास खालून वर छेदणे या दोन अटी पूर्ण करून नफा महत्तम करते. अनुभवनिष्ठ अभ्यासानुसार विक्री महत्तमीकरण अशी ही इतर उद्दिष्टे महत्त्वाची असल्याचे दिसून येते. या उद्दिष्टांना अनुसरून व्यवसायसंस्थेचे सिद्धान्त मांडण्यात आले आहेत.

८.२ नफा महत्तमीकरणाचे उद्दिष्ट (Goal of Profit Maximisation)

व्यवसायसंस्थेच्या परंपरागत सिद्धान्तात व्यवसायसंस्थेचे प्रमुख उद्दिष्ट नफा महत्तमीकरण असल्याचे विचारात घेतले आहे. आवडीनिवडी, तंत्रज्ञान दिलेले आहे असे गृहीत धरून पूर्ण स्पर्धेत वस्तूची किंमत व उत्पादन नफा महत्तम करण्याचे उद्दिष्ट पुढे ठेवून निश्चित केले जाते.

पूर्ण स्पर्धेत व्यवसायसंस्थांची संख्या फार मोठी असते. एकूण उत्पादनातील एका व्यवसायसंस्थेचा वाटा फारच कमी असतो. एक व्यवसायसंस्था वस्तूच्या बाजारातील

किमतीवर प्रभाव पाडू शकत नाही. व्यवसायसंस्था बाजारात निश्चित झालेली किंमत स्वीकारते व त्या किमतीस अनुसरून आपले उत्पादन ठरविते. अशा प्रकारे व्यवसायसंस्थेच्या वस्तूसाठीची मागणी व खर्च स्थिती ही व्यवसायसंस्थेच्या दृष्टीने बाह्य असणाऱ्या घटकांनी निश्चित होते.

या सिद्धान्तात महत्तम नफा म्हणजे शुद्ध नफा होय व शुद्ध नफा म्हणजे सरासरी उत्पादनखर्चातील वाढावा होय. हा नफा म्हणजे संयोजकाने स्वतःच्या व्यवस्थापनाच्या वेतनासह इतर उत्पादनघटकांना मोबदला देऊन झाल्यावर संयोजकाकडे शिल्लक राहिलेली रक्कम होय.

नफा महत्तमीकरणाचे नियम किंवा अटी पुढीलप्रमाणे आहेत.

१) सीमान्त खर्च = सीमान्त प्राप्ती

२) सीमान्त खर्च वक्राने सीमान्तप्राप्ती वक्रास खालून वर छेदले पाहिजे.

वरील अटी पूर्ण होत असतील तर व्यवसायसंस्थेस मिळणारा नफा महत्तम असतो. खालील आकृतीच्या साहाय्याने हे उद्दिष्ट स्पष्ट करता येते.

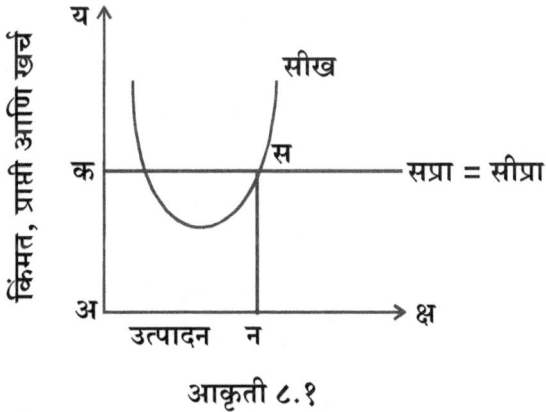

आकृती ८.१

वरील आकृतीत 'स' बिंदूत सीमान्त खर्च = सीमान्त प्राप्ती आणि सीमान्त खर्च वक्राने सीमान्तप्राप्तीस खालच्या बाजूने वर छेदले, या दोन्ही अटी पूर्ण होत असल्याने व्यवसायसंस्थेत **अन** या उत्पादन पातळीत महत्तम नफा मिळतो.

टीका : नफा महत्तमतेच्या उद्दिष्टावर अनेक अर्थशास्त्रज्ञांनी मोठ्या प्रमाणावर टीका केली आहे. ती पुढीलप्रमाणे :

१) महत्तम नफ्याच्या पातळीसंबंधी व्यवसायसंस्थांना निश्चितता असते, असे नफा महत्तमीकरणाचे तत्त्व गृहीत धरले. भावी काळात मिळणारी प्राप्ती व करावा लागणारा खर्च यातील फरक म्हणजे नफा असल्याने नफा अनिश्चित असतो.

२) मक्तेदारी किंवा अल्पविक्रे ताधिकार व्यवसायसंस्थेपेक्षा पूर्णस्पर्धायुक्त व्यवसायसंस्थेच्या बाबतीत नफा महत्तमीकरणाचे उद्दिष्ट अधिक महत्त्वाचे आहे. मक्तेदारी व्यवसायसंस्था असाधारण नफा मिळवीत असतात.

३) व्यवसायसंस्थेच्या उद्दिष्टांचा व्यवसायसंस्थेच्या अंतर्गत संघटनांशी थोडा संबंध असतो किंवा प्रत्यक्ष संबंध नसतो.

४) सर्व व्यवसायसंस्थांना केवळ त्यांच्या स्वत:च्याच नाही, तर इतर व्यवसायसंस्थांच्या खर्च व प्राप्तीची माहिती असते, असे नफा महत्तमीकरणाची परिकल्पना गृहीत धरते, मात्र वास्तवात व्यवसायसंस्थांना त्या कोणत्या परिस्थितीत व्यवहार करतात यासंबंधी पुरेशा प्रमाणात ज्ञान नसते. त्यांना बाजार मागणीवक्रासंबंधी निश्चित माहिती नसते. त्या अनिश्चिततेच्या स्थितीत कार्य करीत असतात. नफा महत्तमीकरण सिद्धान्त दुर्बल आहे, कारण व्यवसायसंस्थेच्या दृष्टीने सर्व बाबी निश्चित असतात असे तो गृहीत धरतो.

५) व्यवसायसंस्थांना त्यांच्या खर्चस्थितीबद्दल माहिती असली तरी त्यांच्या वस्तूच्या मागणीसंबंधी खात्रीशीर माहिती नसते. व्यवसायसंस्थांना केवळ त्यांना जे उत्पादन महत्तम नफा मिळवून देईल असे वाटते, तेवढे उत्पादन त्या करतात. ते महत्तम नफा मिळवून देणारे असेलच असे नाही. व्यवसायसंस्थांचे नफा महत्तमीकरणाचे उद्दिष्ट अल्पकाळाशी संबंधित आहे; जर आपण असे मानले की, व्यवसायसंस्था नफा महत्तम करतात, तर त्या अल्पकालीन नफ्यापेक्षा दीर्घकालीन नफा महत्तम करतील.

६) नवसनातनवादी व्यवसायसंस्था आणि आधुनिक कंपन्या यांच्या उद्दिष्टांत फरक आहे. नफा महत्तमीकरणाचे उद्दिष्ट्य उद्योजकीय वेतनाशी संबंधित आहे तर आधुनिक कंपन्या भागधारकांची व व्यवस्थापकांची स्वतंत्र भूमिका असल्याने वेगवेगळ्या उद्दिष्टाने प्रोत्साहित होतात हा या फरकाचा आधार आहे.

७) आधुनिक कंपन्यांच्या बाबतीत भागधारक वास्तवात व्यवसायसंस्थांच्या कृतीवर प्रभाव पाडत नाहीत. बहुसंख्य भागधारक कंपन्यांच्या सर्वसाधारण बैठकीस हजर राहात नाहीत. ते आपले प्रतिनिधी किंवा बदली पाठवितात. अशा प्रकारे आधुनिक व्यवसायसंस्था महत्तम नफा मिळविण्यासाठी त्यांच्या अंतर्गत संघटनांच्या संबंधित हेतूने प्रेरित झालेल्या असतात.

८) व्यवसायसंस्थांना महत्तम नफा मिळविण्यासाठीची पुरेशी माहिती असते. याबाबतीत टीकाकारांनी आक्षेप घेतला आहे. नफा महत्तमीकरण परिकल्पना

असे मानते की, व्यावसायिक व्यवसायसंस्थांची सीमान्त खर्च व सीमान्त प्राप्ती मोजू शकतात व त्यामुळे दोन्ही समान करता येतात. हॉल व हिच यांचा अनुभवनिष्ठ अभ्यास व्यावसायिकांना सीमान्तखर्च व सीमान्तप्राप्ती यासंबंधी माहिती नसल्याचे दर्शवितो.

८.३ बामोलचे विक्री महत्तमीकरण प्रतिमान

(Baumol's Model of Sale Maximisation)

विक्री महत्तमीकरण प्रतिमान हे नफा महत्तमीकरण प्रतिमानास एक पर्याय आहे. हे प्रतिमान अमेरिकन अर्थशास्त्रज्ञ बामोल यांनी मांडले आहे. बामोल यांनी नफा महत्तमीकरणाच्या गृहीतावर आक्षेप घेऊन विक्री महत्तमीकरणाचे गृहीत तर्कसंगत असल्याचे स्पष्ट केले.

बामोल यांच्या मतानुसार विक्री महत्तमीकरण म्हणजे वास्तव विक्री परिमाणाचे महत्तमीकरण नसून विक्रीपासूनच्या एकूण प्राप्तीचे महत्तमीकरण होय, त्यामुळेच ह्या सिद्धान्तास प्राप्ती महत्तमीकरण प्रतिमान असेही म्हटले जाते. अनेक अमेरिकन कंपन्यांचा सल्लागार असलेला बामोल यांच्या असे निदर्शनास आले की, व्यवस्थापक सर्वसाधारणपणे नफ्याऐवजी विक्री वाढविण्यासाठी प्रयत्न करतात.

बामोल यांनी आपला विक्री महत्तमीकरणाचा सिद्धान्त मांडण्यासाठी स्थैतिक आणि गतिमान अशी दोन्ही प्रतिमाने विकसित केली.

बामोलच्या स्थैतिक प्रतिमानाची गृहीते :

१) व्यवसायसंस्थांची निणर्यप्रक्रिया एका कालावधीपुरती मर्यादित आहे. या कालावधीत व्यवसायसंस्था आपल्या विक्रीच्या वास्तव परिमाणाऐवजी एकूण विक्री प्राप्ती महत्तम करण्याचा प्रयत्न करते.

२) एकूण विक्री प्राप्ती महत्तमीकरण हे किमान नफा राशीशी संबंधित असून ते बहिर्जातपणे शेअरधारक, बँका व इतर वित्तीय संस्थांच्या अपेक्षांनी निश्चित होते. किमान स्वीकार्य पातळीच्या खाली नफा असल्यास शेअर्सच्या किमती घसरतील व व्यवस्थापकास नोकरी गमावण्याची भीती राहील.

३) पारंपरिक खर्च व प्राप्तीफलन गृहीत धरलेले असून यातून असे ध्वनित होते की, खर्चवक्र इंग्रजीतील 'U' या अक्षराच्या आकाराचे आहेत आणि व्यवसायसंस्थांचा मागणीवक्र ऋणात्मक उताराचा म्हणजेच डावीकडून-उजवीकडे उतरत जाणारा असतो.

किंमत आणि उत्पादननिश्चिती – जाहिरातीशिवाय प्रतिमान :

किंमत व उत्पादननिश्चिती आकृतीच्या आधारे स्पष्ट करता येईल. परंपरागत खर्च व प्राप्तीफलने गृहीत धरून एकूण खर्च व एकूण प्राप्तीवक्र खालील आकृतीमध्ये दर्शविले आहेत.

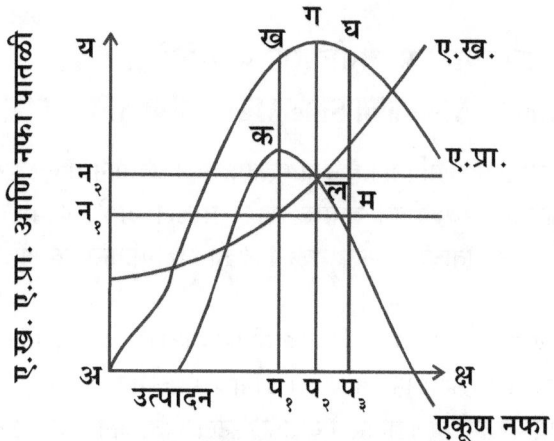

जाहिरातविरहित विक्री महत्तमीकरण

आकृती ८.२

विक्री महत्तमीकरण म्हणजे एकूण प्राप्तीचे महत्तमीकरण होय. वरील आकृतीमध्ये विक्री महत्तमीकरणाचे उत्पादन **अप**$_{३}$ आहे; कारण या उत्पादनपातळीत एकूण प्राप्ती **घप**$_{३}$ ही महत्तम आहे. या उत्पादनपातळीत एकूण नफा महत्तम नाही. एकूण नफा म्हणजेच एकूण प्राप्ती व एकूण खर्च यातील अंतर असून ते अप$_{१}$ या उत्पादनपातळीला जास्त आहे. मात्र, या पातळीला एकूण विक्रीप्राप्ती महत्तम नाही.

बामोलच्या प्रतिमानात व्यवसायसंस्था नफा महत्तमीकरणात रस घेत नाही आणि त्यामुळे तो **अप**$_{१}$ पातळीचे उत्पादन करणार नाही. नफा संरोधाशिवाय विक्री महत्तम करणारे उत्पादन **अप**$_{३}$ आहे. या उत्पादनपातळीत व्यवसायसंस्था पुरेशा प्रमाणात नफा मिळवीत असेल तर भागधारक समाधानी राहतील व व्यवसायसंस्था या पातळीचे उत्पादन करू शकेल.

किमान आवश्यक नफ्याची पातळी **अन**$_{१}$ आहे असे मानू. या नफा संरोधासह व्यवसायसंस्था विक्री महत्तम करणारे **अप**$_{३}$ एवढे उत्पादन करील व ते भागधारकांना अपेक्षेपेक्षा जास्त समाधानी करील, परंतु व्यवसायसंस्थांची आवश्यक नफा पातळी **अन**$_{२}$ असेल तर उत्पादनाद्वारे पुरेशा प्रमाणात नफा मिळणार नाही, त्याऐवजी

व्यवसायसंस्था **अप**$_{१}$ या पातळीचे उत्पादन करील, आणि हे नफा संरोधाशी सुसंगत असेल.

बामोलच्या विक्री महत्तमीकरण प्रतिमानात व्यवसायसंस्था नफा संरोधास अनुसरून अशा पातळीचे उत्पादन करील की ज्या पातळीला विक्री महत्तम असेल. नफा महत्तमीकरण असणारे उत्पादन **अप**$_{१}$ हे विक्री महत्तमीकरण असणाऱ्या **अप**$_{३}$ या उत्पादनापेक्षा कमी आहे.

जाहीरातीसह प्रतिमान

आधीच्या प्रतिमानाप्रमाणे हे प्रतिमानही विक्रीप्राप्ती महत्तमीकरण हे व्यवसायसंस्थेचे ध्येय असल्याचे गृहीत धरते. ही ध्येये साध्य करण्यासाठी अल्पविक्रेताधिकारातील व्यवसायसंस्था सामान्यपणे जाहिरातीवर अवलंबून राहतात. आधीच्या प्रतिमानात धोरणात्मक चल म्हणून जाहिरातीचा विचार केलेला नाही, मात्र, या प्रतिमानात व्यवसायसंस्थेचे प्रमुख साधन म्हणून जाहिरातीचा विचार केलेला आहे.

जाहिरातविरहित हा मागणीवक्र उजव्या बाजूला स्थानांतरित करतो, असे जाहिरात प्रतिमान गृहीत धरते व याचा अर्थ असा की, व्यवसायसंस्था मोठ्या नग संख्यांची विक्री करू शकते व त्यामुळे तिची एकूण प्राप्ती वाढते. याव्यतिरिक्त बामोल यांनी पुढील दोन गृहीते मांडली आहेत -

१) किमती स्थिर राहतात.

२) जाहिरातीचा उत्पादनखर्चावर प्रभाव पडत नाही.

बामोल यांनी जाहिरातविषयक निर्णय तयार करण्यासाठी पुढील आकृतीचा वापर केला आहे.

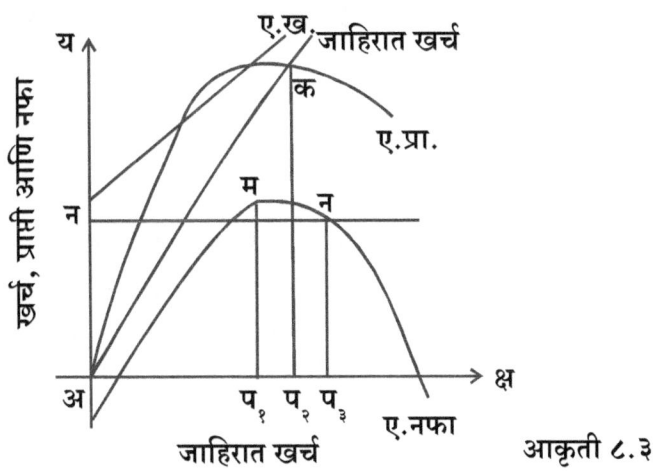

आकृती ८.३

वरील आकृतीमध्ये **क्ष** अक्षावर जाहिरातीवरील खर्च आणि **य** अक्षावर खर्च, प्राप्ती आणि नफापातळी दर्शविली आहे. एप्रा वक्र काढताना बामोल यांनी जाहिरातीवरील खर्चात वाढ झाली असता एकूण विक्री प्राप्तीसुद्धा वाढते असे मानले आहे.

आकृतीत नफा महत्तम करणारा जाहिरातीवरील खर्च **अप**$_१$ असून येथे **प**$_१$म एवढा एकूण नफा असून तो महत्तम आहे. किमान स्वीकार्य नफा पातळी **अन** असून ती **प**$_१$**म** पेक्षा कमी आहे, त्यामुळे व्यवसायसंस्था आपल्या जाहिरातीवरील खर्चात वाढ करू शकते. **अप**$_२$ या पातळीपर्यंत ती जाहिरातीवरील खर्चात वाढ करू शकेल.

टीका :

विक्री महत्तमीकरण परिकल्पनेची चाचणी घेणे सोपे नाही, कारण वैयक्तिक व्यवसायसंस्थांच्या मागणी व खर्च करण्याच्या गरजेसाठी आवश्यक असलेली आकडेवारी संशोधनात सहजपणे उपलब्ध होत नाही. बामोल यांच्या विक्री महत्तमीकरण सिद्धान्ताच्या बाबतीत अनेक अर्थशास्त्रज्ञांनी शंका उपस्थित केल्या आहेत.

१) विक्री महत्तमीकरण सिद्धान्त व्यवसायसंस्था आणि उद्योग यामधील संबंध विचारात घेत नाही; जर व्यवसायसंस्थेचे ध्येय नफा महत्तमीकरण असेल, तर उद्योग समतोल कसा साध्य करतो हे हा सिद्धान्त स्पष्ट करीत नाही.

२) हा सिद्धान्त अवास्तव आहे, कारण तो प्रत्यक्ष स्पर्धेकडे दुर्लक्ष करतो. अल्पविक्रेताधिकार बाजारात जर एका व्यवसायसंस्थेने आपली विक्री वाढविण्याचा प्रयत्न केला, तर प्रतिस्पर्धी व्यवसायसंस्थेमुळे विक्री वाढविण्यास मर्यादा पडतात.

३) जाहिरातीवरील खर्चात झालेल्या वाढीमुळे नेहमीच एकूण प्राप्तीत वाढ होते. हे बामोल यांचे गृहीत चुकीचे आहे. अनेकदा अतिरिक्त जाहिरात एकूण प्राप्तीत घट होण्यासाठीही कारणीभूत ठरू शकते. जाहिरातीपासूनची सीमान्त प्राप्ती ऋण असण्याची शक्यता नाकारता येत नाही.

सराव प्रश्न

प्र. १. खालील प्रश्नांची प्रत्येकी २५० शब्दांत उत्तरे लिहा.

१) व्यवसाय संस्थेचे नफा महत्तमीकरणाचे उद्दिष्ट आकृतीसह स्पष्ट करा.

२) बामोलचे विक्रीमहत्तमीकरण प्रतिमान स्पष्ट करा.

प्रकरण
९

विभाजनाचा सिद्धान्त आणि कल्याणकारी अर्थशास्त्र

Theory of Distribution and Welfare Economics

९.१ विभाजनाचा सीमान्त उत्पादकता सिद्धान्त (Marginal Productivity Theorem of Distribution)

प्रास्ताविक

घटकांच्या मूल्याचा सिद्धान्त हा विभाजनाचा सिद्धान्त म्हणून ओळखला जातो. अर्थशास्त्रज्ञांनी भूमी, श्रम, भांडवल व संयोजक या प्रकारांत उत्पादनघटकांची विभागणी केली आहे. भूमी, श्रम, भांडवल व संयोजक यांना मिळणाऱ्या मोबदल्यास अनुक्रमे खंड, वेतन, व्याज व नफा असे म्हटले जाते. विभाजनाचा सिद्धान्त हा उत्पादनघटकांच्या किंमतनिश्चिती करण्याशी आहे. या सिद्धान्तात वेगवेगळ्या उत्पादनघटकांच्या किमती कशा निश्चित होतात, याची चर्चा केली जाते. विभाजनाच्या सीमान्त उत्पादकता सिद्धान्तात उत्पादनघटकांच्या किमती कशा ठरतात या प्रश्नाचे उत्तर देण्याचा प्रयत्न करण्यात आला आहे. या सिद्धान्ताचे अनेक दृष्टिकोन वेगवेगळ्या अर्थशास्त्रज्ञांनी मांडले आहेत. या

सिद्धान्ताच्या विकासात जे. बी. क्लार्क यांचा सहभाग महत्त्वाचा आहे. त्यांनी पूर्ण स्वरूपात सिद्धान्ताची मांडणी केली.

विभाजनाचा सीमान्त उत्पादकता सिद्धान्त असे स्पष्ट करतो की, उत्पादनघटकांना मिळणारा मोबदला त्याच्या सीमान्त उत्पादकतेवरून ठरतो. उत्पादनघटकांच्या अखेरच्या किंवा एका जादा नफ्याने उत्पादनात टाकलेली भर म्हणजे या घटकाची सीमान्त उत्पादकता होय.

गृहीते (Assumptions)

विभाजनाचा सीमान्त उत्पादकता सिद्धान्त पुढील गृहीतांवर आधारित आहे.

१) उत्पादनघटकांची सर्व परिमाणे एकजिनसी आहेत.

२) वेगवेगळ्या उत्पादनघटकांची सीमान्त उत्पादकता समान राहील अशा प्रकारे घटकांचा उत्पादनखर्चात वापर केला जातो.

३) वस्तू व घटक बाजारात पूर्ण स्पर्धा आहे.

४) उत्पादनघटक विविध वापरांत गतिशील आहेत.

५) साधनसामुग्री आणि घटकांच्या बाबतीत पूर्ण रोजगार आहे.

६) वेगवेगळ्या घटक सेवांची विविध परिमाणे विभाज्य आहेत.

७) हा सिद्धान्त दीर्घकाळात लागू पडतो.

८) हा सिद्धान्त बदलाच्या प्रमाणाच्या नियमावर आधारित आहे.

स्पष्टीकरण (Explanation)

उद्योगाकडून उत्पादनघटकांची म्हणजेच भूमी, श्रम, भांडवल यांची मागणी केली जाते. व्यवस्थापकीय संचालकाच्यारूपात संघटकाचीही मागणी केली जाते. घटक बाजारात उत्पादनघटकांची मागणी केली जाते आणि उत्पादनघटकांचा पुरवठा केला जातो. समजा, उत्पादनघटकांच्या श्रमाची मागणी उत्पादकाकडून येते, ती ग्राहकांनी प्रत्यक्षपणे मागणी केलेल्या वस्तूच्या उत्पादनासाठी श्रमाची मागणी केली जाते. उत्पादन घटकांच्या उत्पादकतेमुळे किंवा उत्पादनातील त्यांच्या सहभागामुळे उत्पादकाकडून उत्पादनकार्यात यांचा वापर केला जातो. घटकांना देण्यात येणारी किंमत त्यांच्या उत्पादकतेवर अवलंबून असते; जर एखाद्या घटकाची उत्पादकता जास्त असेल, तर त्या घटकास मिळणारा मोबदला जास्त असेल; हेच नेमके विभाजनाचा सीमान्त उत्पादकता सिद्धान्त स्पष्ट करतो.

सीमान्त वास्तव उत्पादकता आणि सीमान्तप्राप्ती उत्पादकता

श्रमाची किंवा कोणत्याही घटकाची मागणी करताना उद्योजक किंवा संयोजकास सीमान्त वास्तव उत्पादकतेत रस नसतो. वस्तूची विक्री करून मिळणाऱ्या पैशाची रक्कम

महत्त्वाची असते. उद्योजक घटकांना मोबदला देतो, कारण घटकांकडून प्राप्तीत भर टाकली जाते. इतर सर्व घटक असताना एका घटकाच्या नगसंख्येत एका नगाने वाढ केली असता त्यामुळे उत्पादनात पडणारी भर म्हणजे 'सीमान्त वास्तव उत्पादकता' होय. सीमान्त वास्तव उत्पादनास अस्तित्वातील किमतीने गुणल्यास सीमान्त प्राप्ती उत्पादन समजते. सीमान्त प्राप्ती उत्पादन म्हणजे इतर घटक स्थिर असताना घटकाच्या एका नगात वाढ केल्याने प्राप्तीत पडलेली भर होय.

घटक परिमाणात वाढ झाली असता घटकाच्या सीमान्त प्राप्ती उत्पादकतेत घट होते. इतर घटक कायम ठेवून बदलत्या घटकाचा वापर अधिक प्रमाणात केला असता सुरूवातीस त्यांच्या प्रमाणापेक्षा जास्त एकूण प्राप्ती उत्पादनात वाढ होते, मात्र नंतर सीमान्त प्राप्ती उत्पादन घटण्यास सुरुवात होते.

पूर्ण स्पर्धेतील उद्योगसंस्थांकडून घटकाच्या परिमाणास उद्योगाकडून जेवढी किंमत दिली जाईल, तेवढीच दिली जाईल. महत्तम नफा मिळविण्यासाठी ती पर्यायतेच्या तत्त्वाच्या आधारे व्यवहार करील. महाग घटकांऐवजी स्वस्त घटकांचा वापर केला जाईल. उदा. जर उद्योगसंस्थेत महाग श्रमाऐवजी यंत्राचा वापर करणे फायदेशीर असेल तर तसे केले जाईल. जोपर्यंत प्रत्येक घटकाची सीमान्त प्राप्ती उत्पादकता या घटकांच्या किमतीबरोबर होत नाही, तोपर्यंत महाग घटकाऐवजी स्वस्त घटक वापरणे चालू राहते. या स्थितीत घटकांचा कार्यक्षम संयोग वापरण्यात येऊन उद्योगसंस्थेचा नफा महत्तम असेल.

समतोलात घटकाची किंमत त्याच्या सीमान्त प्राप्ती उत्पादकतकेबरोबर असली पाहिजे; जर घटकाच्या एका परिमाणाचे सीमान्त प्राप्ती उत्पादन त्याच्या किमतीपेक्षा जास्त असेल तर उद्योगसंस्थेत त्या घटकाच्या परिमाणात वाढ करणे फायदेशीर असते.

एका घटकाऐवजी दुसरा पर्यायी घटक वापरणे हे एकाच घटकाच्या वेगवेगळ्या परिमाणांच्या बाबतीतही घडून येते. घटकांच्या बाबतीत पूर्ण गतिशीलता असल्याने घटक जेथे त्याची सीमान्त प्राप्ती उत्पादकता कमी आहे, त्या वापरातून ती जेथे जास्त आहे, त्या वापरात जाईल व असे वेगवेगळ्या वापरातील घटकांच्या बाबतीत ती समान होईपर्यंत चालू राहील.

शेवटी घटकाच्या एककाची किंमत त्याच्या सीमान्त आणि सरासरी प्राप्ती उत्पादकतेबरोबर झाली पाहिजे; जर किंमत सरासरी प्राप्ती उत्पादकतेपेक्षा जास्त असेल तर उद्योगसंस्थेस तोटा होतो, त्यामुळे काही उद्योगसंस्था उद्योगातून बाहेर पडतील व घटकांच्या किमतीत घट होऊन ती कमाल सरासरी प्राप्ती उत्पादकतेच्या पातळीत येईल. याउलट, जर किंमत सरासरी प्राप्ती उत्पादकतेपेक्षा कमी आहे, तर उद्योगसंस्थेस जादा नफा मिळले. अतिरिक्त नफ्यामुळे नवीन उद्योगसंस्था उद्योगात प्रवेश करतील, त्यामुळे किंमत वाढून ती सरासरी प्राप्ती उत्पादकतेच्या पातळीस येईल.

अल्पकाळात समतोलापासून दूर जाण्याची शक्यता असते, मात्र दीर्घकाळात घटकांची किंमत त्याच्या सीमान्त व सरासरी प्राप्ती उत्पादकतेइतकीच असली पाहिजे हे खालील आकृतीमध्ये दर्शविले आहे.

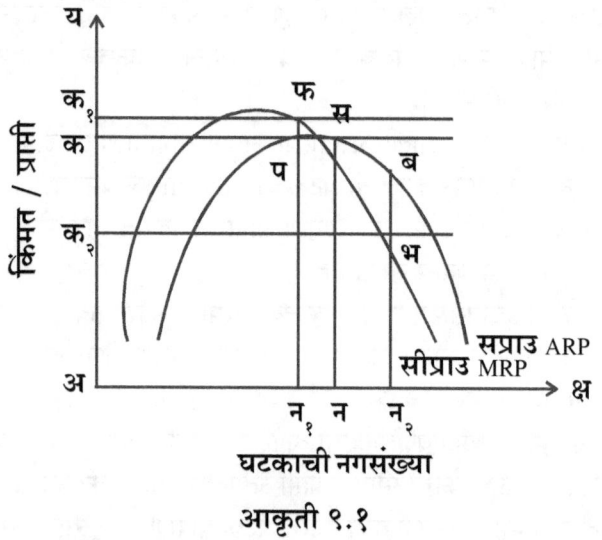

य
स
क
घटकाची नगसंख्या

आकृती ९.१

वरील आकृतीमध्ये **'स'** बिंदूत **सप्राउ = सीप्राउ** असून दोन्हीही सरासरी घटक खर्च व सीमान्त घटक खर्चाबरोबर आहे. प्रत्येक घटकास **अन** या नगसंसख्येसाठी **अक** एवढी किंमत देण्यात येईल. समजा, घटकाच्या किमतीत **अक१** पर्यंत वाढ झाली. या किमतीस उद्योगसंस्थेस प्रतिनगामागे किंवा एककामागे **पक** एवढा तोटा होईल, कारण घटकास देण्यात येणारी किंमत त्याच्या सरासरी प्राप्ती उत्पादकतेपेक्षा जास्त आहे, त्यामुळे काही उद्योगसंस्था उद्योगातून बाहेर पडतील आणि घटक किंमत **क** पर्यंत खाली येईल. दुसऱ्या बाजूस जर घटकाची किंमत **क२** पर्यंत कमी झाली, तर उद्योगसंस्थेस प्रतिनग संख्येमागे **बभ** एवढा नफा मिळेल. या नफ्यामुळे आकर्षित होऊन नवीन उद्योगसंस्था उद्योगात प्रवेश करतील. त्यामुळे किमतीत **अक** पर्यंत वाढ होईल. किमतीतील बदल केवळ अल्पकाळातच शक्य होतात. दीर्घकाळात **'स'** ने दर्शविलेली समतोल स्थिती असेल.

सिद्धान्तावरील टीका : विभाजनाच्या सीमान्त उत्पादकता सिद्धान्ताची गृहीते अवास्तव असल्याने या सिद्धान्तावर मोठ्या प्रमाणात टीका करण्यात आली आहे; त्याची माहिती पुढीलप्रमाणे :

१) घटकाची सर्व परिमाणे एकजिनसी नाहीत : घटकाची सर्व परिमाणे

एकजिनसी असतात हे गृहीत अवास्तव आहे. वेगवेगळ्या कामगारांच्या कार्यक्षमतेत फरक असल्याचे आपणास दिसून येते. तसेच जमिनीच्या वेगवेगळ्या तुकड्यातल्या दृष्टिकोनांत फरक असतो.

२) घटक पूर्णपणे गतिशील नसतात : वेगवेगळे रोजगार व स्थान यात घटक पूर्णपणे गतिशील असतात, असे सिद्धान्ताने गृहीत धरले आहे. मात्र, वास्तवात असे आढळत नाही. उद्योगात विशेषीकरणाचे प्रमाण मोठे असले तर घटक एका उद्योगातून दुसऱ्या उद्योगात जाण्यास मर्यादा पडून घटकाची गतिशीलता कमी राहते.

३) पूर्ण स्पर्धा आढळत नाही : हा सिद्धान्त पूर्ण स्पर्धेच्या अवास्तव गृहितावर आधारित आहे. वास्तवात पूर्ण स्पर्धा आढळून येत नाही. वास्तवात अपूर्ण स्पर्धा किंवा मक्तेदारीयुक्त स्पर्धा दिसून येते आणि त्यामुळे घटकांना त्यांच्या सीमान्त उत्पादकतेपेक्षा कमी बदला मिळून त्यांचे शोषण होते.

४) पूर्ण रोजगार अस्तित्वात नसतो : अर्थव्यवस्थेत पूर्ण रोजगार अस्तित्वात असतो, असे हा सिद्धान्त गृहीत धरतो. बेकारी अस्तित्वात असेल तर घटकांकडून त्यांच्या सीमान्त उत्पादकतेपेक्षा कमी किमतीस सेवा उपलब्ध करून दिल्या जातात.

५) सर्व घटक विभाज्य नसतात : घटकांची परिमाणे विभाज्य आहेत आणि त्यामुळे अल्प नगसंख्येने त्यात वाढ करता येते. हे वास्तवात दिसून येत नाही. उदा. उद्योगसंस्थेच्या संयोजकात लहान परिमाणाने वाढ किंवा घट करता येणे शक्य नाही.

६) उत्पादन हा एका घटकाचा परिणाम नाही : उत्पादन हे एका घटकामुळे होत नाही. उत्पादनखर्चात भूमी, श्रम, भांडवल अशा अनेक घटकांचा वापर केला जातो, त्यामुळे प्रत्येक घटक परिमाणाचे सीमान्त उत्पादन स्वतंत्रपणे मोजता येत नाही.

७) नफा प्रेरणा प्रमुख प्रेरणा नाही : हा सिद्धान्त असे गृहीत धरतो की, संयोजक महत्तम नफ्याने प्रेरित झालेले असतात, त्यामुळे घटकांची सीमान्त प्राप्ती उत्पादकता ही त्याच्या किमतीपेक्षा जास्त असेल, तर उद्योगसंस्था, अधिक घटकांना उत्पादनकार्यात सहभागी करून घेईल.

८) अल्पकाळात लागू नाही : हा सिद्धान्त दीर्घकाळात लागू पडतो. दीर्घकाळात घटकांचे मोबदले त्यांच्या सीमान्त प्राप्ती उत्पादकतेएवढे घेण्याची प्रवृत्ती असते. वास्तवात आपण अल्पकालीन समस्यांशी संबंधित असतो.

९) तांत्रिक प्रगतीकडे दुर्लक्ष : विभाजनाच्या सीमान्त उत्पादकता सिद्धान्तात तांत्रिक प्रगतीकडे दुर्लक्ष करण्यात आलेले आहे. प्रा. हिक्स यांच्या मते, श्रमाची बचत करणारे नवप्रवर्तन श्रमाच्या तुलनेत भांडवलाची उत्पादकता वाढविल्यास कारणीभूत ठरते.

१०) **घटकांचा पुरवठा स्थिर नाही :** विभाजनाचा सिद्धान्त घटकांचा पुरवठा पूर्णपणे अलवचीक असल्याचे गृहीत धरतो, मात्र घटकांचा पुरवठा अल्पकाळात स्थिर असला तरी दीर्घकाळात तो स्थिर नसतो.

अशा प्रकारची टीका या सिद्धान्तावर करण्यात आली असली तरी या सिद्धान्तात काही प्रमाणात साम्यता आहे. घटकांची सीमान्त उत्पादकता हा ज्यावर घटकाचा मोबदला अवलंबून असतो असा महत्त्वाचा घटक आहे.

९.२ नि:शेष उत्पादनाचा सिद्धान्त – (युलरचा सिद्धान्त)
(Product Exhaustion Theorem - Euler's Theorem)

उत्पादनघटकांना त्यांच्या सीमान्त उत्पादनाइतका मोबदला दिला जातो, असे मांडण्यात आल्यानंतर त्यातून एक अवघड समस्या निर्माण झाली; जर सर्व उत्पादन घटकांना त्यांच्या सीमान्त उत्पादनाइतका मोबदला देण्यात आला, तर एकूण उत्पादनाचे पूर्णपणे वाटप होईल का? हो ती अवघड समस्या आहे. दुसऱ्या शब्दांत सांगावयाचे झाल्यास, जर घटकांना त्यांच्या सीमान्त उत्पादनाइतका मोबदला दिला तर सर्व उत्पादन तूट किंवा वाढावा न राहता वाढत जाईल का ही ती समस्या आहे.

जर सर्व घटकांना त्यांच्या सीमान्त उत्पादनाइतका मोबदला देण्यात आला, तर सर्व उत्पादनाचे वाटप होईल हे सिद्ध करण्याच्या समस्येला नि:शेष उत्पादनाची समस्या (Problem of Product Exhausion) असे म्हणतात.

प्रत्येक उत्पादनघटकास त्याच्या सीमान्त उत्पादनाइतका मोबदला मिळत असल्याने एकूण उत्पादनघटकांच्या नगसंख्येस त्यांच्या सीमान्त उत्पादनानी गुणून येणाऱ्या बेरजेइतके असते. पूर्ण स्पर्धा व स्थिर प्रमाण फल असताना सर्व उत्पादन घटकांना त्यांच्या सीमान्त उत्पादनास अनुसरून मोबदला दिला तर उद्योगसंस्थेच्या सर्व उत्पादनाचे वाटप होईल.

एकूण उत्पादन म्हणजेच, विविध उत्पादनघटकांच्या नगसंख्या क्ष, य, ग आणि स$_१$, स$_२$, व स$_३$ हे अनुक्रमे या घटकांचे सीमान्त उत्पादन असले तर - प = क्षस$_१$ + यस$_२$ + गस$_३$ + ...

वरील समीकरण असे तयार करते की, संयोजकाने सर्व उत्पादनघटकांना त्यांच्या सीमान्त उत्पादकतेइतकी रक्कम दिली असता त्याच्याजवळ त्यांच्या सीमान्त उत्पादनाइतकीच रक्कम शिल्लक राहते. पूर्ण स्पर्धेच्या स्थितीत जर उत्पादनघटकांना त्यांच्या सीमान्त उत्पादकतेइतका मोबदला दिल्यास संपूर्ण उत्पादनाचे वाटप घडून येते; किंवा सर्व उत्पादन संपुष्टात येते.

उत्पादनघटकांची मागणी त्याच्या सीमान्त उत्पादकतेवर अवलंबून असते.

उत्पादनकार्यात एकाच वेळी विविध उत्पादन घटकांचा वापर केला जातो. त्यांची सीमान्त उत्पादकता माहिती असेल तरच त्यांचे मोबदले ठरविता येतील. इतर उत्पादनघटक कायम असताना एका उत्पादनघटकाच्या शेवटच्या किंवा जादा परिमाणामुळे एकूण उत्पादनात पडणारी भर म्हणजे त्या घटकाची सीमान्त उत्पादकता होय. घटकाची सीमान्त उत्पादकता निश्चित केल्यानंतर संयोजक त्या घटकाची सीमान्त उत्पादकता किमतीबरोबर होईपर्यंत त्या घटकाच्या अधिकाधिक परिमाणाचा वापर करील.

क्ष व य हे दोन उत्पादनघटक असतील, तर संयोजकाने 'य' ची नगसंख्या कायम ठेवून 'क्ष' ची नगसंख्या एकानी वाढविली असता क्ष चे सीमान्त उत्पादन मोजता येते. क्ष व य च्या सीमान्त उत्पादनाची बेरीज केली असता एकत्रित सीमान्त उत्पादन समजते, मात्र क्ष व य घटकात फार मोठ्या प्रमाणात वाढ केली तर त्यांच्या सीमान्त उत्पादनाची बेरीज त्या दोन्हींच्या एकत्रित सीमान्त उत्पादनाइतकी नसण्याची शक्यता असते. त्याचे कारण क्ष व य या नगसंख्येत मोठ्या प्रमाणात वाढ केल्यास घटकांचे प्रमाण आणि परिकल्पनाप्रमाण यात बदल होतो हे आहे.

उत्पादनक्षेत्रात स्थिर फलाचा नियम अनुभवास येत असताना सीमान्त उत्पादन आणि एकूण उत्पादन यामधील संबंधाची आता चर्चा करू.

स्थिर फलाचा नियम हा एकजिनशी उत्पादन फलन म्हणूनही ओळखला जातो. या नियमानुसार संयोजकाच्या दोन घटकांत त्यांचे प्रमाण कायम ठेवून वाढ केली तर घटकांचे फल स्थिर राहते. जोपर्यंत दोन घटकांतील प्रमाण स्थिर राहते, तोपर्यंत स्थिर प्रमाणफळ अनुभवास येते. या विश्लेषणाच्या आधारे एक विधान पुढीलप्रमाणे मांडता येईल.

पहिले विधान : विविध बदलत्या घटकांच्या वैयक्तिक सीमान्त उत्पादनाची बेरीज त्यांच्या एकत्रित सीमान्त उत्पादनाबरोबर असते. घटकांच्या नगसंख्येत फार अल्प प्रमाणात बदल केला, तरच हे विधान खरे ठरेल.

दुसरे विधान : उद्योगसंस्थेत स्थिर प्रमाणफळ अनुभवास येत असताना आणि उद्योगसंस्थेत उपयोगात सापडलेल्या घटकांना त्यांच्या सीमान्त उत्पादनाइतका मोबदला दिला जात असताना सर्व घटकांच्या मोबदल्यांची बेरीज ही उद्योगसंस्थेच्या एकूण उत्पादनाइतकी असते.

या सिद्धान्ताची योग्यता सिद्ध करण्यासाठी सुरुवातीस आपण एकच उत्पादनघटक असल्याचे व स्थिर प्रमाणफल असल्याचे मानू.

सरासरी उत्पादनात वापरलेल्या घटकांच्या नगसंख्येने गुणले असता एकूण उत्पादन समजते. स्थिर उत्पादनफल असताना सरासरी उत्पादन सीमान्त उत्पादनाबरोबर असते. अशा प्रकारे विधान सिद्ध करता येते.

आता संयोजक व श्रम या घटकांचा विचार करू. उद्योगसंस्थेत एकच संयोजक असल्याने संयोजकाला सीमान्त उत्पादकता मोजता येत नाही, मात्र श्रम या घटकाचे सीमान्त उत्पादन मोजता येते. पूर्ण स्पर्धेतील उद्योगसंस्थेचा उत्पादनखर्चवक्र इंग्रजीतील 'U' या अक्षराच्या आकाराचा असतो, तर बदलत्या घटकाच्या उत्पादकतेचा वक्र ∩ या आकाराचा असतो. स्पर्धात्मक समतोलातील उद्योगसंस्थेचे एकूण उत्पादन हे सरासरी उत्पादन व वापरण्यात आलेल्या बदलत्या घटकाच्या नगसंख्येच्या गुणाकाराइतके असते. उद्योगसंस्था स्पर्धात्मक समतोलात असल्याने घटकाचे सरासरी उत्पादन हे त्याच्या सीमान्त उत्पादनाइतके असते. अशा प्रकारे जर घटकाच्या प्रत्येक एककास त्याच्या सीमान्त उत्पादकतेइतका मोबदला दिल्यास उद्योगसंस्थेचे एकूण उत्पादन संपून जाईल, अशा प्रकारे बेरजेचे विधान सिद्ध होते.

क्ष आणि य असे दोन घटक वापरले जातात असे मानू, तसेच स्थिर उत्पादन फलाचे अस्तित्व गृहीत धरू. एकत्रित सीमान्त उत्पादन हे क्ष चे जादा उत्पादन व क्ष ची सीमान्त उत्पादकता यांचा गुणाकार आणि य चे जादा उत्पादन व य ची सीमान्त उत्पादकता यांचा गुणाकार या दोहोंच्या बेरजेबरोबर असतो. उद्योगसंस्थेचे एकूण उत्पादन क्ष ची नग संख्या व क्ष ची सीमान्त उत्पादकता यांचा गुणाकार या दोहोंच्या बेरजेबरोबर असतो. स्थिर प्रमाणफल गृहीत धरून बेरजेचे विधान सिद्ध होते.

आता वाढते प्रमाणफल गृहीत धरू. या स्थितीत उद्योगसंस्थेत सरासरी उत्पादन वाढत असते. सरासरी उत्पादन वाढत असेल तर सीमान्त उत्पादन अधिक वेगाने वाढते. सीमान्त उत्पादनवक्र सरासरी उत्पादनवक्राच्या वरच्या बाजूस राहील. उद्योगसंस्थेचे एकूण उत्पादन हे सरासरी उत्पादन व उद्योगसंस्थेने वापरलेल्या घटकांच्या एककांची नगसंख्या यांच्या गुणाकाराइतके असते. आता जर विविध घटकांच्या परिमाणास त्यांच्या सीमान्त उत्पादकतेइतका मोबदला देण्यात येत असेल तर घटकांच्या एकूण मोबदला हा घटकांचे सीमान्त उत्पादन व घटकांचे एकक त्यांच्या गुणाकाराइतका आहे. सीमान्त उत्पादन सरासरी उत्पादनापेक्षा जास्त असल्याने घटकांचा एकूण मोबदला एकूण उत्पादनापेक्षा जास्त राहील, त्यामुळे जर उत्पादनफल हे वाढते असेल आणि जर घटकांना त्यांच्या सीमान्त उत्पादनानुसार मोबदला दिला असेल, तर घटकांचा एकूण मोबदला एकूण उत्पादनापेक्षा जास्त राहील.

आता घटते प्रमाण फल गृहीत धरू - या स्थितीत उद्योगसंस्थेचे सरासरी उत्पादन घटत असते. सरासरी उत्पादन घटते असेल तर सीमान्त उत्पादन अधिक वेगाने घटत असते. सीमान्त उत्पादनवक्र हा सरासरी उत्पादनवक्राच्या खालच्या बाजूस असतो. उद्योगसंस्थेचे एकूण उत्पादन हे सरासरी उत्पादन व उद्योगसंस्थेने वापरलेल्या घटकांच्या

एककांची नगसंख्या यांच्या गुणाकाराइतके असते. उत्पादनघटकांना जर त्यांच्या सीमान्त उत्पादकतेइतका मोबदला दिला जात असेल, तर एकूण मोबदला हा घटकांचे सीमान्त उत्पादन आणि घटकांचे एकक यांच्या गुणोत्तराइतका असेल. सीमान्त उत्पादन हे सरासरी उत्पादनापेक्षा कमी असल्याने घटकांचा मोबदला एकूण उत्पादनापेक्षा कमी राहील; म्हणून उत्पादनफल घटते असेल आणि घटकांना त्यांच्या सीमान्त उत्पादनाइतकाच मोबदला मिळत असेल तर घटकांना दिला जाणारा एकूण मोबदला एकूण उत्पादनापेक्षा कमी राहील.

९.३ पिगूचे कल्याणकारी अर्थशास्त्र (Piguo's Welfare Theorem)

प्रा. ए. सी. पिगू यांचे कल्याणकारी अर्थशास्त्र हे कल्याणकारी अर्थशास्त्रावरील पहिलेच महत्त्वाचे कार्य होय. प्रा. पिगू यांना कल्याणकारी अर्थशास्त्राचा जनक म्हटले जाते, कारण डॉ. लिटल यांनी म्हटल्याप्रमाणे कल्याणकारी अर्थशास्त्राची सुरुवात पिगू पासून झालेली आहे. प्रा. पिगू यांच्या मते, कल्याण हे माणसाच्या मनाच्या अवस्थेत असून ते समाधानातून निर्माण होते. व्यक्तीच्या इच्छा किती प्रमाणात पूर्ण होतात हा कल्याणाचा आधार आहे. सामाजिक कल्याण म्हणजे समाजातील सर्व व्यक्तींच्या कल्याणाची बेरीज होय. प्रा. पिगू यांच्या मते, 'आर्थिक कल्याण म्हणजे सामाजिक कल्याणाचा असा भाग की, ज्याचा प्रत्यक्ष किंवा अप्रत्यक्षपणे पैशाच्या मापदंडाबरोबर संबंध जोडला जाऊ शकतो.'

पिगू यांच्या कल्याणाच्या अटी

आर्थिक कल्याण व राष्ट्रीय उत्पन्न यात समन्वय साधला जातो, असे पिगू समजतात. या आधारावर पिगू यांनी कल्याण महत्तम करण्यासाठीच्या पुढील दोन अटी मांडल्या आहेत :

१) पहिली अट असे स्पष्ट करते की, जेव्हा राष्ट्रीय उत्पन्नात वाढ होते तेव्हा कल्याणकारी वाढ झाली असे समजले जाते.

२) महत्तम कल्याणासाठी राष्ट्रीय उत्पन्नाची वाटणीही तेवढीच महत्त्वाची आहे; जर राष्ट्रीय उत्पन्न स्थिर राहिले, तर श्रीमंतांकडून गरिबांकडे उत्पन्नाचे होणारे स्थलांतर करण्यात सुधारणा होईल. पिगू यांच्या मते, असे स्थानांतर म्हणजे गरिबांपेक्षा, धनवानांना कमी मिळणे असून त्यामुळे गरिबांच्या आर्थिक स्थितीत सुधारणा होते.

उत्पन्नाच्या बाबतीत घटत्या सीमान्त उपयोगितेचा प्रत्यय येत असल्याने श्रीमंतांकडून

गरिबांकडे होणारे उत्पन्नाचे स्थानांतर अधिक तीव्रतेच्या गरजा श्रीमंतांच्या कमी तीव्रतेच्या गरजांच्या बदल्यात पूर्ण करून सामाजिक कल्याणात वाढ करेल.

द्वैत निकष (Dual Criteria)

सामाजिक कल्याणात सुधारणा शोधण्यासाठी पिगू यांनी द्वैत निकष स्वीकारला.

१) राष्ट्रीय उत्पन्नात घट न करता गरिबांच्या वाट्यात वाढ करणे असे अर्थव्यवस्थेचे कोणतेही पुनर्संघटन सामाजिक कल्याणातली सुधारणा समजली जाते.

२) इतर वस्तूंत घट न करता काही वस्तूंत वाढ झाल्याने राष्ट्रीय उत्पन्नात झालेली वाढ ही गरिबांच्या वाट्यात घट न होता कल्याणातील सुधारणा समजली जाते.

गृहीते

पिगू यांनी मांडलेल्या कल्याणाच्या अटी आणि द्वैत निकष पुढील गृहीतांवर आधारित आहेत.

१) प्रत्येक व्यक्ती आपल्या विविध वस्तू व सेवांवरील खर्चापासून समाधान महत्तम करण्याचा प्रयत्न करते.

२) उत्पन्नाच्या घटत्या सीमान्त उपयोगितेचा नियम लागू होत असल्याचे येथे गृहीत धरले आहे. याचाच अर्थ, उत्पन्नात वाढ झाली असता उत्पन्नाची सीमान्त उपयोगिता घटते.

३) समाधानासाठीची समान क्षमता हे आणखी एक गृहीत आहे. हे गृहीत असे स्पष्ट करते की, समान वास्तव उत्पन्नापासून वेगवेगळ्या व्यक्तींना समान समाधान मिळते.

वरील गृहीते दिलेली असताना पिगू यांच्या द्वैत निकषाच्या आधारावर महत्तम सामाजिक कल्याणाच्या अटी पूर्ण करणे शक्य आहे.

टीका (Critism) : प्रा. पिगू यांचे कल्याणाचे अर्थशास्त्र हे पहिलेच असे कल्याणाच्या अर्थशास्त्राचे विश्लेषण असले तरी पिगू यांच्या कल्याणाच्या अटींवर पुढीलप्रमाणे टीका करण्यात आलेल्या आहेत -

१) महत्तमनाची कल्पना अस्पष्ट - प्रा. पिगू यांनी कल्याणाच्या महत्तमीकरणावर भर दिला, परंतु महत्तमनाची कल्पना त्यांनी स्पष्ट केली नाही.

२) कल्याणाचे अंकदर्शक मोजमाप - प्रा. पिगू यांच्या मते, कल्याणाचे उपयोगिता किंवा समाधानाच्या संदर्भात मोजमाप केले जाते. उपयोगितेचे संख्यात्मक मोजमाप शक्य नसल्याने अर्थशास्त्रज्ञांना पिगू यांचे विचार मान्य नाहीत, त्यामुळेच आधुनिक अर्थशास्त्रज्ञ उपयोगितेचे वृत्तदर्शक मोजमाप विचारात घेतात.

३) **राष्ट्रीय उत्पन्न हे कल्याणाचे अचूक मोजमाप नाही** – प्रा. पिगू यांच्या कल्याणाच्या अटी राष्ट्रीय उत्पन्नाशी निगडित आहेत, परंतु राष्ट्रीय उत्पन्नाचे मोजमाप करणे सोपे नाही. केवळ राष्ट्रीय उत्पन्नात वाढ झाली, म्हणजे सामाजिक कल्याणात वाढ होत नाही. किमतीतील चलनातिरेक वाढीमुळे राष्ट्रीय उत्पन्नात वाढ होऊ शकते आणि चलनवाढीची स्थिती पूर्वीपेक्षा वाईट होऊ शकते.

४) **पिगू कल्याणाचे नैतिक संबंध स्पष्ट करीत नाही** – कल्याणाचे अर्थशास्त्र हे नीतिमत्तेशी संबंधित आहे, परंतु प्रा. पिगू हे स्पष्ट करीत नाहीत. पिगू यांचे कल्याणाचे अर्थशास्त्र हा कल्याणाच्या कारणांचा वस्तुनिष्ठ अभ्यास समजला जात नाही.

९.४ पॅरेटो पर्याप्तता (Pareto Optimality)

ठरावीक कल्याणातील वाढ किंवा घट स्पष्ट करण्यासाठी सकारात्मक निकष मांडणारा पॅरेटो हा पहिला अर्थशास्त्रज्ञ होय. या निकषानुसार असा कोणताही बदल जो कोणत्याही व्यक्तीची स्थिती खराब न करता एका व्यक्तीच्या स्थितीत सुधारणा करीत असेल, तर ती स्थानिक कल्याणातील सुधारणा होय. याउलट, कोणताही बदल कोणाच्याही स्थितीत सुधारणा न करता कमीतकमी एकाची स्थिती खराब करीत असेल, तर ती स्थानिक कल्याणातील घट होय.

अशी स्थिती की, ज्यात कोणाची स्थिती खराब न करता कोणाची स्थिती सुधारता येत नसेल, तर त्यास पॅरेटो पर्याप्तता म्हटले जाते. याचाच अर्थ कोणा एकाच्या कल्याणात घट न करता दुसऱ्याच्या कल्याणात वाढ करणे शक्य नसते, तेव्हा त्यास पर्याप्तता म्हटले जाते. अर्थव्यवस्थेत पॅरेटो पर्याप्तता स्थिती साध्य करण्यासाठी तीन सीमान्त अटी पूर्ण करणे आवश्यक असते. या अटींचे स्पष्टीकरण पुढीलप्रमाणे देता येईल.

१) उपभोक्त्यांमधील वस्तूच्या वाटणीची कार्यक्षमता – पॅरेटो पर्याप्तता निकष दोन उपभोक्त्यांमधील क्ष व य वस्तूंच्या वाटणीच्या बाबतीत लागू करून आपणास असे म्हणता येते की, जर वस्तूची पुनर्वाटणी करून एका उपभोक्त्याच्या उपयोगितेत घट न करता दुसऱ्या उपभोक्त्याच्या उपयोगितेत वाढ करणे शक्य नसते, तेव्हा क्ष व य वस्तूंची वाटणी कार्यक्षम आहे. उपभोक्त्यांमधील वस्तूची पॅरेटो कार्यक्षम वाटणी किंवा पॅरेटो पर्याप्ततेसाठीची सीमान्त अट पूर्ण होण्यासाठी दोन वस्तूंमधील पर्याप्ततेचा सीमान्तदर सर्व उपभोक्त्यांच्या बाबतीत झाला असला पाहिजे.

२) व्यवसायसंस्थांमधील आदानांच्या वाटणीतील कार्यक्षमता : व्यवसायसंस्थांमधील आदानांची पॅरेटो कार्यक्षमता वाटणी किंवा पॅरेटो पर्याप्ततेची सीमान्त अट पुढीलप्रमाणे आहे :

पॅरेटो कार्यक्षम आदानांची वाटणी किंवा पॅरेटो पर्याप्ततेसाठी सीमान्त अट अशी आहे की, भांडवल व श्रम यामधील तांत्रिक पर्याप्ततेचा सीमान्त दर विविध व्यवसायसंस्थांनी उत्पादित केलेल्या सर्व वस्तूंच्या बाबतीत सारखा असला पाहिजे.

३) उत्पादन मिश्रणातील कार्यक्षमता किंवा उत्पादनाची रचना : अर्थव्यवस्थेत जेव्हा इतर व्यक्तींच्या स्थिती खराब न करता कमीतकमी एका व्यक्तीच्या स्थितीत सुधारणा करणे उत्पादनासह विनिमयातील बदलाने शक्य नसेल, तेव्हा पॅरेटो कार्यक्षमता आढळून येते. जेव्हा दोन उपभोक्त्यांसाठी या दोन वस्तूंच्या पर्याप्ततेचा सीमान्त दर हा दोन वस्तूंच्या रूपांतरणाच्या सीमान्त दराबरोबर असतो, तेव्हा ही अट पूर्ण होते.

९.५ सामाजिक कल्याणफलन (Social Welfare Function)

सामाजिक कल्याणफलन ही संकल्पना प्रथम प्रा. बर्गसन यांनी मांडली आणि त्यानंतर सॅम्युलसन आणि ॲरो यांनी या संकल्पनांचा विकास केला. त्यांच्या मतानुसार मूल्यविधानाच्या विषय प्रवेशाशिवाय कल्याणकारी अर्थशास्त्रात अर्थपूर्ण विधाने मांडता येत नाहीत.

समाजाचे कल्याण कोणत्या घटकांवर अवलंबून असते हे सामाजिक कल्याण फलन दर्शविते. बर्गसन यांनी त्याची व्याख्या पुढीलप्रमाणे दिली आहे :

'सामाजिक कल्याणफलन म्हणजे समाजाच्या प्रत्येक सदस्याचे कल्याण किंवा उपभोग घेतलेल्या वस्तूच्या नगसंख्या आणि समाजाच्या प्रत्येक सदस्याने दिलेल्या सेवा यांचे फलन होय.'

'सामाजिक कल्याणफलन' हे सामाजिक कल्याण आणि प्रत्येक व्यक्तीच्या कल्याणावर परिणाम करणाऱ्या प्रत्येक व्यक्तीचा उपभोग यासारख्या सर्व शक्य चलांमधील संबंध प्रस्थापित करतो. सामाजिक कल्याण फलन हे समाजाच्या कल्याणाचे सर्वसाधारण निर्देशक आहे आणि ते वैयक्तिक उपयोगितांचे फलन आहे. ते पुढीलप्रमाणे मांडले आहे. -

$$W = f(u_1, u_2, \dots un)$$

यात W = सामाजिक आर्थिक कल्याण

F = फलन

आणि u_1, u_2, un ही 1, 2, ... n व्यक्तीच्या उपयोगितांची पातळी आहे.

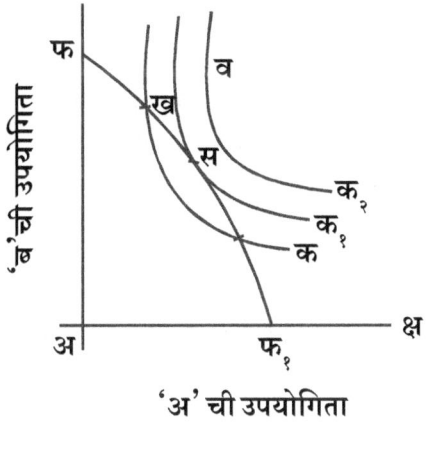

आकृती क्र. ९.२

कल्याण हे या उपयोगितांचे वाढते फलन आहे. सामाजिक कल्याण फलनाचे सर्वसाधारण गुणधर्म हे वैयक्तिक उपयोगिता फलनाच्या गुणधमासारखे आहेत. इतर व्यक्तींच्या उपयोगितेत घट न करता जेव्हा जेव्हा एका व्यक्तीची उपयोगितापातळी वाढते तेव्हा कल्याण निर्देशकाचे मूल्य वाढते. सामाजिक कल्याण फलनाचे अस्तित्व हे समाजाच्या सदस्य व्यक्तीच्या फलनाच्या स्थितीची तुलना ध्वनित करते.

सामाजिक कल्याणफलन हे आकृतीच्या आधारे स्पष्ट केले आहे.

वरील आकृतीमध्ये **फफ$_१$** हा उपयोगिता सीमावक्र असून तो अर्थव्यवस्थेची साधनसामुग्री दिलेली असताना सर्व शक्य उपयोगिता संयोगाची सीमारेषा दर्शवितो. **क, क$_१$** व **क$_२$** हे सामाजिक समवृत्तीवक्र असून ते सामाजिक कल्याण फलन दर्शवितात. प्रत्येक समवृत्तीवक्र समान सामाजिक कल्याणाची पातळी असलेल्या व्यक्तींमधील उपयोगितांची विविध प्रकारची विभागणी दर्शवितो. वरच्या पातळीवर असलेला समवृत्तीवक्र कल्याणाची वरची पातळी दर्शवितो. प्रत्येक सामाजिक कल्याणवक्र **'अ'** आणि **'स'** या दोन व्यक्तींच्या उपयोगितांच्या कल्याण संयोगाचे निबद्ध बिंदूदर दर्शवितो. प्रत्येक कल्याणवक्र सामाजिक कल्याणाची पातळी दर्शवितो. **क$_१$** वक्र **क** पेक्षा आणि **क$_२$** वक्र **क$_१$** पेक्षा उच्च सामाजिक कल्याणाची पातळी दर्शवितो.

जेथे उपयोगिता सीमावक्र **फफ$_१$** हा कल्याणवक्रास स्पर्श करतो, तो महत्तम सामाजिक कल्याणाचा किंवा पर्याप्त स्थितीचा बिंदू होय. आकृतीमध्ये **'स'** हा बिंदू महत्तम सामाजिक कल्याणाची स्थिती दर्शवितो.

तंत्रज्ञान आणि साधनांची स्थिर संख्या दिलेली असताना समाजास उपलब्ध

असलेल्या सर्व कल्याण संयोगांपैकी 'स' या संयोगास उच्च सामाजिक मूल्य आहे. **ख** हा बिंदू **क** च्या खालच्या बाजूस असलेल्या कल्याणवक्रावरील बिंदू असून तो सामाजिक कल्याणाची खालची पातळी दर्शविते. **'व'** हा बिंदू **क**$_{२}$ या वक्रावर असून तो समाजाच्या **फफ**$_{१}$ या उपयोगिता सीमेच्या बाहेर आहे. अशा प्रकारे **'ह'** बिंदू महत्तम सामाजिक कल्याण दर्शविते.

गृहीते (Assumption)

बर्गसन यांचे सामाजिक कल्याणफलन हे पुढील गृहीतांवर आधारित आहे.

१) सामाजिक कल्याण प्रत्येक व्यक्तीच्या संपत्ती व उत्पन्नावर अवलंबून असते आणि प्रत्येक व्यक्तीचे कल्याण हे तिची संपत्ती व उत्पन्न आणि समाजातील समस्यांमधील कल्याणाची वाटणी यावर अवलंबून असते.

२) व्यक्तिगत कल्याणावर प्रभाव पाडणाऱ्या चलांच्या संयोगाच्या वृत्तदर्शक स्थितीवर सामाजिक कल्याण फलन आधारित आहे.

३) सामाजिक कल्याणफलन त्याच्या मूल्य विधानावर आधारित आहे.

टीका (Criticism) : कल्याणकारी अर्थशास्त्राचे प्रमुख ध्येय हे आर्थिक आणि आर्थिकेतर चलांतील बदलांमुळे झालेल्या स्थानिक कल्याणाचे मापन करू शकेल असे मान्य सामाजिक कल्याणफलन शोधून काढणे हे आहे. सामाजिक कल्याणफलन मांडून ही समस्या सोडविण्याचा प्रयत्न मात्र करण्यात आलेला आहे, मात्र याबाबतीत काही मर्यादा आहेत.

१) सिटल, स्ट्रिटन व बामोल यांच्या मते, सामाजिक कल्याणफलनास व्यवहारिक महत्त्व मर्यादित आहे.

२) स्ट्रिटन यांच्या मते, सामाजिक कल्याणफलन ही औपचारिक संकल्पना असून, तिचा सामाजिक जीवन व निवडीच्या महत्त्वाच्या वस्तुस्थितीशी काहीही संबंध नाही.

३) प्रा. बामोल यांच्या मते, सामाजिक कल्याण संकल्पनेत मर्यादित व्यावहारिक मूल्य आहे, कारण याच्या निर्मितीसाठी आवश्यक असलेली मूल्यविधाने कशी मिळवावीत याविषयी ती काहीच सांगत नाहीत.

४) प्रा.अॅरो यांच्या मते, केवळ वृत्तदर्शी पसंतीवर आधारलेले सामाजिक कल्याणफलन समाजातील सर्व व्यक्तींच्या पसंतीपासून तयार करता येत नाही.

५) समीकरण किंवा सामाजिक समवृत्तीवक्र या रूपात मांडलेले सामाजिक कल्याण फलन समस्या सोडविण्याकरता मदत करीत नाही, कारण वैयक्तिक कल्याणफलने माहीत नसतात, त्यामुळे ही समीकरणे वक्र व काल्पनिक आहेत.

९.६ भरपाई निकष (Compensation Criteria)

हिक्स, काल्डोर व सायटोव्हस्कीची यांनी मांडलेले भरपाई निकष हे नवीन कल्याणकारी अर्थशास्त्र म्हणून ओळखले जाते. त्यांनी मांडलेले निकष 'भरपाई तत्त्व' म्हणून ओळखले जातात, ज्यामुळे काहींना त्रास होतो व काहींना लाभ होतो अशा कोणत्याही आर्थिक पुनर्संघटनांमुळे होणाऱ्या सामाजिक कल्याणातील बदलाचे मूल्यमापन करण्यासाठीचा प्रयत्न या अर्थशास्त्रज्ञांनी केला.

गृहीते

भरपाई तत्त्व पुढील गृहीतांवर आधारित आहे.

१) प्रत्येक व्यक्तीचे समाधान हे दुसऱ्यापासून स्वतंत्र असते व त्यामुळे ती व्यक्ती तिच्या कल्याणाचा चांगला अंदाज बांधते.

२) उत्पादन आणि उपभोगातील बाह्य परिमाणांचा अभाव आहे.

३) प्रत्येक व्यक्तीच्या आवडीनिवडी स्थिर आहेत.

४) उत्पादन व विनिमयाच्या समस्या विभाजनाच्या समस्येपासून वेगळ्या करणे शक्य आहे.

५) उपयोगितेचे वृत्तदर्शक मोजमाप करता येते आणि उपयोगितांची व्यक्ती - व्यक्तींमधील तुलना शक्य नाही.

वर दिलेल्या गृहीतांचा विचार करून भरपाई व त्याच्या निकषांची चर्चा करता येईल.

भरपाईकारी भरणा यावर आधारित कल्याणकारी निकष मांडणारे काल्डोर हे पहिले अर्थशास्त्रज्ञ होते. प्रा. हिक्स यांनी काल्डोर यांचे समर्थन केले. या दोन अर्थशास्त्रज्ञांनी वेगवेगळ्या शब्दांत निकषांची मांडणी केली असली, तरी ते वास्तवात समान आहेत. त्यामुळेच त्यांना 'काल्डोर - हिक्स निकष' म्हटले जाते.

काल्डोर यांच्या निकषानुसार जर आर्थिक संघटनांमधील किंवा धोरणातील काही बदलांमुळे काही लोकांची स्थिती चांगली आणि काहींची वाईट झाली आणि ज्यांना बदलातील लाभ मिळून ते जर नुकसानभरपाई करू शकले आणि पूर्वीपेक्षा चांगल्या स्थितीत राहिले, तर बदलामुळे सामाजिक कल्याणात वाढ होईल. हिक्स यांनी वेगळ्या शब्दांत अशाच प्रकारे निकष मांडला आहे. त्यांच्या मते, 'जर बदलामुळे **'अ'** ची स्थिती अतिशय चांगली झाली की ज्यामुळे तो **'ब'** ला त्या नुकसानीसाठी भरपाई करू शकेल; आणि तरीही त्याच्याकडे काही शिल्लक राहिले तर पुनर्संघटन स्पष्ट सुधारणा होय.'

काल्डोर-हिक्स निकष उपयोगिता शक्यतावक्राच्या आधारे स्पष्ट करता येईल.

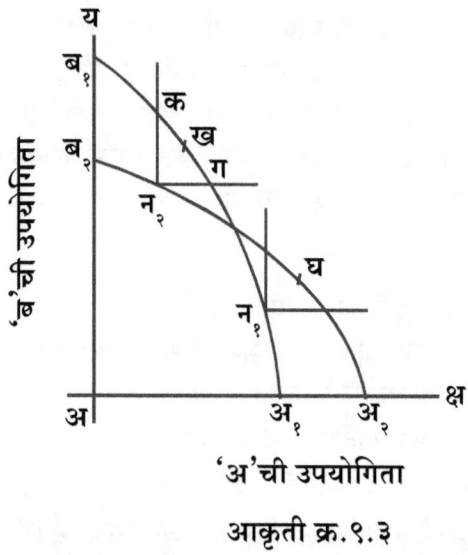

य
ग
'ब'ची उपयोगिता
अ
'अ'ची उपयोगिता

आकृती क्र.९.३

जर **अ** आणि **ब** या दोन व्यक्ती असतील तर प्रत्येक उपयोगिता शक्यवक्र त्यांच्या उपयोगिता पातळीचे सर्व निबद्ध बिंदू **स** संयोग दर्शवितो. समजा **क्ष** आणि **य** या वस्तूचे दोन संच आकृतीत अनुक्रमे **ब**$_१$ **अ**$_१$ उपयोगिता शक्यतावक्राने दर्शविली आहेत. **न**$_२$ ने दर्शविलेल्या बाजूच्या संचापासून सुरुवात करता पॅरेटियन निकषाच्या संदर्भात **क, ख, ग** कडे जाण्यास भाग पाडणारा **ब**$_२$ हा **ब**$_१$**स**$_२$ वक्रावरील पॅरेटो सुधारणा होय, कारण तो दोन्ही व्यक्तींच्या स्थितीत सुधारणा करतो, किंवा कमीतकमी दुसऱ्याच्या स्थितीत घसरण न करता एकाच्या स्थितीत सुधारणा करतो. परंतु **क** वरच्या बाहेरील **न**$_१$ कडे होणाऱ्या हालचालीचे पॅरेटो निकषाच्या आधारे मूल्यमापन करता येत नाही, कारण येथे **ब** च्या बदल्यात **अ** च्या कल्याणात सुधारणा होते. परंतु **न**$_२$ पाहून **न**$_१$ कडे होणाऱ्या हालचालींचे मूल्यमापन काल्डोर - हिक्स निकषाच्या संदर्भात करता येते.

१) ही हालचाल थांबविण्यासाठी **अ** ला किती पैसे देण्याची **ब** ची इच्छा आहे हे विचारून घेणे आवश्यक आहे; आणि

२) हे आधीच होऊन जाण्यासाठी **ब** ला किती पैसे देण्याची **'अ'** ची इच्छा आहे हे **अ** ला विचारून करता येतो.

३) जर २) १ असेल तर बदल करण्यात वाढवितो, कारण **अ ब** च्या नुकसानीची भरपाई करतो आणि तरीही **न**$_२$ पेक्षा **न**$_१$ या ठिकाणी चांगल्या स्थितीत राहतो.

काल्डोर - हिक्स निकषानुसार कल्याणातील सुधारणेची साधी चाचणी म्हणजे नवीन संच दर्शविणाऱ्या उपयोगिता शक्यतावक्राच्या खालील बाजूस आधीचा संच असला पाहिजे. **न**$_{२}$ वरून **न**$_{१}$ कडे होणारी हालचाल काल्डोर-हिक्स निकषांची पूर्तता करते; कारण **न**$_{१}$ अंतिम संचाच्या उपयोगिता शक्यतावक्राच्या खालील बाजूस **न**$_{२}$ आहे.

९.७ ॲरोचा अशक्यतेचा सिद्धान्त (Arrow's Impossibility Theorem)

केनिश ॲरो यांच्या मते, सामाजिक निवड आणि वैयक्तिक मूल्ये सुसंगत असल्या तरी समाज कल्याणाचे कार्य होणे अशक्य असते. समाजातील वैयक्तिक बाबतीत विचार करणे योग्य. या वैयक्तिक पसंतीबाबतीत सामाजिक निवडीसंदर्भात पुढील अटी सांगितलेल्या आहेत :

१) समाज कल्याण / निवडबाबतचे पर्याय एकमेकांशी निगडित असले पाहिजेत. उदा. **क** हा **ब** ला पर्याय असेल तर आणि **ड** हा **ग** संबंधित असेल तर **क** हा **ग** ला संबंधित अथवा पर्याय असला पाहिजे.

२) सामाजिक कल्याण वैयक्तिक निवडीच्या दिशेने बदलले पाहिजे.

३) सामाजिक कल्याण समाजाबाहेर लादले गेलेले नसावे. उदा. समाजातील व्यक्ती **क** चा **'ड'** शी आणि **ड** चा **ग** शी संबंध मानत असतील तर समाजाने **क** च्या पर्यायाऐवजी **क** चा **ड** शी असणारा संबंध पसंत केला पाहिजे.

४) समाजाच्या कक्षेबाहेरील कोणत्याही व्यक्तीला पर्यायी अधिकार नसेल.

५) सामाजिक कल्याण योग्य नसलेल्या पर्यायापासून स्वतंत्र असले पाहिजे.

ॲरो यांच्या मते, सामाजिक कल्याण, निवड सुसंगत नसते; कारण कोणतीही व्यवस्था या अटी पूर्ण करू देत नाही. यालाच ॲरोचा अशक्यता सिद्धान्त असे म्हटले जाते.

उदा. **ए.बी.सी.** या समाजातील तीन व्यक्ती आहेत. त्यांना **'क' 'ड' 'ग'** या पर्यायांच्या स्थितीत क्रमवारी लावण्यास सांगितले आहे.

तक्ता क्र.९.१

पर्यायी स्थिती

व्यक्ती	**क**	**ड**	**ग**
ए	३	२	१
बी	१	३	२
सी	२	१	३

तक्त्यानुसार **ए** हा **क** आणि **बी** ऐवजी **क** ची निवड करतो. त्यामुळे **ग** ऐवजी **क** ची निवड करतो; **बी** व्यक्ती **ए** ऐवजी **ड** आणि **क** ऐवजी **ग** ची निवड करतो. **सी** हा **क** ऐवजी **ग** आणि **ड** ऐवजी **क** ची निवड करतो; त्यामुळे **ड** ऐवजी **बी** ची निवड करतो.

ए आणि **सी** हे **ड** ऐवजी **क** ची निवड करतात. **ए** आणि **बी** हे **ग** ऐवजी **क** ची निवड करतात. **बी** आणि **सी** हे **क** ऐवजी **ग** ची निवड करतात, त्यामुळे बहुसंख्येने **ग** ऐवजी **क** ची निवड करतात, आणि **ग** ऐवजी **ड** ची निवड करतात. मात्र त्याबरोबर ते **ग** ऐवजी **क** ची निवड करतात.

अशा रीतीने लोकशाहीवादी विसंगत कल्याणकारी निकष निर्माण करते. व्यक्तिगत मान्यता असल्या तरी लोककल्याण हे लोकांच्या मताशिवाय साध्य होऊ शकत नाही. हे निष्कर्ष क्रमावर आधारित आहेत, ते म्हणजे, ॲरो यांच्या सिद्धान्ताला कल्याणकारी अर्थशास्त्रात काही किंमत नाही, तर या सिद्धान्ताला समाधानकारक कल्याण फलन शोधण्यात अपशय आले आहे अशीही टीका होत आहे. ॲरो यांचा सिद्धान्त हा फक्त निर्णयप्रक्रियेशी संबंधित आहे. तो सामाजिक कल्याणाशी संबंधित नाही अशी सुद्धा टीका होत आहे.

सराव प्रश्न

प्र. १. खालील प्रश्नांची प्रत्येकी २५० शब्दांत उत्तरे लिहा.

१) विभाजनाचा सीमान्त उत्पादकता सिद्धान्त स्पष्ट करा.

२) युलरचा नि:शेष उत्पादनाचा सिद्धान्त स्पष्ट करा.

३) पिगूचे कल्याणकारी अर्थशास्त्र स्पष्ट करा.

४) पॅरेटोच्या पर्याप्ततेच्या अटी स्पष्ट करा.

५) सामाजिक कल्याण फलन म्हणजे काय ते सांगून सामाजिक कल्याण फलन आकृतीच्या साहाय्याने स्पष्ट करा.

६) ॲरोचा अशक्यता सिद्धान्त स्पष्ट करा.

पारिभाषिक शब्दसूची

Average Cost - सरासरी खर्च : एकूण खर्चाला उत्पादनाच्या एकंदर राशीने भागले असता येणारा खर्च म्हणजे सरासरी खर्च होय.

Average Revenue - सरासरी प्राप्ती : उद्योगसंस्थेच्या एकूण प्राप्तीस विक्री केलेल्या वस्तूंच्या एकूण नगसंख्येने भागले असता येणाऱ्या प्राप्तीस सरासरी प्राप्ती असे म्हणतात.

Basic Economic Problem- मूलभूत आर्थिक प्रश्न : रॉबिन्सच्या मते, मूलभूत आर्थिक प्रश्न हा साधन सामग्रीच्या दुर्मिळतेमुळे निर्माण होतो.

Cardinal - अंकदर्शी : अंकदर्शी मापनात एखाद्या गोष्टीचे मापन संख्येत अथवा अंकात केले जाते.

Cartels - विक्री संघ : एखाद्या उद्योगातील किंमत आणि उत्पादनाच्या नियंत्रणासाठी त्या उद्योगातील व्यवसाय संस्थांनी केलेला औपचारिक करार होय. अशा स्वतंत्र उत्पादकाचा गट म्हणजे विक्री संघ होय. उदा. ओपेक.

Collusive Oligopoly - संगनमत असलेला अल्पविक्रेताधिकार : बाजारातील मोजक्याच संस्था आपापल्यातील स्पर्धा टाळण्यासाठी गुप्त करार करून आपला मर्यादित एकाधिकार प्रस्थापित करतात असा बाजार म्हणजे संगनमत असलेला अल्पविक्रेताधिकार होय.

Consumer Surplus - उपभोक्त्याचे संतोषाधिक्य : उपभोक्ता जास्त किंमत द्यायला तयार आहे अशी वस्तू स्वस्तात उपलब्ध होणे म्हणजे उपभोक्त्याचे संतोषाधिक्य होय.

Cross Elasticity - छेदक लवचिकता : एका वस्तूच्या किमतीत बदल झाल्यास त्याचा दुसऱ्या वस्तूच्या मागणीवर काय परिणाम होतो हे छेदक लवचिकता स्पष्ट करते.

Demand Curve - मागणी वक्र : वस्तूची बदलती किंमत व मागणीची बदलती संख्या विचारात घेऊन आलेख रेषा काढता येते. त्या रेषेलाच मागणीवक्र असे म्हणतात.

Disturbances to Equilibrium, floor price & Ceiling Price - समतोलातील अडथळे, कमाल किंमत आणि किमान किंमत: किमान तसेच कमाल किंमत असेल तर समतोलात अडथळे निर्माण होतात. जेव्हा काही कारणाने किंमत वाढते, तेव्हा उत्पादक अधिक पुरवठा करून अधिक नफा मिळवितात. परंतु, ती स्थिती समतोलाची नसते; तर किंमत कमी झाल्यास उत्पादनाला मागणी वाढते. त्यामुळे मागणी व पुरवठा यांचा समतोल होत नाही.

Economic Cost - आर्थिक खर्च : अप्रत्यक्ष खर्च लेखांतर्गत खर्चात मिळविल्यास जो खर्च होईल त्यास आर्थिक खर्च असे म्हणतात.

Equilibrium - संतुलन : संतुलन म्हणजे अशी अवस्था आहे की, ज्यात परस्पराविरुद्ध कार्य करणाऱ्या शक्ती समबल होऊन अशा रीतीने निष्प्रभ करीत असतात की, ज्या घटकांवर या प्रवृत्ती कार्य करीत असतील त्या घटकांच्या अवस्थेत कोणताही बदल होत नाही.

Excess Capacity - अतिरिक्त क्षमता : दीर्घकाळात पर्याप्त उत्पादनापेक्षा प्रत्यक्ष उत्पादने कमी असताना दोन्ही उत्पादनात असलेले अंतर होय.

Fixed Cost - स्थिर खर्च : उत्पादनाच्या स्थिर घटकांवर होणाऱ्या खर्चास स्थिर खर्च असे म्हणतात.

Game Theory - खेळी सिद्धान्त : अल्पविक्रेताधिकारात किंमत निश्चितीचा प्रश्न सोडविण्यासाठी खेळी सिद्धान्ताचा वापर केला जातो. खेळी सिद्धान्तात खेळाडूला त्याच्या समोर असलेल्या वेगवेगळ्या पर्यायांपैकी एका पर्यायाची निवड करावी लागते. त्यालाच खेळी Strategy म्हणतात. अल्पविक्रेताधिकारात ज्यात महत्तम नफा अथवा उत्पादन हे उद्दिष्ट नसते अशाच एका प्रतिमानास खेळी सिद्धान्त म्हणतात.

General Equilibrium - सामान्य संतुलन : सामान्य संतुलन म्हणजे अर्थव्यवस्थेच्या सर्व अंगांना अभ्यासात घेऊन मांडलेले संतुलनाचे विश्लेषण होय.

Homogeneous Production Function - समघाती उत्पादन फल : प्रत्येक उत्पादन घटकाचा घातांक समान असेल आणि उजव्या बाजूला स्थिर पद नसेल तर या समीकरणाला समघाती उत्पादन फल असे म्हणतात.

Income effect - उत्पन्न परिणाम : उपभोक्त्याच्या उत्पन्नात बदल झाल्यामुळे त्याच्या एकूण समतोलावर होणारा परिणाम म्हणजे उत्पन्न परिणाम होय.

Income Elasticity - उत्पन्न लवचिकता : उत्पन्नातील बदलाचे मागणीतील बदलाशी

असणारे प्रमाण म्हणजे उत्पन्न लवचिकता होय.

Indifference Curve - समवृत्ती वक्र : समान समाधान मिळवून देणारे दोन वस्तूंचे विभिन्न गट किंवा संच दर्शविणारा वक्र होय.

Law of Deminishing Marginal Utility - घटत्या उपयोगितेचा सिद्धान्त : उपभोक्ता जेव्हा एखाद्या वस्तूचे एकापाठोपाठ एक नग उपभोगतो. तेव्हा त्या वस्तूच्या नगाच्या वाढीबरोबर त्या वस्तूच्या नगापासून मिळणारी सीमान्त उपयोगिता घटते. यालाच घटत्या सीमान्त उपयोगितेचा सिद्धान्त म्हणतात.

Law of Variable Proportion - बदलत्या प्रमाणांचा नियम : अल्पकाळात उत्पादनसंस्था एका घटकाचे प्रमाण बदलवित असताना निरनिराळ्या घटकांचे आपसात असलेले प्रमाण बदलण्यास सुरुवात होते, या उत्पादन फलास बदलत्या प्रमाणांचा नियम असे म्हणतात.

Lenear Production Function - रेषीय आणि अरेषीय उत्पादन फल : उत्पादन घटकांमध्ये बदल केल्यास उत्पादनाचे बदल बिंदू एका सरळरेषेत असतील तर त्याला रेषीय उत्पादन फल म्हणतात. परंतु, उत्पादन बदलाचे बिंदू सरळ रेषेत नसतील तर त्या उत्पादन फलास अरेषीय उत्पादन फल म्हणतात.

Long Period Equilibrium Under Monopoly - मक्तेदारीतील दीर्घकालीन समतोल मक्तेदारीचा दीर्घकालीन समतोल होण्यासाठी सीमान्त खर्च आणि सीमान्त प्राप्ती यातील समानता ही अट पूर्ण व्हावी लागते त्यासाठी दीर्घकालीन सीमान्त खर्चाच्या वक्राने सीमान्त प्राप्तीच्या वक्राला छेदून जाणे आवश्यक असते.

Long Run Equilibrium - दीर्घकालीन समतोल : दीर्घकाळात उत्पादन संस्थांची संख्या, आकारमान, यंत्र, तंत्र हे सर्वच घटक बदलता येतात; व त्यांच्या साहाय्याने वस्तूंच्या पुरवठ्यात वाढ केली जाते.

Marginal Cost - सीमान्त खर्च : उत्पादन मात्रेतील बदलामुळे एकूण उत्पादन खर्चात होणाऱ्या बदलास सीमान्त खर्च असे म्हणतात.

Marginal Physical Productivity - सीमान्त वास्तव उत्पादकता : इतर सर्व घटक स्थिर असताना एका घटकाच्या नगसंख्येत एका नगाने वाढ केली असता त्यामुळे उत्पादनात पडणारी भर म्हणजे सीमान्त वास्तव उत्पादकता होय.

Marginal Revenue - सीमान्त प्राप्ती : वस्तूच्या विक्री परिमाणात एका नगाने वाढ केली असता एकूण प्राप्तीत होणारी वाढ म्हणजे सीमान्त प्राप्ती होय.

Marginal Revenue Productivity - सीमान्त प्राप्ती उत्पादकता : सीमान्त वास्तव

उत्पादनास अस्तित्वातील किमतीने गुणल्यास येणारी प्राप्ती म्हणजे सीमान्त प्राप्ती उत्पादकता होय.

Market : बाजार : बाजारात वस्तू, ग्राहक, विक्रेते, विशिष्ट ठिकाण अथवा क्षेत्र, देश, संपूर्ण जग या गोष्टी अर्थशास्त्राच्या दृष्टीने समाविष्ट असतात.

Monopolistic Competition - मक्तेदारीयुक्त स्पर्धा : ज्या बाजारात निकटचे पर्याय असलेल्या पण भिन्नतादर्शक वस्तूंचे अनेक विक्रेते एकमेकांशी स्पर्धा करतात त्यास मक्तेदारीयुक्त स्पर्धा असे म्हणतात.

Monopolistic Competition Equilibrium - मक्तेदारीयुक्त स्पर्धेतील समतोल : मक्तेदारीयुक्त स्पर्धेत उत्पादन संस्थेची विक्री-नगसंख्या ही वस्तूची किंमत, वस्तूचे स्वरूप आणि जाहिरातीवरील खर्च या बाबींवर अवलंबून असते आणि याच बाबींवर उत्पादन संस्थेचा समतोल अवलंबून असतो.

Monopoly - मक्तेदारी : वस्तूला जवळचा पर्याय नाही अशा वस्तूंचे उत्पादन अथवा विक्री एकाच विक्रेत्याच्या हाती एकवटलेली असते त्यास मक्तेदारी असे म्हणतात.

Monopoly Power - मक्तेदारी शक्ती : जेव्हा एखाद्या वस्तूचे उत्पादन आणि विक्री एकच व्यवसाय संस्था करते; तेव्हा तिला मक्तेदारी शक्ती निर्माण होते.

Nash Equilibrium - नॅश समतोल : नॅश हे प्रिन्स्टन विद्यापीठात गणिततज्ज्ञ होते. नॅश संतुलन म्हणजे प्रत्येक खेळाडू इतर खेळाडू प्रमाणेच अत्यंत योग्य धोरणाचा अवलंब करतो.

Neutral Equilibrium - तटस्थ संतुलन : जेव्हा संतुलनात असलेल्या एककात व्यत्यय आला असताना तो एकक नवीन संतुलनाच्या स्थितीत जातो व तेथेच स्थिर राहतो तेव्हा असलेल्या संतुलनास तटस्थ संतुलन असे म्हणतात.

Non-Collusive Oligopoly - संगनमत नसलेला अल्पविक्रेताधिकार : जेव्हा उत्पादन संस्थेचे संगनमत नसून त्यांच्यात गळेकापू स्पर्धा असते अथवा स्वतंत्र व्यवहार करण्याची प्रवृत्ती असते तेव्हा त्यास संगनमत नसलेला अल्पविक्रेताधिकार म्हणतात.

Oligopoly - अल्पविक्रेताधिकार : ज्या बाजारात मोजकेच उत्पादक अथवा विक्रेते स्पर्धा करतात ती बाजारपेठ होय.

Optimality - पर्याप्तता : कोणा एकाच्या कल्याणात घट न करता दुसऱ्याच्या कल्याणात वाढ करणे शक्य नसते तेव्हा त्यास पर्याप्तता असे म्हणतात.

Optimum Combination - युक्त संयोग : जास्तीत जास्त लाभ मिळविण्याच्या

दृष्टिकोनानुसार उत्पादक सम उत्पादन वक्र नकाशाचा आणि समखर्च रेषांचा उपयोग करून दोन घटकांचा असा संयोग प्राप्त करण्याचा प्रयत्न करतो की, त्याच्या मर्यादित खर्चात महत्तम उत्पादन मिळू शकेल या संयोगाला घटकांचा युक्त संयोग असे म्हणतात.

Ordinal - क्रमदर्शी : पहिला, दुसरा, तिसरा, चौथा हे क्रमदर्शी अंक आहेत; म्हणून ते क्रम दर्शवितात.

Partial Equilibrium - आंशिक संतुलन : एकंदर अर्थव्यवस्थेच्या एका अंशाचे संतुलन म्हणजे आंशिक संतुलन होय.

Perfect Competition - पूर्ण स्पर्धा : ज्या बाजारात ग्राहक आणि विक्रेते यांच्यात वस्तूच्या खरेदी-विक्रीसाठी पूर्णपणे निरोगी आणि खुली स्पर्धा असते; त्या बाजाराला पूर्ण स्पर्धा असे म्हणतात.

Personal Price Discrimination - व्यक्तिगत मूल्यभेद : व्यक्तीची वेगवेगळी आर्थिक स्थिती पाहून त्यानुसार वेगवेगळी किंमत आकारणे.

Preference Ordering - प्राधान्य क्रमवारिता : उपभोक्ता विविध प्रकारच्या पर्यायी वस्तू समूहांपैकी निवडलेल्या विशिष्ट वस्तू समूहास जास्त प्राधान्यक्रम देतो आणि इतर सर्व वस्तूसमूह नाकारतो. त्यांची तो खरेदी करू शकला असता, अशा प्रकारच्या प्राधान्यास प्राधान्य क्रमवारिता असे म्हणतात.

Price Discrimination - मूल्यभेद : एकाच वस्तूची निरनिराळ्या ग्राहकांकडून निरनिराळी किंमत आकारणे होय.

Price Effect - किंमत परिणाम : एखाद्या वस्तूची किंमत बदलल्यामुळे त्या वस्तूच्या खरेदीवर होणारा परिणाम म्हणजे किंमत परिणाम होय.

Price Elasticity - किंमत लवचिकता : वस्तूच्या किमतीत झालेल्या बदलाचा परिणाम म्हणून मागणीत बदल होण्याचे जे प्रमाण आहे त्यास किंमत लवचिकता असे म्हणतात.

Price Expansion Paths - किंमत विस्तार रेषा : किंमत रेषा अशी असते की, जी रेषा, उपभोक्ता त्याच्या मर्यादित उत्पन्नात खरेदी करू शकत असलेल्या दोन वस्तूंचे सर्व संच अथवा गट दर्शवित असते.

Price Rigidity - किंमत परिदृढता : वस्तूची किंमत दीर्घकाळपर्यंत स्थिर ठेवणे.

Problem of Product Exhausion - नि:शेष उत्पादनाची समस्या : जर सर्व उत्पादन घटकांना त्यांच्या सीमान्त उत्पादनाइतका मोबदला दिला; तर उत्पादनाचे सर्व

वाटप होईल हे सिद्ध करण्याच्या समस्येला नि:शेष उत्पादनाची समस्या असे म्हणतात.

Problems a Scarcity choice - दुर्मिळता आणि निवडीचा प्रश्न : अनेक गरजांपैकी कोणती गरज पूर्ण करण्यासाठी दुर्मीळ साधनांची निवड करावी हे ठरवूनच प्रश्न सोडविला जातो. निवडीचा प्रश्न सामग्रीच्या दुर्मिळतेमुळे निर्माण होतो.

Producers Surplus - उत्पादकाचे संतोषाधिक्य : उत्पादक ज्या किमतीस वस्तू विकण्यास तयार होतो आणि प्रत्यक्षात त्यास जी किंमत मिळते या दोन किमतीतील अंतर हे उत्पादकाचे अतिरिक्त समाधानाचे माप आहे यालाच उत्पादकाचे संतोषाधिक्य असे म्हणतात.

Product Differentiation - वस्तूभेद : वस्तूभेद करताना वस्तूच्या गुणात फरक केला जातो; वस्तूभेद म्हणजे एकजिनसीपणाचा अभाव होय. उत्पादक, विक्रेता आपली वस्तू इतर उत्पादक विक्रेत्यांपेक्षा वेगळी आहे, श्रेष्ठ आहे, असे दाखविण्याचा प्रयत्न करतो.

Production Function - उत्पादन फल : आदान आणि प्रदान यातील फलनात्मक संबंध म्हणजे उत्पादन फल होय.

Returns to Scale - मोठ्या प्रमाणावरच्या उत्पादनाचे फल : उत्पादन घटकाचे प्रमाण सारखे बदलवित गेल्यास दीर्घकाळात उत्पादनात होणारे जे बदल आहेत त्यांना प्रमाणित फल असे म्हणतात.

Selling Cost - विक्री खर्च : उत्पादन संस्थेद्वारे इतर उत्पादन संस्थेपेक्षा अधिक पसंतीने आपल्या उत्पादन संस्थेचे उत्पादन ग्राहकांनी खरेदी करावे म्हणून केलेला खर्च होय.

Sequential Games - अनुक्रम खेळी : एक व्यवसाय संस्था दुसऱ्या व्यवसायसंस्थे अगोदरच एखादी कृती करणे होय.

Short Run Equilibrium - अल्पकालीन समतोल : हा काळ काही महिन्यांचा असतो. या काळात यंत्रात अथवा साधनात बदल करता येत नाही. यंत्रे व साधनांचा अधिक उपयोग करून वस्तूच्या पुरवठ्यात वाढ करता येते.

Social Welfare - सामाजिक कल्याण : समाजातील सर्व व्यक्तींच्या समाधानाची किंवा कल्याणाची बेरीज म्हणजे सामाजिक कल्याण होय.

Social Welfare Function - सामाजिक कल्याण फलन : सामाजिक कल्याण फलन म्हणजे समाजाच्या प्रत्येक सदस्याचे कल्याण किंवा उपभोग घेतलेल्या वस्तूंच्या

नगसंख्या आणि समाजाच्या प्रत्येक सदस्याने दिलेल्या सेवा यांचे फलन होय.

Stable Equilibrium - स्थायी संतुलन : एखादा आर्थिक एकक संतुलनात असताना त्या संतुलनात व्यत्यय आणला असूनही जर त्या एककात मूळ संतुलनात परत येण्याची प्रवृत्ती असेल तर त्या संतुलनास स्थायी संतुलन असे म्हणतात.

Substitution Effects - पर्यायिता परिणाम : दोन वस्तूंच्या सापेक्ष किमतीत जो बदल होतो, त्यामुळे खरेदी नगसंख्येत होणारा बदल म्हणजे पर्यायिता परिणाम होय.

Super Normal Profit - असाधारण नफा : मक्तेदारी उद्योग संस्थेला दीर्घकालावधीत नेहमीच असाधारण नफा मिळतो.

Total Cost - एकूण खर्च : उत्पादनाच्या सर्व घटकांवर येणाऱ्या खर्चास एकूण खर्च असे म्हणतात.

Total Revenue - एकूण प्राप्ती : वस्तूच्या विशिष्ट परिमाणासाठी ग्राहकाने दिलेली एकूण मुद्रा रक्कम म्हणजे एकूण प्राप्ती होय.

Unstable Equilibrium - अस्थायी संतुलन : जेव्हा एखाद्या संतुलनात असलेल्या आर्थिक एककात व्यत्यय आणला असता त्यांची मूळ संतुलनापासून दूर जाण्याची प्रवृत्ती असते अशा संतुलनास अस्थायी संतुलन असे म्हणतात.

Utility - उपयोगिता : वस्तूमधील मानवी गरज भागविण्याच्या शक्तीला उपयोगिता म्हणतात.

Variable Cost - बदलता खर्च : उत्पादनाच्या बदलत्या घटकांवरील खर्चास बदलता खर्च असे म्हणतात.

संदर्भ सूची

Ahuja H.C. (2004), Modern Economics.

Baria C.S. (1998), Advanced Micro Economics.

Dr. Girija Shankar, Business Economics - Micro, Pune

Hirschleifer J and Glazer (1997), Price Theory and Applications, Prentice Hall of India, New Delhi.

James Gerber (2012), Micro Economics, Pearson Publication, New Delhi.

Jhingan M.C. (1995), Advanced Economic Theory.

Kreps David, M (1990), A Course in Micro Economics Theory, 5th edition.

Misra S. K. and Puri V. K. (1996), Micro Economics - Theory and application.

Misra S.K. and Puri V. K. (2001), Advanced Micro Economic Theory, Himalay Publishing House, New Delhi.

Robert Pindyck (2009), Micro Economics, Pearson Publication, New Delhi.

Salvatore - Micro Economics.

Stigler, G (1996), Theory of Price, Prentice Hall of India, New Delhi.

Stonier and Hague - Micro Economics Theory.

Varian Hal (1996), Intermediate Micro Economics, W. W. Norton and Company, New York.

कृष्णराव पाटील (१९९८), उच्चतर आर्थिक सिद्धान्त, मंगेश प्रकाशन, नागपूर.

देसाई, जोशी, भालेराव (१९९८), आर्थिक विश्लेषण अंशलक्ष्यी, निराली प्रकाशन, पुणे.

डॉ. एम. एन. शिंदे (२००३), सूक्ष्मलक्ष्यी अर्थशास्त्र, अजित पब्लिकेशन्स, इस्लामपूर, सांगली.

डॉ. एस. व्ही. ढमढेरे (२०१३), व्यावसायिक अर्थशास्त्र, डायमंड पब्लिकेशन्स, पुणे.

डॉ. श्रीनिवास खांदेवाले, किंमत सिद्धान्त, विद्या प्रकाशन, नागपूर.

राम देशमुख (२००७), आधुनिक उच्चतर आर्थिक सिद्धान्त, विद्या प्रकाशन, नागपूर.

डॉ. एस. व्ही. ढमढेरे

लेखक-परिचय

- एम. ए. एलएल. बी., एम. फिल., पीएच. डी. (अर्थशास्त्र)
- एस. पी. जे. कला व वाणिज्य महाविद्यालय, पाबळ, जि. पुणे येथे अर्थशास्त्र विभाग प्रमुख म्हणून कार्यरत.
- विविध महाविद्यालयांत २५ वर्षे अध्यापनाचा अनुभव; इंडियन इन्स्टिट्यूट ऑफ एज्युकेशनच्या महाराष्ट्र राज्यातील साधन केंद्राचे सहसंचालक.
- 'अर्थ' या त्रैमासिकाचे 'सहसंपादक'; प्रोग्रेसिव्ह रिसर्च संस्था, पुणे येथे सामाजिक-आर्थिक संशोधन प्रकल्पात संशोधन अधिकारी म्हणून काम. ९ संशोधन प्रकल्प पूर्ण केले.
- मराठी अर्थशास्त्र परिषद आणि इंडियन इकॉनॉमिक असोसिएशन्सचे आजीव सदस्य.
- विविध चर्चासत्रे व कार्यशाळांतून सहभाग, शोधनिबंध वाचन; पुणे विद्यापीठाच्या बहिःशाला शिक्षण मंडळाचे प्रमुख कार्यवाह; विद्यार्थी कल्याण मंडळाचे प्रमुख कार्यवाह; कमवा व शिका योजनेचे प्रमुख कार्यवाह. महाविद्यालय परिसर विकास विभागाचे प्रमुख.
- अर्थशास्त्रविषयक अनेक पुस्तकांचे लेखन. राष्ट्रीय, आंतरराष्ट्रीय, राज्य तसेच स्थानिक पातळीवर अनेक शोध निबंध प्रसिद्ध.
- पीएच. डी.साठी मार्गदर्शक
- पदव्यूत्तर विभागाचे समन्वयक
- महाविद्यालयीन परीक्षा विभागाचे अधिकारी

डॉ. अे. एम. पवार

लेखक-परिचय

- एम. ए., एम. फिल., पीएच.डी.

- सहयोगी प्राध्यापक व अर्थशास्त्र विभाग प्रमुख.

- खेड तालुका शिक्षण प्रसारक मंडळाचे हुतात्मा राजगुरू महाविद्यालय, राजगुरूनगर, जि. पुणे येथे पदवी स्तरावरील अध्यापनाचा ३० वर्षे व पदव्युत्तर स्तरावरील अध्यापनाचा १५ वर्षे अनुभव.

- राष्ट्रीय आणि आंतरराष्ट्रीय परिषदांसाठी शोधनिबंधाची निवड.

- विद्यापीठीय चर्चासत्रांसाठी विषयतज्ज्ञ म्हणून निवड.

- महाविद्यालय स्तरावर राष्ट्रीय सेवा योजना कार्यक्रम अधिकारी.

- विद्यार्थी कल्याण अधिकारी म्हणून कामकाज.

- सामाजिक कार्याची आवड.

- महाविद्यालयात कला शाखा प्रमुख म्हणून कार्यरत.